மயல்

நாவல்

மயல்

நாவல்

சிவராமன் கணேசன்

எழுத்து
பிரசுரம்

Title: Mayal
Author's Name: Sivaraman Ganesan

Published by Ezutthu Prachuram

Ezutthu Prachuram
(An imprint of Zero Degree Publishing)
No.75 & 76, I Floor, Kuppusamy Street,
Balaji Nagar, Padi,
Chennai - 600050

Website: www.zerodegreepublishing.com
E Mail id: zerodegreepublishing@gmail.com
Phone: 89250 61999

Ezutthu Prachuram First Edition : November 2025

ISBN : 978-93-472-0634-4

TITLE NO EP :594

Rs.320/-

Layout: G.Selvakumar
Cover Design: Rajan PR
Printed at Rathna Offset, Chennai, India

பொருளடக்கம்

1. மரகதஷ்யாமா

பச்சை நதி அது. பரந்து விரிந்திருந்தது. கடலளவு விரிக்கப்பட்ட ஒரு பெரிய இளவாழை இலை என்றுதான் முதல் எண்ணம் சொன்னது. உயரம் குறைந்து அணுக, கரும்பச்சை, இளம்பச்சையாகி அதனூடே சிறிய நீல வட்டம் தென்பட்டது. பச்சைக் கடலில் நீந்தும் சிறு நீலத்தோணி. இந்தக் கடல் வாழை இலையில் பரிமாறப்பட்ட நீல விருந்து. உயரப் பறக்கும் எண்ணங்களை விரட்டி கவனத்தை மீண்டும் உடலுக்குக் கொண்டுவந்தேன்.

அந்தப் பச்சை நிற ஜிமிக்கியில் நீலக்கல் பதித்திருந்தது. அது அசைந்து அசைந்து குதிக்கிறது. கூடலின் உச்சத்தில் ஒரு மயக்கம் இருக்கிறது. அது இந்த ஜிமிக்கியைப் பச்சை நதியாக்குகிறது. அதில் என்னை இறக்கி நீந்தச்செய்கிறது. பின்னணியில் சிணுங்கிச் சிணுங்கிப் பேசும் அந்தக் குரல் கடலிலிருந்து நிலத்திற்கு ஒவ்வொரு முறையும் நெட்டித் தள்ளுகிறது. நுரையும் மணலும் கலந்தது போலிருந்த அந்த நீள் வெண்கழுத்தில் வியர்வை வழிந்துகொண்டிருந்தது.

அங்கே பதிந்திருந்த என் நாசிக்கு, சீயக்காய், மஞ்சள், பாண்ட்ஸ் பவுடர், தேங்காய் எண்ணெய் எல்லாம் கலந்த முயக்க வாசனை ஏறியது. அது அவள் வாசனை. அலைபாயும் எண்ணங்கள் கலைத்து, அவள் மீது பித்துக்கொள்ளவைக்கும் வாசனை. இயக்கம் அதிகரித்தபோது, அவளின் காதோரச் சிணுங்கலின் அலைவரிசை பெருகியது.

கலவியின்போது காதோரமாய்ப் பேசிச் சிணுங்குவதற்கு ஏதோ ஒரு பெயர் இருக்கிறது. மீண்டும் அலைபாயும் எண்ணம். எண்ணத்தை மறிக்கும் லேசான வலி. வளைக்கையின் இறுக்கம் அதிகரித்து, முனகலின் தொனி மாறியது. யோசனையை முற்றிலும் விலக்கி இயங்கினேன்.

வாசனை இயக்கத்திற்கு லயம் சேர்த்தது. லயம் கற்பனையையும், வேகத்தையும் ஏற்றியது. அணைந்து, நனைந்து, முயங்கிப் புதைந்து, வெருகி, கனன்று, மகிழ்ந்து, உருகினேன். இதயத்துடிப்பின் இசை வெடிக்க, இருளில் எங்கோ நீந்தினேன். ஆழம், ஆழம், ஆழம் என்று வெகுதூரம் வீழ்ந்துகொண்டிருந்தேன். வீழ்ந்த இடம் ஈரமாய் இருந்தது.

திடுக்கிட்டு எழுந்தேன். ஈரக்கையோடு சுரேஷய்யர் தோளைத்தொட்டு எழுப்பிக்கொண்டிருந்தார். மணி அஞ்சாச்சு என்றார், வெற்றிலை குதப்பிய குரலுடன். எழுந்து அமர்ந்துகொண்டேன். கண்களை மூடி நிதானித்து, ஜிமிக்கியைத் தியானித்தேன்.

மூன்று நாள் திருமணத்தில் இரண்டு நாள்கள் முடிந்தன. இன்று காலை ஒரு வேளை உணவு மட்டுமே. எளிய சமையல்தான். பணியாளர்களில் முக்கால்வாசிப்பேரை இரவுச் சாப்பாட்டிற்குப் பின்பு செட்டில் செய்து அனுப்பியாகிவிட்டது. தேவைப்படாத பொருள்களை பேக் செய்து வைத்தாகிவிட்டது. படுப்பதற்கு முன்பு நறுக்கி வைக்கப்பட்ட காய்கறிகள், காலையில் அடுப்பில் ஏற்றவேண்டியவற்றின் வரிசை, நறுவிசுகளைச் சொல்லியாயிற்று. பெரும்பாலும் சுமையிருக்காது. கூட்டம் குறைவுதான். ஓடவேண்டாம். பந்தி முடிந்ததும் கிளம்ப வேண்டியதுதான்.

உலை ஏற்றப்பட்டிருந்தது. காய்கறிகள் வெந்திருந்தன. பதத்தைச் சோதித்த பிறகு நகர்ந்தேன். கறிவேப்பிலை வாசனை தூக்கியது. கட்டுச் சாதத்திற்கு வழக்கம்போல இல்லாமல் சற்றுப் பத்தியமாக வேண்டும் என்று கேட்டிருந்தார்கள். கறிவேப்பிலைக் குழம்பு, சீரக ரசம், இஞ்சித்துவையல், புளி இஞ்சி, சேப்பங்கிழங்குக் கறி, கதம்பக்கறி, சொட்டுப்பாயசம் என இரண்டு நாள்கள் திணறடித்துக் கொண்டிருந்த விதவிதங்களுக்குச் சம்பந்தமேயில்லாத எளிய மெனு.

பருப்பு வைக்கவேண்டாம், என்பது குழுவிற்கு ஒரு விடுதலை. கறிவேப்பிலை மரத்தையே எடுத்துக்கொண்டு வந்து அண்டாவில் உருவிப்போட்டு அரைத்து வைத்திருந்தார்கள். கால் மணில தயாராயிடும் என்றார், சங்கரன் மாமா. ஒரு துளியை எடுத்து நாவின் நுனியில் வைத்துப்பார்த்தேன், சுர்ரென்றிருந்தது. கொஞ்சம் உப்பு வேணுமோ மாமா என்றேன். போறும் போறும், இறங்கறச்சே பதத்துக்கு வந்துடும் என்றார். அவர் முடிவில் நான் தலையிடுவதில்லை.

சங்கரன் மாமாவுக்கு முப்பத்தைந்து வருட அனுபவம். நடராஜன் மாமாவுக்கு முப்பது வருடம். இருவரும் தாத்தாவிடம் சமையல் கற்றுக்கொண்டவர்கள். இந்த மொத்தக் கல்யாணச் சமையலுக்கும் அவர்கள் இருவரும்தான் நாயகர்கள்.

வெறும் வயித்தோட இருக்காத கம்னாட்டி, இதக் குடி” என்று இஞ்சி, எலுமிச்சை, தேன் சேர்த்த அந்தச் சுரசத்தை நடராஜன் மாமா கையில் திணித்துவிட்டுப் போனார். கம்னாட்டி என்பது வசை அல்ல, உரிமை என்று புரிந்துகொள்ளவே எனக்குச் சில வருடங்கள் ஆயின.

கொள்ளுத்தாத்தா தொடங்கியது தாத்தாவின் பெயர் கொண்டு தொடர்ந்தது. அப்பா நிறுவனமாக்கியது. இதோ என் காலத்தில் பெருநிறுவனமாகித் தமிழகத்தில் பெயர் சொல்லும் கேட்டரிங்காக வளர்ந்திருக்கிறது. ராமச்சந்திரய்யர் கேட்டரிங் என்று கொள்ளுத்தாத்தா பெயர்தான் முகம் என்றாலும் சங்கரன், நடராஜன், சுரேஷய்யர் போன்ற ஏகப்பட்ட தூண்களால் கட்டப்பட்டது.

சமையல் தாண்டி, கேட்டரிங் என்று மொத்தக் கல்யாணக் காரியங்களையும் நிறுவனம் எடுத்துக்கொள்ள முடிவு செய்ததில் தாத்தாவுக்கு விருப்பமிருக்கவில்லை. ஏண்டா அவனவன் கணக்கை அவனவன் பாத்தாத்தானே சரி. எல்லாத்தையும் தூக்கி உன் தோள்ள போட்டுண்டியானா, நாளைக்கு வர்ற பிரச்னைகளுக்கும் நீயும் நானும்னா பதில் சொல்லணும் என்று கவலைப்பட்டார். ஆறுகள் வரும்போது பாலம் கட்டிக்கொள்ளலாம், அல்லது நீந்திக் கடக்கலாம் என்று துணிந்தார் அப்பா. அப்படி ஒன்றும் பெரிதாக வெள்ளம் வந்துவிடவில்லை. நிறுவனம் நான்கைந்து மடங்காக வளர்ந்தது.

கார்த்திகை மாதக் கடைசி முகூர்த்தம் நேற்றோடு நிறைந்தது. அப்பா கோயம்புத்தூர், சித்தப்பா சிவகாசி, மாமா சேலம், நான் கும்பகோணம் என்பது இரண்டு மாதங்களுக்கு முன்பே முடிவாகும். யார் எங்கே செல்லவேண்டும் என்பதில் குழப்பமில்லாத மனக்கணக்குகள்.

நான் வந்தபிறகு எக்செல்லும், பிடிஎஃப்பும், கணினி மெனுவுமாக மனக்கணக்குகளை நவீனம் செய்தேன். வரவேற்பிற்குப் பட்டுப்பாவாடை அணிந்த குட்டிப்பெண்கள். பந்தி உபசாரத்திற்கு மாடர்ன் சேலை மாடல்கள். பரிமாறுவதற்கு மடிசார் மாமிகள். குழந்தைகள் விளையாடப் பந்துகள், விசில்கள். பெரியவர்கள் பொழுதுபோகக் கிளி ஜோசியம். மெஹந்தி போட்டுக்கொள்ள, வளையல் வாங்கிக்கொள்ள ஸ்டால்கள், என இடுக்கு விடாமல் கல்யாணத்திற்கு வரும் எல்லோரையும் கவரும் விஷயங்களை அடுக்கினேன்.

எல்லோருக்கும் ஏதோ ஒரு புதுமை வேண்டியிருந்தது. பணம் கொடுத்தால் வேலை நிறைவாக நடக்கும் என்றால் செலவழிக்கத் தயாராக இருந்த சொகுசு இருந்தது. எங்களுக்கு வேலை எளிதாகியது. எல்லாவற்றிற்கும் விலை இருந்தது என்றாலும் கலை மனத்திற்குத்தான் மரியாதை என்பதும் புரிந்தது.

கழுவிக் காயவைத்த சேப்பங்கிழங்குகளை எண்ணெயில் பொரிக்க எடுத்துவைத்துக் கொண்டிருக்கும்போது பெண்ணின் தகப்பனார் வந்தார். தோளில் கைவைத்துத் தனியே கூட்டிப்போனார்.

ஒரே ஒரு கடைசி மாத்தம். மாப்பிள்ளைக்கு முழுக் கத்தரிக்காய் பொடிக்கறின்னா பிடிக்குமாம். மெனுல அதச் சேக்கலேன்னு அவர் அம்மாக்காரியும், அக்காக்காரியும் வந்து நிக்கறா. எல்லாருக்கும் மூணு மாசத்துக்கு முன்னாடியே சொல்லிட்டுதான் எல்லாம் பண்ணிருக்கோம். ஏனோ...

அவர் வாக்கியம் முடிக்கும் முன்பே நிறுத்தினேன். புன்னகையை இன்னும் ஏற்றிக்கொண்டேன். அவர் கண்களை நேராகப் பார்த்தேன். கைகளை இதயத்திற்கு நேராக வைத்துக்கொண்டேன். அவ்வளவுதானே மாமா. நான் இருக்கும்போது என்ன கவலை. பந்திக்குக் கத்திரிக்கா பொடிக்கறி உண்டு, நீங்க சமாதானமாப்

போய் மத்த வேலைகளைப் பாருங்க, என்றேன். க்ருஷ்ணனா, கொக்கான்னான் என்று சொல்லிவிட்டுப் போனார்.

நாடகம் முக்கியம். இதம் சொல்லல் முக்கியம். சமயம் முக்கியம். சவால்கள் வரும்போது புன்னகையோடு எதிர்கொள்ளுதல் முக்கியம். நாளை இந்தச் சிக்கலை எப்படி எதிர்கொண்டேன் என்று அவர் சுற்றத்திடம் சொல்வது முக்கியம். அவர் சுற்றமும் நட்பும் அவர்கள் வீட்டுத்திருமணத்திற்கு ராமச்சந்திரய்யர் கேட்டரிங்கிற்கு வருவது முக்கியம். ஆகவே இப்போது வேகமாகச் செயல்படுதலும்.

திடீரெனக் கத்திரிக்காய் பொடிக்கறி செய்தல் என்பது இரவிலிருந்து செய்து வைத்த அத்தனை திட்டங்களையும் புரட்டிப்போடுவது. நடராஜன் மாமா அவருக்கு மிகவும் பிடித்தமான கெட்ட வார்த்தைகளைச் சொல்லித் திட்டினார். சங்கரன் மாமா, குதப்பிக்கொண்டிருந்த வெற்றிலையைத் துப்பிவிட்டு வந்து, 'சீல் ஏற்கனவே உடைஞ்சிருந்ததால வந்த கோபமா, இல்ல சாவி நீளலேன்ற சாபமாடா நடராஜா' என்றார். உள்ளர்த்தம் புரிந்து குழு சிரித்தது. நடராஜன் மாமா, 'காரியம் ஆகலேன்னு, நம் தாலியை அறுக்கிறான் தாழி' என்றார் லேசான புன்னகையுடன்.

போ மண்ணு முட்டி, பதினைஞ்சு நிமிஷத்துக்குள்ள கத்திரிக்காயோட வந்தாயானா பண்ணுவேன், இல்லேன்னா முடியவே முடியாது என்றார். நிச்சயம் செய்வார். மெயின் மார்க்கெட்டிற்குப் போய், ரெகுலர் காய்கறி சப்ளையரைப் பிடித்தேன். சிறிய கத்திரிக்காய்களுள் சிறந்தது தந்தால் கிலோவிற்கு ஐந்து ரூபாய் அதிகம் தருவேன் என்றேன். சன்னிதித் தெருவிற்குப் போய் ஒரு மூட்டை இறக்கிக்கொட்டிக் காண்பித்தான். எல்லாம் இளசாய், மூன்று விரற்கிடைக்குள் அமரும் அளவுக்குள் சிரித்தன. பிஞ்சுக்கத்திரிகள். சரசரவெனத் தேர்வு செய்து அள்ளிப்போட்டுக்கொண்டு ஓடிவந்தேன்.

கருவேப்பிலைக்குழம்பிற்கு அரைத்த பொடியைச் சிறிது நகாசு செய்து வைத்திருந்தனர். கத்திரிக்காய்க்கு நடுவே நான்கு கோடுகளிட்டுப் பிளந்தோம். வாணலியில் புதிய எண்ணெய் உடைத்து ஊற்றிப் பொரித்து, இறக்கிப் பொடி சேர்த்து அடுத்த நாற்பது நிமிடங்களில் மணக்க மணக்கக் கத்திரிக்காய்ப் பொடிக்கறி தயாராகியிருந்தது.

எண்ணியது எண்ணியாங்கு நடந்தது. மூன்று நாள் சமையலில் அவசரக் காரியமாகச் செய்த இந்தக் கத்திரிக்காயே பிரதானப் பேச்சாக மாறியிருந்தது. பில்லில் தொகையைச் சேர்க்கும்போது நான் கூடுதலாகப் பேசத் தேவையிருக்காது. மண்டபம் காலியானது. நடராஜன் மாமா திருபுவனத்திற்குப் பேருந்தேறினார். சங்கரன் மாமாவும், சுரேஷய்யரும் சிதம்பரம் திருவிழாவுக்கு ரயிலேறினர். மூவரையும் அனுப்பிவைத்துவிட்டு பத்ராச்சாரியார் தெருவிலிருந்த சுரேஷய்யர் வீட்டிற்கு வண்டியைத் திருப்பினேன்.

அதுவரை அமைதியும், கட்டுப்பாடும் கொண்டு இயங்கிய மனம், காற்றோடு பறந்தது. எண்ணம் பச்சை நதியில் மீண்டும் நீந்தியது. இரண்டாவது சந்தில் திரும்பி, இடதில் மூன்றாவது வீட்டின் வாயிலில் அழைப்புமணியை அழுத்தினேன். கதவு திறந்தது. ஷ்யாமா மலர்ந்து சிரித்தாள். அவள் காதுகளில் இருந்த நீலநிறத்தில் பச்சைக்கல் பதிக்கப்பட்ட ஜிமிக்கியும்.

2. வேனல் மலர்

குருயுக நந்தன சந்தன சிசிரதரேன கரேன பயோதரே!

தூக்கத்திற்கும், விழிப்பிற்கும் இடையே ஷ்யாமாவின் குரல் எங்கோ ஆழத்திலிருந்து கேட்டது. கூடலுக்குப் பின் பாடுவது அவள் வழக்கம். நல்ல விருந்துக்குப் பின் அருந்தும் பாயசம் போல, இதில் எனக்குப் பாடல் என்பாள். அவளுடைய குரல் அப்படி ஒன்றும் இனிமையானது அல்ல. ஆனாலும் தொடர்ந்து பாடிப்பாடி அதனைத் திருத்தி வைத்திருந்தாள். பாவங்களை வளைத்து ஸ்ருதி பிசகாமல் பாடுவதற்கென்றே சில குறிப்பிட்ட பாடல்களை மட்டும் பயிற்சி செய்து வைத்திருந்தாள்.

இது அவள் பாடுவதிலேயே எனக்கு மிகவும் பிடித்த ஜெயதேவர் அஷ்டபதி. பொருளுணர்ந்து மனம் குதூகலித்தபோது, புன்னகைத்தேன். உறக்கத்தின் அடியாழத்திலிருந்து மலர்கிறேன் என்பது புரிந்து இன்னும் இறுக்கிக்கொண்டாள்.

உன் கைகள் சந்தனம் குழைத்தது போல் குளுமையாக இருக்கின்றன கிருஷ்ணா. அதைக்கொண்டு மன்மதனின் மங்கலக் கலசங்கள் போலுள்ள என் மார்பில் கோலங்கள் வரைவாயா...

என்று ராதை கிருஷ்ணனுக்காக ஏங்கும் பாடல். முதன்முறை இதைப் பாடும்போது, பொருள் சொல்லி லேசாக அவள் வெட்கப்பட்டது நினைவுக்கு வந்தது. சொல்லப்போனால் இந்தப் பாடல்தான் எங்கள் நெருக்கத்தை வெகுஆழத்திற்கு அழைத்துச் சென்றது.

ஷ்யாமா என்கிற ஷ்யாமளா என்னைவிட ஏழு வயதுப் பெரியவள். சுரேஷய்யரின் மனைவி. திருவாரூர் பக்கம் ஏதோ வானம்பார்த்த பூமிதான் பூர்வீகம். இருந்த நிலமும், வீடும் பழைய சொத்துப் பிரச்னையில் நொடித்துப்போக, அங்கிருந்து வெளியேறி கும்பகோணத்திற்குப் பிழைக்க வந்தனர்.

அப்போது பள்ளியிறுதி வகுப்பு படித்துக்கொண்டிருந்தேன். தயங்கித் தயங்கி சுரேஷய்யரும், இவளும் வீட்டு வாசலில் நின்று கொண்டிருந்த காட்சி நினைவிலிருக்கிறது. யாரோ ஓர் உறவினர், சுரேஷய்யரை அவர் சுற்றம் ஏமாற்றிய கதையை விரிவாகச் சொல்லித் தாத்தா ஏதேனும் உதவி செய்யவேண்டும் என்று கேட்டுக் கொண்டிருந்தார்.

தாத்தா நிமிர்ந்து கூட பார்க்காமல், ஷ்யாமாவிடம் 'சமைப்பியோன்னோ' என்றார். 'ம்ம்' என்றாள்.

தாத்தா அம்மாவை அழைத்து, 'இன்னைக்கு நம்மாத்துல ஷ்யாமளா ரசம் வைப்பா. சுரேஷா, தோப்புல இன்னைக்குத் தேங்காய் எறப்பு. போய்ப் பார்த்துக்கோ' என்று மட்டும் சொன்னார். அது தாத்தா வகையில் ஒரு தேர்வு என்பது எங்கள் எல்லோருக்கும் தெரியும். நன்கு பழகிய கையில்தான் ரசம் சுவையாக வரும். பதத்தை நிர்ணயம் செய்யும் பருப்பொருள்களின் அளவுகளைச் சரியாகத் தேர்வு செய்வது. கொதிப்பதற்கும், தளும்புவதற்கும் முன்பு எங்கே சரியாக அடுப்பிலிருந்து இறக்க வேண்டும் என்ற சூட்சுமம் தெரிவது. ஈயச்சொம்பில் வைக்கும் ரசத்தைப் பாத்திரம் பழுதுபடாமல் இறக்கும் நேர்த்தியை உணர்ந்துகொள்வது, என ஒரு நல்ல ரசத்தின் பின்னணியில் பயிற்சியும், படைப்புக் கலையும் இணைந்து வேலை செய்யவேண்டும். கண்களும், கவனமும், கலைமனமும் குவியாது ஒரு நல்ல ரசம் அமைந்துவிடாது என்பது தாத்தாவின் துணிபு.

அன்று மணக்க மணக்க ஷ்யாமா வைத்திருந்த ரசத்தை உள்ளங்கைகளைக் குவித்து வாங்கி உறிஞ்சி கண்களை மூடிக் காத்திருந்தார். அது நாவை எட்டி, தொண்டையில் இறங்கும் கணம் வரை தியானித்திருந்துவிட்டு ஒரு புன்னகை சிந்தினார். வேறு வார்த்தை ஏதும் சொல்லவில்லை. அவரளவில் அது ஒரு யூ ஆர் அப்பாயிண்டட் போன்றது. தோப்பில் சுரேஷய்யர்

திறம்பட வேலை செய்ததும் தெரியவந்தது. சுரேஷய்யரை அடுத்த முகூர்த்தத்திலிருந்து கூடமாட வேலைகளுக்குக் கூட்டிக்கொண்டு செல்லுமாறு அப்பாவிடம் சொன்னார். சிறிய குடும்ப விழாக்களுக்குச் சமையல் ஆர்டர் வந்தால் அது ஷ்யாமளாவிற்குக் கொடுத்துவிடலாம் என்றும்.

அதுவரைக்கும் பொருள் சேர்த்து வைக்கும் இடமாக மட்டுமே இருந்த இந்த பத்ராச்சாரியார் தெரு வீட்டை, அவர்கள் இரண்டு பேரும் வசிக்கும் அளவிற்கு மாற்றி, ஒரு புறம் குடோனாகவும், இன்னொரு பகுதியில் அவர்கள் வசிக்கும் வண்ணமாகவும் மாற்றித் தரச்சொன்னார். 'க்ருஷ்ணா, நீ போய் இது சரிபண்ணிக்குடுத்துட்டு வாடா' என்று என்னை அவர்களுடன் அனுப்பினார். அது என் திறமைக்கு வைக்கப்பட்ட தேர்வு என்பது அப்போது எனக்குத் தெரியாது.

இரைந்திருந்த எல்லாவற்றையும் குறிப்பிட்ட அறைகளுக்குள் வகை வாரியாக அடுக்கினேன். முற்றம், ஓர் அறை, சமையலறையை மட்டும் அவர்கள் புழங்குவதற்கு வசதியாக ஒதுக்கிக் கொடுத்தேன். பிற அறைகளில் என்னென்ன அடுக்கி வைத்தேன் என்று பட்டியல் போட்டுக் கொண்டேன்.

சமையலறைக்குத் தேவையான அத்தியாவசியப் பொருள்களை, சாரங்கபாணி நாடார் கடைக்கு அழைத்துப்போய் வாங்கிக் கொடுத்தேன்... ஷ்யாமா பேராசைப்படாத சிக்கனம் நிறைந்த பெண் என்று அன்றே புரிந்தது. மிகக் குறைவாக உடனடித் தேவையானவற்றை மட்டும் விலை பார்த்து வாங்கிக்கொண்டாள். வீட்டை அலம்பிச் சுத்தம் செய்து, குடோன் சாவியைப் பிரித்து எடுத்துக்கொண்டு வீட்டுச் சாவியைக் கொடுத்தேன்.

'இனிமே இது உங்கபாடு மாமி' என்றேன்.

'சரி, ஆனா மாமி வேண்டாம், அக்கா போறும்' என்றாள் அன்று.

குடோன் சாவிக்கு தனியாக பெரிய கீசெயின் போட்டுக்கொண்டு போய் தாத்தாவிடம் கொடுத்தபோது, அவர் ஏற்கனவே ஆள் விட்டு எப்படிச் சுத்தம் செய்திருக்கிறேன் என்று இன்ஸ்பெக்ஷன் செய்திருப்பது தெரிந்தது. 'என்னடா, ஜமாய்ச்சுட்டியாமே' என்றார் முதுகில் தட்டி. தாத்தாவுக்கு கும்மோணம் முழுக்க காதும், கண்ணும் என்பாள் அம்மா.

'இனிமே அந்த குடோன் உன் பொறுப்பு, யாருக்கு என்ன வேணும்னாலும், நீதான் ஓடணும்.'

யூ ஆர் ப்ரோமோட்டட் என்பதன் உட்பொருள் அது. ஆக ஷ்யாமாவும் நானும் ராமச்சந்திரய்யர் கேட்டரிங்கில் அதிகாரபூர்வமாக ஒரே நாளில்தான் இணைந்தோம்.

பின்பு முகூர்த்த நாள் வரும்போதெல்லாம் இங்கு வரவேண்டியிருந்தது. திண்ணையோடு அமர்ந்து திரும்பிய நாள்கள் இருந்தன. 'தொண்டையை நனைச்சுண்டு போனாதான் என்ன' என்று உரிமையாக உள்ளே அழைத்து காஃபி கொடுத்த நாள்கள் வந்தன. 'ஷ்யாமாக்கா, இன்னைக்கு என்ன சமைச்சீங்க' என்று உரிமையாக சமையலறைக்குள் போகும் பருவம் மாறியது. 'நீ இப்படியே ஏகாதசி, துவாதசி, சஷ்டின்னு எல்லா காலண்டர் நாள்களுக்கும் விரதம் இருந்தியோ, கமலா காமேஷ் மாதிரி ஆயிடுவே' என்று உரிமை ஒருமைக்கு மாறியது. 'காலேஜுக்குப் போற, தலைக்கு இன்னமுமா எண்ணெய் வச்சிப்ப. இந்தா இந்த ஹேர்க்ரீம் போட்டுக்கோ' என்று அவள் தலை கலைத்து, க்ரீம் தடவிவிட்டு நெருங்கிய நாள் வந்தது.

கண்கள் பேசின. கைகள் பேசின. எங்கோ என்றோ எதுவோ உடைந்து அது உறவுக்குள் புகுந்தபோது எங்களுக்குள் உறுத்தலே இல்லாத அளவிற்கு அந்த உரிமை கிளை விட்டுப் படர்ந்து, மலர்ந்திருந்தது. உரிமை உறவுக்குப் பாலம் போட்டுக்கொடுத்தது. யாரும் சந்தேகப்படாத தனிமை கைகொடுத்தது. இயல்பாகவே லௌகீகத்தில் நாட்டமில்லாத சுரேஷய்யரின் வீட்டுப் புறக்கணிப்பு சாதகமானது. ஷ்யாமா என் வாழ்வின் சுவாரசிய அங்கமானாள்.

வெயில் இறங்கியிருந்தது. தூங்கினேனா, விழித்தேனா என்ற கலக்கம் மறைந்து தெளிவு பிறந்தது. தேங்காய் எண்ணெய் வாசனை வீடெங்கும் கலந்திருந்தது. முற்றத்திலேயே வெயில் பட்டுச் சுட்டிருந்த தண்ணீரைத் தலையில் விட்டுக்கொண்டபோது, மூன்று நாள்களாக அடைத்திருந்த வயிற்றில் பசியின் உணர்வு முதன்முறை எட்டிப்பார்த்தது.

அடர்சிவப்பில் முறுவலாக ஓர் அடையை வைத்து, கொஞ்சம் அவியல், ஒரு ஸ்பூன் வெண்ணெய், ஒரு சிறிய வெல்லக்கட்டியை

ஒரு தட்டில் வைத்துக் கொண்டுவந்து வைத்தாள். 'குளிச்சா ஒழுங்கா துவட்டக்கூடத் தெரியல உனக்கு' என்றபடியே சேலைத் தலைப்பால் கிருதாவுக்குக் கீழே வழிந்திருந்த நீரைத் துடைத்துவிட்டாள்.

மொறுமொறுவென்ற அடையின் பதம், சுள்ளென்ற அதன் உறைப்பு, நன்கு குழைந்த காய்கறிகள் தேங்காய் எண்ணெயில் நறுவிசு செய்யப்பட்ட அவியலின் காரம் இரண்டும் வயிற்றுக்குத் தேவையாக இருந்தது. என்ன சொல்லப்போகிறேன் என்று முகத்தையே பார்த்துக்கொண்டிருந்தாள்.

'கல்லுரல்ல அரைச்சியோ, நல்லா கரகரன்னு இருக்கே' என்றேன்.

'ஹப்பாடா, இதைச் சொல்லாமப் போயிடுவேன்னே நினைச்சேன் என்று குதூகலித்தாள். மிக்ஸில போட்டு அரைச்சு போனமுறை பண்ணினப்போ, தோசை மாதிரியே நன்னாருக்குன்னு கிண்டலா சொல்லிட்டுப்போனியே அத மனசுல வச்சுண்டுதான் இந்த முறை கல்லுரல்லயே அரைச்சேன்' என்றாள்.

உள்ளே போன உரைப்பிற்கு, வெல்லத்துண்டின் சிறு கடி இனிமை சேர்த்தது. அடுத்த விள்ளலுக்கு வெண்ணெய் சேர்த்துக்கொள்ள இனிப்பை நகர்த்தி அது ஒரு குழவைக் கொடுத்தது. அடுத்த வாய்க்கு மீண்டும் கார அவியல் உள்ளே செல்ல, வயிறு குழம்பியது. அடையின் தாத்பர்யமே வயிற்றைக்குழப்பி மகிழ்விப்பதுதான் என்று தோன்றியது. குழப்பமான எங்களின் இந்த உறவைப்போல. இனிப்பும், உறைப்பும் உட்சென்று வயிற்றையும் மனதையும் அவ்வப்போது கலக்குவது.

சுரேஷய்யரும் இதுபோல பாடலை ரசிப்பவராக, சமையலை ரசித்து, அவளையும் கொண்டாடுபவராக இருந்திருந்தால், அவள் வாழ்க்கையில் எனக்கு இடமே இல்லாது இருந்திருக்கும் என்ற எண்ணம் மேலேறி வருவதை முகத்தில் காட்டவியலாது கண்ணை மூடிக்கொள்கிறேன்.

ஒவ்வொரு விள்ளலையும் கண்ணை மூடி நிதானித்துச் சாப்பிடுவதைப் பார்த்திருந்துவிட்டு, 'அடுத்த அடைக்கு வாழைப்பூ பொரிச்சுத் தூவிருக்கேன். எடுத்துண்டு வரேன்' என்று உள்ளே போனாள்.

அந்த இடைவெளியில் அலைபேசியில் மொபைல் நெட்வொர்க்கை இணைத்து வாட்சப் செய்திகளைப் பார்த்தேன். நீலா என்கிற பெயருக்கு நேரே பச்சை எரிந்தபோது, உள்ளே போன அடை இன்னும் குழம்பிக் கலக்கியது. திறந்தேன்.

‘பெரியகோவில் வந்திருக்கேன். 7 மணி வரைக்கும் இருப்பேன்’ என்றது செய்தி.

‘வரேன்’ என்று பதிலனுப்பி, இணைய இணைப்பைத் துண்டித்தேன்.

3. நீலோற்பலம்

வானம் அடர் மஞ்சளிலிருந்து சிவப்பிற்கு மாறிக்கொண்டிருந்தது. திருமஞ்சன வீதிக்குள் நுழைந்து கோவிலுக்கு நடக்கத் தொடங்கினேன். ஷ்யாமா, 'விளக்கேத்திட்டு ஒரு வாய் காஃபி கலக்கறேன். குடிச்சுட்டு நீ எங்க வேணா போ' என்றாள். அதற்கு இங்கு இரவும் தங்கிவிட்டுப் போனால்தான் என்ன என்ற உட்பொருள் இருந்ததை அறிவேன்.

முகூர்த்தம் முடிந்த மூன்றாம் நாள் இரவில் எல்லோரும் தவறாமல் வீடு திரும்ப வேண்டும் என்பது தாத்தா காலத்திலிருந்தே விதி. குடும்பத்தோடு அமர்ந்து எல்லோரும் உணவருந்த வேண்டும். அவரவர் எதிர்கொண்ட அனுபவங்களைப் பகிர வேண்டும். ஏதேனும் குறை நடந்திருந்தாலோ, நிறைகள் பலன் தந்திருந்தாலோ அதைப் பகிர வேண்டும். அன்று பருப்புத் துவையலும், சீரக ரசமும், சுட்ட அப்பளமும் அம்மா செய்திருப்பாள். எல்லோரும் வட்டமாக அமர்ந்துகொண்டு ஊர்க் கதைகள் சொல்ல வேண்டும். வரவு செலவுகள் பேசவேண்டும். ஒரு விழாக்கூடுகை போல அந்த இரவு அமையும். அதைத்தான் அவளிடமும் சொல்லிக்கொண்டு கிளம்பினேன்.

கோயிலின் வடக்குப்பக்கம் இருக்கும் சிறிய நுழைவாயிலுக்குள் நுழையும் முன்புதான் எதேச்சையாக வலது புறம் அமர்ந்திருந்த அந்தக் கிழவரைப் பார்த்தேன். கிழவரென்றா சொல்வது. அழுக்கு

உடைகள், நரைத்த தலை, முகத்தை மறைத்திருந்த தாடி. ஆனால் அந்தக் கண்கள் சிந்தும் ஒளி நான் கண்டறியாதது. இதற்கு முன்பும் அவரைப் பார்த்திருக்கிறேன். எங்கே? அவர் என்னை நோக்கித்தான் புன்னகை புரிந்துகொண்டிருந்தார். நாசியும் கண்களும் இணைந்து சிரித்தன.

புதிதாக மாற்றி வைத்திருந்த இருபது ரூபாய் கரன்சி தாள்களில் ஒன்றை எடுத்துக் கொடுக்க கை நீட்டினேன். அவர் என் விரல்கள் கடந்து என் மணிக்கட்டைப் பிடித்தார். முதலில் சற்று அழுந்த பிடித்து, விடுவித்து, நாடிகளைப் பரிசோதிக்கும் வண்ணமாக விரல்களால் ஏதோ செய்தார். சட்டென விடுவித்தார். இருபது ரூபாய்த் தாளை வாங்கி ஜிப்பாவிற்குள் செருகிக்கொண்டார்.

'நாடியெல்லாம் பிரதமன் மணம்' என்று மட்டும் சொல்லிவிட்டு எழுந்தார். அடுத்த நொடி, சரேலெனத் திரும்பி நடக்க ஆரம்பித்தார். அவ்வளவு நேரம் அவரை ஏன் அனுமதித்தேன் என்று யோசித்தேன். நிறைய நினைவுகள், நிறைய யோசனைகள், ஏதேதோ உணர்வுகள். அவரைப் பின்தொடர்ந்து போக விரும்பினேன்.

திருமஞ்சன வீதிக்குள் நுழைந்து காணாமற்போயிருந்தார். சற்று வேகமாகச் சந்துக்குள் நுழைந்து, வலதா இடதா என்று நான் யோசித்துக் கொண்டிருக்கும்போதுதான் கடந்து சென்ற இரு பெண்மணிகள் பேசிக்கொண்டிருந்தது கேட்டது. இன்னைக்கு அவிட்ட நட்சத்திரம். அதான் அங்காரகனுக்கு விளக்குப் போடலாம்னு போயிட்டிருக்கேன் என்ற உரையாடல் தேய்ந்து சென்றபோது, மூளையின் அத்தனை விளக்குகளும் எரிந்தன. அந்த நீள்தாடி மனிதர் மறந்தார். அவர் சொன்ன பிரதமன் பற்றிய வாக்கியம் மறந்தது. ஒன்றே ஒன்றில் போய் மனம் நிலைத்தது.

இன்று கார்த்திகை அவிட்டம். நீலாவின் பிறந்த நாள். அவிட்டத்தில் பிறந்ததாலேயே அவள் பெயர் தனிஷ்டா. குலதெய்வம் பேரான நீலாயதாக்ஷி வீட்டில் அழைக்கும் பெயர். பிறந்த நாளுக்கு ஒரு வாழ்த்துக்கூட இல்லையா என்ற கேள்வியாகத்தான் நான் கோவிலுக்கு வந்திருக்கிறேன் என்ற செய்தி. நிச்சயம் மறந்திருப்பேன் என்று முடிவு செய்திருக்கிறாள்.

மறந்துவிட்டேன்தான். ஆனால், இப்படியே போய் ஆமாம், மறந்துட்டேன் ஏப்பி பர்த்டே என்று அசடுவழியலாம். அல்லது ஓர்

அர்ச்சனைத்தட்டு வாங்கிக்கொண்டு போய் அவள் எதிர்பாராத தருணத்தில் அர்ச்சனை செய்யலாம். அல்லது அப்படியே விட்டுவிட்டுப்போய் அவள் கோபத்தை ரசிக்கலாம். அல்ல. அதுவல்ல நான். எது செய்தாலும் நிறைவையும், அழகையும் கொண்டுவருபவன். இவள் என் வாழ்வில் வந்தபிறகு இதுதான் அவளுக்கு முதல் பிறந்தநாள். இதை இப்படிச் சாதாரணமாகக் கடக்கவிடமாட்டேன்.

வருகிறேன் என்று சொல்லிவிட்டேன். எனக்காகக் கோயிலில் எத்தனை நேரமானாலும் காத்திருப்பாள். இன்னும் அரைமணியில் ஏதேனும் செய்யவேண்டும். மௌனசாமி மடம் முக்கில் இருந்த தியாகு பூக்கடைக்கு விரைந்து ஓடினேன். ‘தியாகு, எனக்கு சிவப்பு ரோஜாச்செண்டு வேணும். ஃப்ரெஷ் ஃப்ளவர்ஸ், பிளாஸ்டிக் கவர் போடணும்’ என்றேன்.

அலுத்துக்கொண்டே மூணு மணி நேரம் ஆகும் கிருஷ்ணா என்றான். தலையை மிக வேகமாக அசைத்து, ‘இருபதே நிமிஷம். வந்து வாங்கிவிட்டுப் போவேன், ரெடி பண்ணு உன் வண்டியை எடுத்துக்குறேன்’ என்று, உரிமையாக ஆணியில் மாட்டியிருந்த சாவியை எடுத்து யமஹாவை உதைத்துக் கிளப்பினேன். நிச்சயம் செய்வான். எங்கள் காண்ட்ராக்ட்டில் வரும் எல்லா மலர் ஆர்டர்களும் வேறு யாருக்கும் நாங்கள் கொடுத்ததே இல்லை.

வண்டியைத் தஞ்சாவூர் மெயின் ரோடில் விட்டு, காந்தி ரோட்டுக்குத் திருப்பி, அந்தப் பெரிய ஸ்டேஷனரி கடை வாசலில் நிறுத்தினேன். கல்லாவிலிருந்து ஆசீர் பாய் எழுந்திருந்தார். என் பரபரப்பை அவர் வாங்கிக்கொண்டார்.

‘இந்த வேலண்டைன்ஸ் கிஃப்ட் எல்லாம் எங்க வச்சிருக்கீங்க.’

‘மூணாவது மாடி, சீசன் இல்லீங்களே க்ருஷ்ணா சார்’ என்றார்.

‘ரெண்டு பையன்களை அனுப்புங்க பாய்’ என்று மூன்றாவது மாடிக்குத் தாவினேன். பின்னாடியே நான்கு பேர் வந்தார்கள்.

அடுக்கில் வைக்கப்படாத பொருள்களைச் சேர்த்து வைத்திருக்கும் அறையிலிருந்து பெரிய இரண்டு அட்டைப் பெட்டிகளை இறக்கினார்கள். ‘எல்லாம் வேணாம். நல்ல காஸ்ட்லியா, எக்ஸ்க்ளூசிவ்வா இருக்கும்ல அதை மட்டும் திறங்க’ என்றேன்.

அந்த இரண்டையும் விட்டு, கீழ்ப்பகுதியில் நகர்ந்து இரண்டு புதிய பெட்டிகளை இழுத்துத் திறந்தார்கள்.

முழங்கை அளவில் இருந்த செக்கச்சிவந்த அந்தக் கரடிப் பொம்மையின் கன்னத்தில் கை வைத்தால், அது தன் இதய வாசலைத் திறந்து, ஐ லவ் யூ என்றது, கண்கள் விரிய. புன்னகையோடு அதை எடுத்துக்கொண்டேன். இதய வடிவப் பெட்டியில் மலர்களுக்கிடையே அமர்ந்து சிரித்துக்கொண்டிருந்த வெண்ணிற முயல் பொம்மை. இதயங்கள் ஊறிய நீரினூடே தட்டினால் விளக்கெரியும் நீண்ட குழல் விளக்குகள் சில. ஒரு விலையுயர்ந்த வாசனைத் திரவியம். துபாயிலிருந்து இறக்குமதி ஆகியிருந்த கைப்பை ஒன்று, ரே-பான் குளிர்க்கண்ணாடி மற்றும் சில சாக்லெட்டுகள், எல்லாவற்றையும் பெரிய சிவப்பு நிறப்பெட்டியில் போட்டு வாங்கிக்கொண்டேன். தனியே வாசனை மெழுகுவர்த்திகள் சிலவும். மீண்டும் வண்டியை உதைத்து, பூக்கடைக்கு வந்து தயாராயிருந்த பூச்செண்டையும் வாங்கிக்கொண்டேன்.

பெரிய தெருவில் நுழைந்து, மதன்லாலின் நகைக்கடைக்குள் நுழைந்தேன். மோதிர அடுக்குகள் பக்கம் நகர்ந்து, நீலக்கல் பதித்த ஒன்றைத் தேர்ந்தெடுத்து என் நடுவிரலுக்குப் பொருத்திப்பார்த்து, திருப்தியாகி எடுத்துக்கொண்டேன். மதனுக்கு அருகில் வந்து பர்ஸை எடுத்தபோது, 'கிருஷ்ணா சார், அவ்ளோ அர்ஜெண்ட்டா வந்தீங்க, இப்ப பில்லெல்லாம் பாக்கவேண்டாம் போங்க' என்றான். பழக்கம், வியாபாரம், வாடிக்கையாளர்களைத் திருப்தி செய்தல் என்று எல்லாமே அவசரத்திற்குக் கைகொடுத்தன.

மேட்டுத்தெருவில் திரும்பி, பூட்டியிருந்த அந்த வீட்டிற்குச் சென்று எல்லாவற்றையும் வைத்துச், சில ஏற்பாடுகளைச் செய்துவிட்டு, பெரிய கோயிலின் கிழக்குக் கோபுரத்திற்கு அருகே பைக்கை நிறுத்தி உள்ளே நுழைந்தேன்.

இருட்டத் தொடங்கிய நேரம், மின்சாரம் போயிருந்தது. அந்த வாரம் கார்த்திகை தீபம் வருவதை முன்னிட்டு அகல் விளக்குகளைக் கோயில் முழுவதும் ஏற்றத் தொடங்கியிருந்தார்கள். அம்மன் சன்னிதி நோக்கி நடந்தேன், நீண்ட பிராகாரம் முழுதும் அந்தக் குரல் எதிரொலித்தது. நீலாவின் குரல்.

இன்னமும் பாராமுகம் ஏனம்மா
ஏழை இடர் தவிப்பது பாரம்மா

என்று உச்சத்துக்குச் சென்று கோபுரத்தைச் சற்று நீவிவிட்டுவிட்டுக் குரல் இறங்கிவந்தது. இத்தனை உயரத்துக்குச் சென்றும் எங்கும் இடறாத நேர்கோடு. ஸ்வரங்களுக்குள் அமுத்தி இறக்கப்பட்ட தேனாறு. குரலும் பாவமும் ஒன்றை ஒன்று அணைத்துக்கொண்டு அம்மன் சன்னிதியின் எல்லாத் திக்கிலும் இருளை முற்றிலும் போக்கிப் புதிய ஒளியை உருவாக்கிக்கொண்டிருந்தது.

குரல் பொழியும் இனிய முகம் தெரிந்தபோது இனிமை இரட்டிப்பாகியது. நீலத்தில், சின்னஞ்சிறு தங்க மலர்கள் மலர்ந்த புடைவை. காதிலிருந்து தோள்வரை நீளும் நீலமும், வெண்மையும் கலந்த ஜிமிக்கி. சிறிய பொட்டு. புரளும் கூந்தல். பாட்டின் பாவத்திற்கேற்ப அசைந்து, காதின் அந்தப் பக்கம் போய்விடுமோ என்று அச்சம் கொள்ளத் தக்க அளவிற்கு நீளும் கண்கள். ஒவ்வொரு சொல்லின் புனிதத்தையும் ஸ்வரம் பிசகாது, அதிகம் வெளியே சென்றுவிடாது, உதட்டுக்கும் உதட்டுக்கும் இடையே மென்வேள்வி செய்து வெளிப்படுத்தும் வாய். மூன்றடுக்குகளில் சிறு மாலைகள் தவழ்ந்தும் இன்னும் இடமிருக்கிறதே என்று நிமிர்ந்து கூறும் நீள் கழுத்து. அதற்குப் பதில் சொல்லும் விதமாய், நெருக்கமாய்க் கட்டப்பட்ட முல்லைச்சரத்தை ஒரு தாரெனக் கழுத்தின் இருபுறங்களிலும் தவழவிட்டிருந்தாள்.

நான் பார்க்கிறேன் என்ற குறுகுறுப்பு உந்த, நோக்கினாள். எனக்கெனவே பிரத்தியேகமாக வைத்திருக்கும் அந்தப் பார்வை. ஏற்றிவைத்த தீபங்கள் அனைத்தின் ஒளியையும் கண்ணுக்குள் தேக்கி, என் மேல் மலரம்புகளாய்ச் செலுத்தும் குளிர்ப்பார்வை. சிரிக்காமல் சிரிக்கும் இதழ்கள். சிவக்கும் கன்னங்கள்.

பாடலின் கடைசி ஸ்வரத்தை அஸ்திவாரத்தின் கீழே தள்ளி, பாதாளலோகத்திற்கு அனுப்பிப் பாட்டை நிறைவுசெய்தாள். தீபாராதனை நிறைந்த பிறகு, பிராகாரத்திற்கு இடது புறமாகத் தள்ளி நின்றுகொண்டேன். குங்குமத்தைச் சிறு கீற்றாக இட்டுக்கொண்டு, புஷ்பத்தை வாங்கி கண்களில் ஒற்றிக்கொண்டு இரு கைகளையும் தூக்கிப் பின்னால் வைத்துக்கொண்டே என்னைப் பார்த்தாள். என் பார்வையையும் சிரிப்பையும் உணர்ந்துகொண்டு சட்டென கையை இறக்கினாள்.

‘என்ன சார், இவ்ளோ சீக்கிரமா வந்துட்டீங்க. இன்னும் கொஞ்ச நேரத்தில நடை சாத்திருப்பா, அப்புறம் வந்திருக்கலாமே’ என்றாள். அந்தக் கண்கள், அந்த இதழ்கள், அந்தக் குரல். சற்று முன்பு கீர்த்தனையை விசிறியெரிந்த குரல்.

‘தனிஷ்டா மேடம் ரொம்ப அழகா இருக்கீங்க’

கண்களை வானுக்குச் சுழற்றினாள். உதட்டை இடது புறம் சுழித்தாள். கன்னங்கள் என் பாராட்டை ஏற்றுக்கொண்டு சிவந்தன.

‘அதுக்கு இது பதிலில்லை பூமர் சார்.’

நாங்கள் பேசிக்கொண்டிருக்கும் உரையாடலுக்கும், எங்களுக்குள்ளே நிகழ்ந்துகொண்டிருக்கும் ரசாயன மாற்றங்களுக்கும் சர்வ நிச்சயமாகச் சம்பந்தமில்லை என்று இருவருமே உணர்ந்திருந்தோம். கொலுசின் ஓசை, வளையல்கள் அசையும் ஓசை, புடைவையின் சரசரப்பு, லேசாகத் தோளில் உரசும் அவள் தோள், அவள் இருப்பு. எல்லாம் ஒரு தேவலோகச் சஞ்சாரத்தை நினைவுபடுத்துகிறது.

பிராகாரம் சுற்றி வெளியே வந்ததும், கைகளைக் கோத்துக் கொண்டேன். சற்று ஜவ்வரிசி அதிகமாகப் போட்டுச் செய்யப்பட்ட மெத்தென்ற இட்லி போன்ற உள்ளங்கைகள் அவளுக்கு.

தலையைச் சாய்த்து, மீண்டும் கண்களைத்தூக்கி, முறுவல் ஓங்க, புருவம் நெறிய, ‘ஏதாவது சொல்லணுமா’ என்றாள். உன்னை நான் வென்றுவிட்டேன் என்ற சாகசம். செல்லமாகச் சண்டை போட ஒரு சாக்குக் கிடைத்துவிட்டது என்ற துள்ளல். இருக்கட்டும். இதை இப்படியேவா முடிப்பது.

‘இல்லையே. போலாமா’ என்று கையை விடுத்து பைக் ஸ்டேண்டை விடுவித்தேன்.

‘அதுக்குள்ளயா?’

அவளிடம் சட்டெனக் குவிந்த ஏமாற்றத்தை மிகவும் ரசித்தேன். இருக்கட்டும்.

‘ஆமாம். ஊர் முழுக்க கரண்ட் இல்லை. சீக்கிரம் வீட்டுக்குப் போகவேண்டாமா?’

மனத்திற்குள் என்னவெல்லாம் சொல்லி என்னைத் திட்டுவாள் என்று யோசித்து, உள்ளுக்குள்ளேயே சிரித்துக்கொண்டேன். அப்பட்டமாக அவள் முகத்தில் ஏமாற்றம் தெரிந்தது.

தோளில் கைபோட்டு பின்னிருக்கையில் அமர்ந்தாள். அமரும்போது அவள் உடலின் பாதிப் பாகம் உரசியது. நிவியா பாடி லோஷனும், முல்லைப்பூவும் இணைந்த வாசனை. சற்றுத் தூக்கலாக ஏலக்காயும், பச்சைக்கற்பூரமும் போட்டவுடன் பிரதமனில் எழும் வாசனை போல இருந்தது.

அந்தக் கிழவரின் ஞாபகம் வந்தது.

4. ஷூட்டிங் வீடும் தங்கச் சொம்பும்

இந்த வீட்டை உங்களுக்குத் தெரிந்திருக்கும். கும்பகோணத்தில் எடுக்கப்படும் பெரும்பாலான திரைப்படங்களில் இந்தப் பழைய ஓட்டு வீடும் நடித்திருக்கும். இதுதான் எங்கள் பூர்வீக வீடு. எங்கள் எள்ளுத் தாத்தா இதை இருபது ரூபாய்க்கு வாங்கியதாக ஒரு செய்தி உண்டு. தொண்ணூறுகளின் இறுதியில், எங்கள் இல்ல உறுப்பினர்கள் பெருகிய பின், இதை இடித்துவிட்டு இங்கேயே ஒரு மாடி வீடு கட்டிக்கொள்ளலாம் என்றுதான் தாத்தா நினைத்திருந்தார். அதற்கான ஏற்பாடுகளைச் செய்வதற்காக, வீட்டைக் காலி செய்து பக்கத்தில் குடியேறியிருந்தோம்.

இந்த நேரத்தில் அவருடைய பால்ய நண்பரான ஒரு திரைப்பட இயக்குநர் 'இந்த வீட்டை ஷூட்டிங்க்கு விட்டா எவ்ளோடா கேப்ப' என்றிருக்கிறார். தாத்தா ஒரு சிறந்த பிசினஸ் மேன். நடக்கவே நடக்காத விஷயமென்றால் அதன்மீது ஒரு பெரிய விலையை வைத்துச் சொல்வார். ஒரு நாளைக்கு இரண்டு லட்சம் என்றிருக்கிறார். ஆனால் அதிசயமாக அந்த இயக்குநர் அதற்கு ஒத்துக்கொண்டார். பதினைந்து நாளுக்கு முப்பது லட்சம் என்று பேசி, வாடகைக்கு எடுத்துக்கொண்டிருக்கிறார்.

தன் வீடு, இப்படி ஒரு விஷயத்துக்குப் பயன்படப்போகிறது என்று புரிந்துகொண்ட தாத்தா, இரண்டு விஷயங்கள் செய்தார். அந்த ஓட்டு வீட்டை இடிக்காமல், பழமை மாற்றாமல், புதுப்பித்து வைத்துக்கொண்டு தொடர்ந்து ஷூட்டிங்கிற்குவிட ஆரம்பித்தார்.

புறநகரில் இருந்த ஒரு நிலத்தில் இரண்டு மாடியும் எட்டு அறைகளும் கொண்ட விஸ்தாரமான வீட்டைக்கட்டி அங்கு குடும்பத்தைக் குடியேற்றினார். இன்றுவரை கேட்டரிங்கிற்கு ஈடாக இந்த வீடும் வருவாய் அளித்துக்கொண்டிருக்கிறது.

அந்த மேட்டுத்தெரு ஷூட்டிங் வீட்டிற்குதான் இப்போது நீலாவை அழைத்துச் செல்கிறேன். அவளுடன் நேரம் செலவழிக்கவில்லை, சரியாகப் பேசவில்லை, உடனே வீட்டிற்கு விரட்டுகிறேன் என்ற ஆற்றாமைகளை அவள் உடல்மொழியாலும், முனகல்களினாலும் ஆங்காங்கே வெளிப்படுத்தினாள்.

என் எல்லாக் கேள்விகளுக்கும் ஒரு வார்த்தையிலோ, ம்ம், ம்ஹீம் என்ற ஹூங்காரங்களிலோதான் பதில் சொல்லிக்கொண்டிருந்தாள். வேண்டுமென்றே இந்த நேரத்திற்குத் தேவையில்லாத கேள்விகளாகவே கேட்டுக்கொண்டிருந்தேன். அவள் கோபத்தின் உச்சிக்குச் செல்லும் வரையிலும் இந்த நாடகத்தை அரங்கேற்றுவேன்.

‘உங்க ஒண்ணுவிட்ட சித்தி ஒருத்தங்க திருபுவனத்துல இருந்தாங்கள்ள... அவங்களுக்கு குழந்தை பொறந்துட்டா?’

‘ம்ம்ம்ம்ம், நாந்தான் போய் பிரசவம் பாத்துட்டு வந்தேன்’ இழுத்தாள்.

‘அட, பிரசவம் பாத்தா நல்ல கூலி கொடுப்பாங்களோ!’

‘குடுத்தாங்களே, ரெண்டு சொம்பும், மூணு டப்பியும்.’

வந்த சிரிப்பை எப்படி அடக்குவது என்று தெரியாமல் உதட்டைக் கடித்துக்கொண்டேன். சொம்பு, டப்பி என்பதெல்லாம் கையாலாகாதவனைக் குறிக்கும் சோழதேசச் சொற்கள். எரிச்சலிலும் சொற்களை நயம்படக் கோக்கிறாள்.

‘சரிதான், சொம்பு வெள்ளிதானே.’

‘வெள்ளியோ, ஈயமோ. சொம்பு, சொம்புதான், ஒண்ணுத்துக்கும் உபயோகமில்லை. எங்கவிடப்போற, பஸ்டேண்ட்லயா? வீட்லயா?’ என்று அழுத்திக் கேட்டாள்.

இது ஓரளவிற்கு உச்சத்திற்கு வந்துவிட்டது என்று தெரிந்தவுடன், ‘மேட்டுத்தெருல ஒரு வேலை இருக்கு, முடிச்சுட்டுப் போயிடலாமா’ என்றேன். அவள் ஏதும் சொல்லவில்லை.

தெருமுனையிலேயே வண்டியை நிறுத்தினேன்.

‘இங்க ஏன் நிறுத்தின’ என்றாள்.

‘கும்பேஸ்வரனுக்கு வேண்டுதல், முட்டுச்சந்துல வண்டிய நிறுத்தணும்னு.’

‘இருட்டுல வீட்டுக்கு மட்டும் சீக்கிரம் போணும். ஆனா முட்டுச்சந்துக்கெல்லாம் மட்டும் உங்கூட தனியா வரணுமோ.’

சற்று நேரத்திற்கு முன்பு இசையைக் கொட்டிய இந்த உதடுகள், கோபத்தில் தஞ்சாவூர் மாவட்டத் தமிழில் விளையாடுகிறது.

இறங்கினோம்.

தெரு இருண்டிருந்தது. கைகளைக் கோத்துக்கொண்டேன்.

நடந்துகொண்டே, குரலைச் சற்றுத் தணித்துக்கொண்டு பேச ஆரம்பித்தேன்.

‘உற்சவர் உலா ஏன் மேட்டுத்தெருவுக்குள்ள நுழையாம சுத்திட்டுப் போகுது தெரியுமா.’

‘ம்ம்.’

‘ஏன்னு கேக்க மாட்டியா.’

‘ஏன்ன்ன்.’

‘இங்க சில நூறு வருஷத்துக்கு முன்னாடி ஒரு மாமா தற்கொலை பண்ணினுட்டார். அவர்தான் மேட்டுத்தெருவுக்கு உற்சவர் வரும்போதெல்லாம் தோள் கொடுத்து ஏளப்பண்ணி பாட்டெல்லாம் பாடி உற்சாகமா இருப்பாராம். ஆனா ஏனோ புத்தி பேதலிச்சுப்போய் தற்கொலை பண்ணிக்கிட்டாராம்.’

அவள் கை இறுக்கம் அதிகரித்தது புரிந்தது.

‘இன்னமும் அவர் ஆன்மா ராத்திரியெல்லாம் அலையறதாச் சொல்லுவாங்க. அதுனால்தான் டவுனுக்குள்ளயே இருந்தும் இங்க யாரும் குடிவர்றதில்லை. சாமி கூட தெருவைச் சுத்திட்டுப்போகுது.’

‘நிஜமாவா சொல்ற.’

‘பின்ன, நாங்க ஏன் காலி பண்ணிட்டு போணுமாம்.’

'ஷூட்டிங் விடறதுக்கில்லையா.'

'அது ஒரு பரிகாரம் மாதிரி.'

'அப்படியா.'

சிரித்தேன்.

இப்போது இன்னும் சற்று நெருங்கி வந்திருந்தாள்.

'எந்த வீட்ல இருந்தாராம்'

'இதோ இந்தப் பக்கத்து வீடுதான்' என்றவுடன், என் இடது பக்கத்திலிருந்து வலது பக்கத்துக்கு வந்துவிட்டிருந்தாள்.

வீட்டிற்கு வந்துவிட்டோம். இன்னும் விடாமல் கையைப் பிடித்துக்கொண்டிருந்தாள்.

'இங்க என்ன வேலை.'

'அஞ்சு நிமிஷம்தான் போகலாம்' என்று சொல்லிவிட்டு சாவியை எடுத்து கதவைத் திறக்க முயற்சி செய்வதுபோல நடித்தேன்.

'சீக்கிரம் போயிடலாம்' என்றாள் படபடப்புடன்.

'நீலா, ஏனோ இது திறக்க வரல. நீ ஒரு தடவ பாரேன்.'

தலைப்பை சொருகிக்கொண்டு சாவியை வாங்கிக்கொண்டாள். அவளுக்கு வெளிச்சம் காண்பிப்பதுபோல மொபைல் விளக்கை ஆன் செய்தேன். கூடவே உள்ளிருக்கும் மியூசிக் சிஸ்டத்தை உயிர்ப்பிக்கும் ரிமோட்டையும்.

கதவு திறந்தவுடன், மெல்லிய வெளிச்சம் தாக்கியது. சற்று மிரண்டு பின்னால் வந்தாள். பிறகு சுதாரித்துக்கொண்டு நிலைமையை உணர்ந்தாள். விழித்தாள், மகிழ்ந்தாள். என் நாடகத்தின் உச்சக்கட்டத்தை உணர்ந்துகொண்டாள். முற்றமெங்கிலும் வாசனை மெழுகுவர்த்திகள் ஏற்றப்பட்டிருந்தன. அதன் சுடர் சுழன்று சுழன்று வீட்டுக்குள் ஒளிவட்டங்களை உருவாக்கியிருந்தது.

லண்டன் சிம்ஃபொனி ஆர்கெஸ்ட்ரா வாசித்திருந்த, ஹேப்பி பர்த்டே ட்யூனை ப்ளூடூத்திலிருந்து ஓடவிட்டேன். வீட்டின் நான்கு முனைகளிலும் வைக்கப்பட்டிருந்த ஸ்பீக்கர்கள் அதை உடனே உயிரேற்றிக்கொண்டன. அந்தக் குறைந்த வெளிச்சப் பின்னணியில்,

வயலின்களும், செல்லோக்களும் ஒளியிலிருந்து எழும் கதிர்களென உயர்ந்து அந்த வீட்டை இசையாலும், வாழ்த்தாலும் நிரப்பின. ஏற்றிவைத்திருந்த வாசனை மெழுகுவர்த்திகள் வீடெங்கும் ரோஜா மணத்தைத் தவழவிட்டிருந்தன.

ஒலி, ஒளி, மணம், மகிழ்ச்சி என எல்லாமும் ஒருசேரத் தாக்க, செய்வதறியாது முகம் முழுதும் பூத்துச் சிரித்து நின்ற நீலாவின் கரம் பற்றி, மோதிரத்தை அணிவித்து,

'ஹேப்பி பர்த்டே நீலா' என்றேன்.

மீண்டும் விழிகள் விரிந்து கரத்தையும், என் முகத்தையும் மாறி மாறிப் பார்த்தாள். வார்த்தைகளைத் தேடினாள். பின்னர்,

'இது கனவுன்னு சொல்லி என்னை எழுப்பி விட்டுடாதே க்ருஷ்ணா'

அவளின் கன்னத்தைப் பிடித்து மெதுவாகக் கிள்ளினேன்.

'கனவில்ல' என்று நெருங்கி வந்து என் கன்னத்தில் முத்தமிட்டாள். லேசாக விம்மினாள். முஷ்டியை முறுக்கி புஜத்தில் குத்தினாள். வெட்கப்பட்டாள். அடுத்து என்ன செய்வது என்று தெரியாமல் குழம்பினாள். முற்றத்திற்குச் சென்று கைகளை அகல விரித்து ஒரு சுற்றுச்சுற்றி குதூகலமாகச் சிரித்தாள்.

'எல்லாம் இந்த வீட்டு ராசி. ஷூட்டிங்ல பண்ற மாதிரியெல்லாம் பண்ற' என்று சொல்லி ஓடிவந்து கட்டிக்கொண்டாள்.

'நீ ஒரு முட்டாள்' என்றாள் ஆங்கிலத்தில்.

'இதான் இருட்டுல சீக்கிரம் வீட்டுக்குக் கொண்டு போய் விடற லக்ஷணமா' என்று முகமுயர்த்திக்கேட்டாள்.

கதவுக்குப் பின்னால் வைத்திருந்த அந்தச் சிவப்புப் பெட்டியைக் கைகளுக்குக் கொடுத்தேன்.

'இதெல்லாம் என்ன' என்றாள். வியந்தாள். ஒவ்வொன்றையும் பிரித்துப்பார்த்து, நெஞ்சோடு சேர்த்துக்கொண்டாள். முத்தமிட்டாள். முன்னும் பின்னும் திருப்பிப் பார்த்தாள். வாசனைத் திரவியத்தைத் திறந்து கழுத்தின் ஓரத்தில் போட்டுக்கொண்டு, என் முகத்தில் பீய்ச்சினாள். குளிர்க் கண்ணாடியை எனக்கு

மாட்டிவிட்டு 'சட்டுன்னு பாத்தா ஒரு வெள்ளக்காரப் பொம்பள மாதிரியே இருக்க' என்றாள்.

பின்பு அருகில் அமர்ந்து தோளில் சாய்ந்துகொண்டாள்.

'நீ மறந்துட்டேன்னே நினைச்சேன்' என்று புஜங்களை இறுக்கினாள்.

சாய்ந்த வாக்கிலேயே நெற்றியில் முத்தமிட்டேன்.

கிளம்பலாமா நேரமாயிடும் என்றேன்.

'ஒத்துக்குறேன், நீ ஒரு தங்கச் சொம்புதான்' என்றாள். சிரித்தேன்.

கதவைச் சாத்துவதற்குச் சில நொடிகளுக்கு முன்பு என்னை வேகமாக இழுத்து இறுக்கமாக அணைத்து இதழ் மீது இதழ் பற்றிச் சுவைத்தாள். இசையால், குரலால் அமுது படைத்த அவள் உதடுகளின் ரசம் ஆன்மாவையும் ஆத்மாவையும் வருடிச்சென்றது. பரிமாறத் தயாரான பாயசத்தை, அடுப்பிலிருந்து எடுத்து, வாய்க்குள் விட்டுப்பார்த்து, சுவையைச் சோதிக்கும் அந்த முதல் சொட்டின் சுவையை ஒத்திருந்தது அது.

'தேங்க் யூ. இதான் இதுவரைக்கும் நான் மறக்கவே முடியாத பிறந்த நாள் பரிசு. நீ எப்பவுமே முட்டாளானாலும் அப்பப்ப புத்திசாலிதான்' என்றாள் கலவையான ஆங்கிலத்தில்.

அவளை வீட்டுமுனையில் இறக்கிவிட்டு உள்ளே செல்லும் வரையில் பார்த்திருந்தேன். வீட்டின் கேட்டைத் திறக்கும் முன்பு திரும்பிப் பார்த்துப் புன்னகை செய்து கையசைத்தாள்.

வீட்டிற்கு வண்டியைத் திருப்பினேன்.

வீடு ஏனோ சத்தமே இல்லாமல் அமைதியாக இருந்தது. எல்லோரும் வந்திருந்தால் இந்நேரம் கோலாகலமாக இருந்திருக்கும். வண்டியை நிறுத்தும்போதே ஏதோ சரியில்லை என்று புரிந்தது. தாத்தா ஈசிசேரில் அமர்ந்திருந்தார். வழக்கம்போல அருகில் சென்று குனிந்து கால்தொட்டு வணங்கினேன். என் கணிப்பு சரியாக இருந்திருந்தால், துரிதமாகக் கத்திரிக்காய் கறி செய்து கொடுத்த செய்தி அவருக்கு நிச்சயம் வந்திருக்கும். வீட்டில் நுழைந்தவுடன் கட்டிக்கொண்டு கொண்டாடியிருப்பார். ஆனால் ஏதும் சொல்லாமல், கன்னத்தைத் தட்டினார்.

தாத்தா கோபமாக இருந்தாலும், சந்தோஷமாக இருந்தாலும் ஏதும் பேசுவதில்லை. மணி சித்தப்பா வெற்றிலையைப் போட்டுக்கொண்டு வராந்தாவின் முனையில் அமர்ந்துகொண்டு ரேடியோவைத் திருகிக்கொண்டிருந்தார்.

'மணிப்பா...' என்றதற்குத் தலையை மட்டும் அசைத்தார். சிரிப்பில்லை. அப்பாவைக் காணோம். மாமாவைக் காணோம். முகூர்த்தம் முடிந்து வீட்டு ஆண்கள் வந்துசேரும் நாளின் பரபரப்பில்லை. இது புயலுக்கு முந்தைய அமைதியா அல்லது புயல் வீசிவிட்டதா? ஷ்யாமா வீட்டிற்குப் போய் வந்த நினைவு வேறு சம்பந்தமில்லாமல் நினைவுக்கு வந்து கலங்கச் செய்தது. ஒருவேளை...

நேரடியாகச் சமையலறைக்குச் சென்றேன். சித்தியைக் கடந்து அம்மாவிடம் சென்றேன்.

'என்னாச்சும்மா' என்றேன்.

திரும்பிய அவள் கண்கள் கலங்கியிருந்தன.

'பத்ரா சித்தப்பா வந்திருக்கார் கண்ணு' என்றாள்.

முதுகுத்தண்டில் சரேலென ஒரு மின்னல் கோடு ஓடியது.

5. பாலக்காட்டுச் சித்தி

தாத்தாவுக்கு மூன்று பையன்களும் ஒரு பெண்ணும். அப்பாதான் மூத்த பிள்ளை. ராமர் கோயில் உபன்யாசத்திற்குப் போய் வந்த இரவில் பிறந்ததால் ராமசாமி என்றே பெயர் வைத்தார். தாத்தாவின் கைமணமும், நிர்வாகத்திறனும், ஆளுமையும் ஒருங்கே கொண்டு பிறந்த வாரிசு. இருவருக்குள்ளும் நிர்வாக ரீதியான முடிவெடுப்பதில் எப்போதும் தொடர் விவாதம் இருக்கும். ஆனால் இருவரின் பிணைப்பும், ஒருங்கமைவும் கனவிலும் நினைக்க முடியாதது. அதுதான் இன்றும் நீடித்திருக்கும் எங்கள் வியாபாரத்தின் பலம்.

இரண்டாவது பிள்ளை ராமசுப்பிரமணியன். எனக்கு மணிப்பா. அண்ணா என்ன சொன்னாலும் சரி என்று சொல்லும் அதிசயத்தம்பி அவர். தாத்தாவுக்கும், அப்பாவிற்குமாவது சில நேரங்களில் கருத்து வேறுபாடு வரும். மணிப்பா இன்றுவரை தாத்தா முன்னால் நின்று கூட பேசமாட்டார். அப்பா சொன்ன சொல்லிற்கு மறுசொல் பேசமாட்டார். ‘அப்பா அண்ணான்றதால மட்டும் இல்லை. இந்த வித்யைல உலகத்திலேயே இன்னைக்கு சிறந்த குரு அவா ரெண்டு பேரும்தான், அதுதான் மரியாதைக்குக் காரணம்’ என்று சொல்லியிருக்கிறார் ஒருமுறை.

மூன்றாவதாக ராமலக்ஷ்மி அத்தை. நான்காவதாகத்தான் ராமபத்ரன் சித்தப்பா.

பாட்டி திடீரென்று இறந்தபோது எங்கள் குடும்பம் முதன்முறையாக வலுவின்மையையும், தாங்கமுடியாத சோகத்தையும் உணர்ந்திருக்கிறது. வாரக்கணக்காகத் தாத்தா படுக்கையிலிருந்து எழுந்திருக்காமல் இருந்திருக்கிறார். அப்போதுதான் தொழில் கற்றுக்கொண்டிருந்த அப்பாவால் சட்டென்று பல திருமண ஆர்டர்களைக் கையாள இயலவில்லை. குடும்பம் தொழில் இரண்டுமே ரசமற்றுப்போயிருந்த காலமாம் அது.

தாத்தா, தனது தங்கை மகளை மூத்த பிள்ளைக்குத் திருமணம் செய்து வைக்க முடிவு செய்தார். அப்பா அம்மாவின் திருமணம் நிச்சயம் ஆகியிருக்கிறது. நிச்சயதார்த்த விழாவில், அம்மாவின் அண்ணா, வெங்கடேசன் மாமாவின் கைங்கர்யத்தையும், அப்பாவின் மேல் அவர் பொழிந்த பாசத்தையும் பார்த்தவுடனேயே ராமலட்சுமி அத்தைக்கு அவரை நிச்சயம் செய்துவிட்டு வந்திருக்கிறார்.

ஒரே மாத இடைவெளியில் இந்த இரண்டு திருமணங்களும் நடந்திருக்கின்றன. மாமா, அப்பாவிற்கு வியாபாரத்தில் வலது கரமாக இருந்தார். அம்மாவும் அத்தையும் வீட்டை நிமிர்த்திக் கூடு கலையாமல் பார்த்துக்கொண்டார்கள். அந்த ஒரு முடிவு மீண்டும் இல்லத்திற்கு லஷ்மிகரத்தைக் கொண்டுவந்தது. அதன்பிறகு இறக்கமே இல்லாத ஏற்றம் எங்களைச் சூழ்ந்துகொண்டிருக்கிறது.

மீண்டும் வியாபாரமும், குடும்பமும் மகிழ்விலும், உயர்விலும் திளைத்திருக்கிறது. வருமானம், புகழ், ஒற்றுமை என்று சகலவிதங்களிலும் மேன்மை கொண்டிருந்த எங்கள் குடும்பத்திற்கும் தாத்தாவிற்கும் ஒரு திருஷ்டிப்பொட்டென அமைந்தது, ராமபத்ரன் சித்தப்பாதான் என்று அம்மா சொல்லியிருக்கிறாள்.

தாத்தாவின் கடைசிப்பிள்ளை. பாட்டி இருக்கும்வரை அவளின் செல்லப்பிள்ளையாக இருந்தது அவர்தான். ராமபத்ரன் என்று வைக்கப்பட்ட பெயர் தனக்குப் பிடிக்கவில்லை என்று அதனை 'படில்ஸ்' என்று மாடர்னாக மாற்றி வைத்துக்கொண்டிருக்கிறார். காதில் தொங்கும் தோடு, பின்கழுத்திற்குக் கீழே வழியும் முடி, கைகளில் காப்பு, தாடி, ஜவ்வாது வாசனை என்று அனுதினமும் கிளம்பிப்போய் நகர்வலம் வருவாராம். தொழிலோ, வீடோ அவருக்கு ஒரு பொருட்டாகவே இருந்திருக்கவில்லை.

தாத்தாவிற்கும், அப்பாவிற்கும் அடங்காத, அடக்கமுடியாத வெளியில் அவர் சுயம் வசித்துக்கொண்டிருந்திருக்கிறது. பாட்டி இறந்த பிறகு அவரது சுபாவத்தை அடக்கிவைப்பது இயலாத காரியமாகப் போயிருக்கிறது. அம்மா வீட்டிற்கு வந்த பிறகு அவர் மீது மட்டும் சற்று மரியாதையாக இருந்திருக்கிறார்.

அவர் சொல்லிச் சொல்லி, அவ்வப்போது சில முகூர்த்தங்களுக்கு மட்டும் செல்லத் தொடங்கியிருக்கிறார். அப்படித்தான் இந்தப் பாலக்காட்டு விசேஷம் வந்திருக்கிறது. ஏதோ விஐபி வீட்டுக் கல்யாணம். ஐந்து நாள்கள் அங்கேயே தங்கிச் சமைத்துத் தரவேண்டும் என்று சொல்லியிருக்கிறார்கள். இடையில் ஏற்பட்ட தொய்வைச் சரிக்கட்ட அப்போதெல்லாம் அப்பா எல்லா விழாக்களையும் எடுத்துப்போட்டுச் செய்திருக்கிறார். இது ஐந்து நாள் விழா என்பதால் சித்தப்பா. மாமாவோடு கூடவே பத்ரா சித்தப்பாவையும் கூட்டிச் சென்றிருக்கிறார்கள்.

முதல் மூன்று நாள்கள் எல்லாமே சரியாகத்தான் போயிருக்கிறது. அங்கேயே மூன்றுவிதமான சமையல் நடைபெற்றிருக்கிறது. தமிழகச் சமையல், மலபார் சமையல் மற்றும் வட இந்தியச் சமையல் என்று. இதில் மலபார் சமையல் குழுவில் இருக்கும் ஒரு பெண்ணின் மீது சித்தப்பாவிற்குப் பழக்கமாகியிருக்கிறது. ஓரிரு முறை அவர்கள் இருவரும் பகலிலும் இரவிலும் தனியே பேசிக்கொண்டிருப்பதைச் சிலர் பார்த்திருக்கின்றனர். மணிப்பாவும் பார்த்ததாகச் சொல்லியிருக்கிறார். நான்காம் நாள் காலையில் சித்தப்பா, அந்தப் பெண்ணை இழுத்துக்கொண்டு ஓடிவிட்டதாகச் செய்தி வந்திருக்கிறது.

அந்த மலபார் சமையல் குழுவினர், அப்பாவை அடிக்க வர மாமா சமாதானத்துக்குப் போக ஏகக் களேபரம் ஆகி அந்த விசேஷத்திற்கான சேவைக் கட்டணத்தைக்கூட வாங்காமல் அவமானத்தோடு குழுவினர் திரும்பி வந்திருக்கின்றனர். தாத்தாவிற்கும் அப்பாவிற்கும் கோபமும், உளைச்சலும் பிடுங்கித் தின்றிருக்கிறது. இனி எந்தக் காலத்திலும் ராமபத்ரனுக்கு வீட்டில் இடமில்லை என்று தாத்தா உத்தரவு போட்டிருக்கிறார். அப்போது போனவர் சில வருடங்களுக்கு வீட்டுக்கு வரவுமில்லை, அவரைப் பற்றிய செய்திகளும் ஏதுமில்லை. அதோடு சித்தப்பாவைப் பற்றிய நினைவுகளை மறந்து தொழிலை நிமிர்த்தி மேலே வந்திருக்கின்றனர்.

இவையனைத்துமே பத்ரா சித்தப்பாவைப்பற்றி அம்மாவும், சித்தப்பாவும் சொல்லிக் கேட்டவைதான். இவையெல்லாம் நான் பிறப்பதற்கு முன்பே நடந்து முடிந்தவை.

ஆனால், அவரின் இரண்டாவது வருகையை நானே பார்த்திருக்கிறேன். அப்போது நான் ஏழாவது படித்துக் கொண்டிருந்தேன். ஒரு மழைக்குப் பிந்தைய மாலை அது. நல்ல குளிர். வீட்டிற்குப் போனால் அம்மா பஜ்ஜி செய்துவைத்திருப்பாள் என்ற எண்ணமே பள்ளியிலிருந்து வேகமாக வீடு நோக்கி நகர்த்தியது. அன்று மேட்டுத்தெரு வீட்டு வாசலில் கூட்டம் கூடியிருந்தது. என்றுமே குரலை உயர்த்தாத அப்பா உச்ச ஸ்தாயியில் கத்திக்கொண்டிருந்தார். மாமா அவரைக் கெட்டியாகப் பிடித்துக்கொண்டிருந்தார். எதிரே பத்ரா சித்தப்பாவும், அந்தப் பெண்ணும் நின்றிருந்தார்கள். பார்த்த முதற்கணமே அது பத்ரா சித்தப்பா என்று புரிந்துபோயிற்று.

அம்மா சொல்லியிருந்த அந்தப் பின்கழுத்துக்குப் பின்னே வழியும் முடி, தாடி, தோடு எல்லாவற்றையும் வைத்து அவருக்கு ஒரு ரௌடியின் தோற்றத்தை மனதுக்குள் வடித்திருந்தேன். ஆனால் பார்த்தவுடனேயே வசீகரம் கவரும் முகம் அது. சற்று அப்பாவும், அத்தையும் கலந்த முகவெட்டு. அந்தக் கடுஞ்சூழலிலும் லேசாகப் புன்னகை தவழும் முகம். வெற்றிலை போட்டதனால் சிவந்த உதடுகள். தாத்தா இளமையில் இப்படித்தான் இருந்திருப்பார் என்று நினைக்கத் தோன்றியது.

நெருங்கிச் சென்றபோதுதான், அவருக்குப் பின்னால் நின்றுகொண்டிருந்த அந்தப் பெண் கண்ணுக்குத் தெரிந்தாள். அவள்தான் பாலக்காட்டுச் சித்தியாக இருக்கவேண்டும். எங்கள் வீட்டில் எல்லாருமே சிவப்புதான். ஆனால் நாங்களெல்லாம் சோழதேசச் சிவப்பு.

சித்திக்கு ரோஸ்மில்க்கின் மேலே குங்குமப்பூ தூவியது போல ஒரு நிறம். அது சிவப்பல்ல. அதி உயர்ச் செந்நிறம். மழைக்குப் பின்னான இளவெயில் பட்டுப் பளபளவென மின்னியது அந்தச் சருமம். அளவுக்குச் சற்று அதிகமாகவே புஸ்ஸென்று பொங்கியிருந்த அந்தக் கன்னங்களின் இருபுறமும் யாரோ பிங்க் நிற வண்ணப்பூச்சைத் தடவினாற்போல இன்னும் சிவந்திருந்தது.

ஒற்றை ஜடையாகப் பின்னியிருந்த முடியை முன்புறமாக இழுத்து விட்டிருந்தாள். கிட்டத்தட்ட கால் வரை நீண்டிருந்தது அது. அவள் சற்று குண்டாக இருந்தாள் என்று மனம் நினைத்தது. இன்று யோசித்துப்பார்க்கும்போது சற்று பூசினாற்போன்ற கேரள உருவம் என்றுதான் மனத்தில் பதியவைத்துக் கொண்டிருக்கிறேன்.

அவளை முதன்முறை பார்க்கும் யாரும், உடனே கவனத்தை நகர்த்திவிடமுடியாத அழகு என்பதுதான் இத்தனை வருடம் கழித்து எனக்கிருக்கும் முதல் நினைவு.

அவளை உற்றுப்பார்க்கிறேன் என்று தெரிந்தவுடன், என்னைப் பார்த்துச் சிரித்தாள். பளீரென ஒளிர்ந்த அந்தப் பற்கள், நெருக்கமாகக் கட்டி பாட்டியின் படத்திற்குப் போடப்படும் மல்லிகை மாலையை நினைவுபடுத்தின. சூழலுக்குச் சம்பந்தமில்லாமல் என்னைப்பார்த்து இரண்டு கண்களையும் சிமிட்டிச் சிரித்தாள். சற்று திக்கென்றது. கூடியிருந்த தெருமக்கள் எல்லாருமே இவளைப் பார்ப்பதற்காகத்தான் அங்கே அன்று நின்றனர் என்று தோன்றியது.

அப்பா, இனி சித்தப்பாவுக்கு வீட்டில் இடமில்லை என்றும், தாத்தா இனி அவர் முகத்தில் கூட விழிக்க விரும்பவில்லை என்றும் சொல்லிக்கொண்டிருந்தார். மாமா அதைச் சற்று இதமாக வழிமொழிந்தார். கூட்டத்தில் சிலர் சித்தப்பாவிற்கு சப்போர்ட் செய்தனர். பலர் அப்பாவின் பக்கம் இருந்தனர். இத்தனைக்கும் இடையே அத்தனை நிதானமாக எல்லாவற்றையும் பொறுமையாகக் கேட்டுக்கொண்டிருந்த சித்தப்பாவை எனக்கு மிகவும் பிடித்தது. அன்று அவர் சண்டை போட்டிருந்தால் கூட அவரை அன்றே மறந்திருப்பேன். அத்தனை நாள் அம்மா அவரைப் பற்றிச் சொன்ன எல்லாவற்றிலும் எனக்குச் சந்தேகம் வந்தது.

அவர் அப்பாவைப் போலவோ, மணிப்பாவைப் போலவோ அல்லாத ஒரு தனிப்பிறவி என்று ஏனோ அன்று மனதில் விழுந்துவிட்டது. அந்தப் பேச்சுவார்த்தையின் ஒருகட்டத்தில் சித்தப்பா 'இனி நான் நிரந்தரமாகப் போய்விடுகிறேன்' என்று சொல்லிக் கிளம்பினார். அத்தனை நேரம் நடந்ததற்கும் எனக்கும் எந்தச் சம்பந்தமுமில்லை என்று எங்கேயோ பார்த்துக்கொண்டிருந்த பாலக்காட்டுச் சித்தி, சித்தப்பா நடக்கத்தொடங்கியதும், அவர்

தோளில் கைபோட்டுக்கொண்டாள். அவரைப் பார்த்து புன்னகையுடன் ஏதோ சொன்னாள். அந்த வயதிலும் சித்தப்பா அவளிடம் வீழ்ந்ததன் ரகசியம் புரிந்தது. அதுவரை ஆணின் தோள் மீது கைபோட்டுக்கொள்ளும் பெண்ணைப் பார்த்தறியாத எனக்கு அவளின் அந்த நேர ஆளுமை பெரு வசீகரம் தந்தது.

கிளம்பும் முன் ஒருமுறை என்னைப் பார்த்து மீண்டும் அந்த இரண்டு கண்களையும் ஒருசேரச் சிமிட்டியது மட்டும் இன்னும் நினைவில் இருக்கிறது.

இதோ இன்று அவர் மீண்டும் திரும்பி வந்த செய்தி வந்திருக்கிறது. அம்மா கவலையுடன் இருந்தாள். கண்ணீரைக் கட்டுப்படுத்திக்கொண்டிருந்தாள். அத்தை அழுதாள். சித்தி அழுதாள். தாத்தா பேசவில்லை. மணிப்பா வழக்கம்போல பேசவில்லை. அப்பாவும் மாமாவும் மொட்டை மாடியில் இருப்பதாகச் சொன்னாள்.

அம்மா 'பத்ரா சித்தப்பா வந்திருக்கா கண்ணு' என்று சொன்னதும், எனக்கு அவரைக் காணும் ஆவல் பெருகியது. இந்தமுறை அவர் வந்தபோது யாரும் எதிர்ப்புத் தெரிவிக்கவில்லை என்றும், மாடியறையில் தூங்கிக்கொண்டிருப்பதாகவும் சொன்னாள். சற்று ஓட்டமாய் படியேறிப் போனேன்.

கீழே விரிக்கப்பட்ட படுக்கையின் மேல் ஏதோ ஒரு தலையணை அளவு புத்தகத்தை விரித்துவைத்திருந்தார். பக்கத்திலேயே ஒரு பேட்டரி விளக்கு. சத்தம் கேட்டு நிமிர்ந்தார். புருவம் சுருக்கிப் பின்னர் தெளிந்து, 'யூ மஸ்ட் பி கிருஷ்ணா' என்றார் ஆங்கிலத்தில். அன்று பார்த்த அந்த ஆகிருதி சற்றுக் குறைந்திருந்தது. நிறம் கருத்திருந்தார். ஆனால் கண்களின் ஒளியும் வசீகரமும் இன்றும் அப்படியே இருந்தது.

'கம், கம்' என்று அழைத்தார்.

என்னையறியாமலேயே 'பாலக்காட்டுச் சித்தி வரலையா' என்று கேட்டேன்.

விரக்தியாகச் சிரித்தார். ஆழ்ந்து கண்களைப் பார்த்துச் சிலநொடிகள் யோசித்தார்.

'தேடணம்' என்றார், குரலில் மலையாளம் கலந்திருந்தது. புன்னகையுடன் நெற்றியில் முத்தமிட்டு லேசாக அணைத்தார்.

அவரின் வாசனை, பெரியகோயில் வாயிலில் நீள்தாடி வைத்துக்கொண்டு, நாடி பிடித்துப்பார்த்து, பிரதமன் மணம் பற்றிப் பேசிய அந்தப் பெரியவரை ஒத்திருந்தது.

6. தலைக்கோலியும் செந்தாமரையும்

சென்னைக்குப் போவதென்றால் இரவு ரயில் ஒன்று இருக்கிறது. ஏறித் தூங்கினால், கண்விழிக்கும்போது காலையில் இறக்கிவிட்டுவிடும். பகல் நேர வேலைகள் கெடாது. அதில்தான் எப்போதும் பயணம் செய்வேன். சித்தப்பா சகவாசம் அதை இந்தமுறை மாற்றியிருக்கிறது. இந்தப் பகல் நேர ரயில் நிறையப் புதிய அனுபவங்களைத் தருகிறது.

'பயணம்னா ஏறின உடனே படுத்துத் தூங்கறதில்ல கிட்டா, வழிநெடுக காட்சிகளை ரசிக்கணும். கூட வர்ற மக்களோட சௌந்தர்யத்தை உன் மனசால அணுகணும். ஒவ்வொரு அம்பது கிலோ மீட்டருக்கும் நிலமும், மனமும், உணவும், ரசனையும் மாறிட்டே இருக்கும். அதைப் படிக்கணும், உணரணும். இந்த வயசுல இதெல்லாம் ரொம்ப முக்கியம்' என்றார். அவர் பேச்சில் மலையாள வாசனை இருந்தது. பல நேரங்களில் அதைத் தவிர்க்க ஆங்கிலத்தில் பேசினார். உடனே தமிழுக்குத் தாவுவார். அது சரியா வருகிறதா என்று தனக்குள்ளே யோசிப்பார். பிறகு தனக்குத் தானே சிலவற்றை மனத்துக்குள் சொல்லிக்கொள்வார். மீண்டும் எங்கே விட்டோம் என்று முடிந்த இடத்தில் தொடருவார்.

அவரது ஆளுமையில் இருந்த தெளிவும், கற்றறிந்து கொண்ட ஞானமும், எனக்குத் தெரியாத பல புதிய விஷயங்கள் மீதான

அவரது திறப்பும் அவரை எனக்கு மிகப்பிடித்த மனிதராக மாற்றியிருந்தது நான்கு நாள்களிலேயே.

அவர் வந்த முதல் நாளும், அடுத்த நாளும் வீடு சற்று வெறுப்புடனும், சோகத்துடனும், விரக்தியுடனும் தான் இருந்தது. நானும் அம்மாவும் அதை மாற்றினோம். அம்மா ஈசிசேர் அருகே அமர்ந்துகொண்டு தாத்தாவிடம் பேசினாள். ‘என்னமோ வந்துட்டார். ஏதோ கஷ்டகாலத்துல போனவர். அந்தப் பொண்ணும் இப்ப இல்ல. ஒண்ணும் விபரமா சொல்லவும் மாட்டேங்கிறார். பாவமாவும் இருக்கு. தேடி வந்துட்டார். நம்ம குழந்தை போலத்தானே. அத்தை இருந்தா, என்ன செய்வாளோ அதைத்தானே நாம செய்யணும்’ என்றாள்.

தாத்தா வழக்கம்போல ஒன்றும் சொல்லவில்லை. ஆனால் அப்பா சீறினார். ‘அந்த அவமானத்தை நீ வாங்கிண்டிருக்கணும் சாந்தா. நானும் மணியும், வெங்கடேசனும் கூனிக்குறுகி பாலக்காட்டுலேர்ந்து அன்னைக்குத் திரும்பி வந்தோமே. எப்படி இருந்தது தெரியுமா’ என்றார்.

அம்மாவிற்கு அப்பாவைச் சமாளிக்கத் தெரியும். ‘அவமானந்தான். உங்க அவமானம் நேக்குந்தான், க்ருஷ்ணாவுக்குந்தான். அடுத்த தலைமுறைக்கும்தான். ஆனா புண்ணு வந்துடுத்தேன்னு, காலை நறுக்கிப்போடற மாதிரியா நம்ம பாரம்பரியம் கத்துக்கொடுத்துருக்கு. மருந்து போட்டுக் காயவச்சு காலப் பாத்துக்கணுமோல்யோ. உங்க அம்மா இருந்தா என்ன சொல்லிருப்பாளோ, அத நானும் சொல்றேன். பெரியவா சொல்றதை என்னைக்கும் நானும் மீறல. அதுவுமில்லாம அவரும் கடைசிக் காலத்துக்குத்தான் இங்க வந்திருக்கேன்னு ஏதேதோ பேத்தறார். மனசு கேக்கல’ என்று சொல்லிவிட்டு எழுந்துகொண்டாள். அந்தக் கடைசி வாக்கியம் அப்பாவை அசைத்தது. தாத்தாவையும் அசைத்திருக்க வேண்டும்.

‘சரி சாந்தா. இருக்கட்டும். தொலையட்டும். ஆனா சொத்தோ, சுகமோ, என்னோட ஆசியோ இனிமே அவனுக்கில்லை. அதை முழுசாவே வெட்டிட்டேன். அதை மட்டும் சொல்லிப்பிடு’ என்றார் தாத்தா.

‘ரெண்டை மட்டும் சொல்றேன். மூணாவதை யோசிங்கோ’ என்று சொல்லிவிட்டு எழுந்துகொண்டாள்.

தாத்தா மூன்றாவதை என்றோ ஒருநாள் வழங்கிவிடுவார் என்று அவளுக்குத் தெரிந்திருந்தது. அதன் பிறகு வீடு லகுவாகியது. சித்தப்பாவிடம் ஒவ்வொருவராகப் பேசத் தொடங்கினார்கள். குறைந்தபட்சம் பழைய முறைப்பு இல்லாமல் பார்த்துக் கொண்டார்கள். நான் எல்லோருடனும் இயல்பாகப் பேசி, சித்தப்பாவை அறைக்குள்ளிருந்து இழுத்துக்கொண்டு வந்தேன். உணவு உண்ணும் வட்டமேசையில் அவரை இருத்தினேன். ஏதேதோ பழைய நினைவுகள் பற்றிய கேள்விகள் கேட்டு அனைவரையும் இயல்பாக்க முயற்சி செய்தேன். அது இரண்டு நாள்களுக்கு முன்பு பலனும் கொடுத்தது.

'ஏன் சித்தப்பா, நீ டவுன் ஸ்கூல்ல படிக்கறச்சே, கணக்கு வாத்தியார் மண்டைய உடைச்சுட்டியாமே' என்றேன் அவரைக் கூட்டு உரையாடலில் இணைக்க.

'உனக்கு எப்படித் தெரியும்.'

'அவர்தான் எனக்கும் கணக்கு எடுக்க வந்தார். இந்த கால்குலஸ் எல்லாம் மண்டைக்குள்ள ஏறவே இல்லை எனக்கு. ஒரு நாள் ஏதோ திட்டிட்டார். எனக்கும் அன்னைக்கு ரொம்ப கோபம். எழுந்து எதுவும் பேசாம வெளில வந்துட்டேன். அதீதக் கோபக்காரரும், எல்லாரையும் அடிச்சு வெளுக்குற பாத்திரமுமான அவர் என்னை ஒண்ணுமே சொல்லல. நான் வெளில போனப்புறம் கூட க்ளாஸ்ல எதுவும் சொல்லலையாம். எனக்கு ரொம்ப ஆச்சர்யமாப் போச்சு.'

அப்புறம்தான் ஸ்கூல் ப்யூன் இந்த விஷயத்தைச் சொன்னார். உன் சித்தப்பா மண்டைய உடைச்ச மாதிரி நீயும் உடைச்சுடுவியோன்னு பயந்திருப்பார்னு.

இப்போது சித்தப்பா சிரித்தார். பேச ஆரம்பித்தார்.

'உங்க பெரிய சித்தப்பன் மணி இருக்கானே, இவன் ஒரு பயந்தாங்கொள்ளி. யாரோ ஒருத்தன் ஒரு பொண்ணுக்கு லவ் லெட்டர் கொடுத்து அந்தச் சிடுமூஞ்சி சாம்பசிவம் மாஸ்டர்கிட்ட பஞ்சாயத்துக்குப் போயிருக்கு. அவன் ஊருக்கு இளைச்சவன் யாருன்னு பாத்து, இவனை மாட்டிவிட்டுட்டுப் போயிட்டான். இவனை ஒரு குச்சி உடையற அளவுக்கு அடிச்சிட்டாரு அந்த வாத்தியார். இவன் இத வீட்லயும் சொல்லல, அங்கயும் சொல்லல.

எங்கயும் சொல்லல. எனக்கு விஷயம் தெரிஞ்சு, அந்தப் பையன் மண்டையோட சேத்து, கையையும் உடைச்சேன். சாம்பசிவ வாத்தியார் மண்டையையும் உடைச்சேன்' என்றார்.

எதற்குமே உணர்ச்சிவசப்படாத, எந்த உரையாடலிலும் எளிதில் கலந்துகொள்ளாத மணிப்பா இதற்குள் வந்தவுடன் ஒட்டுமொத்த இறுக்கமும் தளர்ந்தது.

'டேய் மண்டைய உடைச்சது வேணா நீன்னு சொல்லு, கைய உங்கூட சேர்ந்து நாந்தான் உடைச்சேன்.'

பத்ரா சித்தப்பா உடனே, உனக்கெல்லாம் பாதாங்கொட்டைய உடைக்கவே நானோ ராமசாமியோ வரணும், நீ கைய உடச்சேங்குற என்றார்.

தாத்தா தலைநிமிர்ந்து பார்த்தார், அப்பா சிரிப்பதை அடக்கிக்கொண்டார், அம்மா சேலைத் தலைப்பை வாயோடு மூடிக்கொண்டாள். அத்தை களுக்கென்று சிரித்துவிட்டார். சித்தி தாங்க முடியாமல் எழுந்து அடுக்களைக்குள் போய்விட்டாள். நானும் பத்ரா சித்தப்பாவும் விடாமல் சிரித்தோம்.

அந்த இரவு எல்லா இறுக்கத்தையும் எல்லோரிடமும் தளர்த்தியது. அம்மா என்னைத் தனியே கூப்பிட்டு, சித்தப்பாவோட நீதான் கூடவே இருக்கணும். கடைசிக்காலம், விதி அது இதுன்னு கன்னாபின்னான்னு பேசிண்டு இருக்கார். நாமதான் பாத்துக்கணும் கண்ணு என்றாள்.

அடுத்த இரண்டு நாள்களும் முழுமையாகவே சித்தப்பாவுடனேயே இருந்தேன். அத்தனை நாள் ஒன்றுக்கும் உபயோகமில்லாமல் இருந்த அந்த அறை, புத்தகங்கள், வரைபடங்கள், என நிரம்பியிருந்தது. எப்போதும் எதையாவது படித்துக்கொண்டும், குறிப்பெடுத்துக்கொண்டும் இருந்தார். கூடவே விட்டத்தைப் பார்த்து யோசனையும் செய்வார். திடீரென்று வெளில போகலாம் வா என்று கூட்டிக்கொண்டு எங்கேனும் செல்வார்.

ராமசாமிக் கோயிலுக்குக் கூட்டிக்கொண்டு போனேன். அங்கே ஒரு குறிப்பிட்ட தூணுக்கு அழைத்துச் சென்று, 'இந்தத் தூண்கிட்ட உட்கார்ந்துதான் பாட்டி உபன்யாசம் கேட்டுக்கிட்டு இருந்தாளாம். இங்கேயே பிரசவ வலி வந்து, கோயில் மறைப்புலயே பிரசவம்

ஆகித்தான் அப்பா பிறந்தாங்களாம். அதான் அவருக்குப் பேரு ராமசாமி' என்றேன் பெருமையாக, குடும்ப வரலாற்றைத் தெரிந்து கொண்டிருக்கிறேன் என்ற மேதைமையைக் காட்ட.

ஹம்பக் என்றார்.

இதெல்லாம் எங்கப்பா உருவாக்கிச் சொல்ற பேமிலி ஃபேண்டசி கதைகள்ள ஒண்ணு. இப்படியெல்லாம் நடக்கவே இல்லை. தன்னை தெய்வீக மனிதரா சமூகம் நம்பணும்னு தொடர்ந்து இந்த மாதிரி செய்வார். இதெல்லாம் நம்பிட்டு இந்த ஜெனரேஷன்லயுமா சொல்லிட்டு இருப்ப.

இந்தத் தூணைக் கொஞ்சம் நிமிர்ந்து பாரு. இந்தச் சிலையைச் செதுக்கி வச்சவன் இன்னைலேர்ந்து நாநூறு வருஷத்துக்கு முன்னாடி, எந்த அச்சும் இல்லாம, இந்தப் பக்கத்துல சிலை செய்யக் கல்லும் இல்லாம எப்பேர்ப்பட்ட வடிவத்தைச் செஞ்சிருக்கான் பாரு என்று காட்டினார். அது ஒரு நடனப்பெண்ணின் சிலை.

அவர் ஒவ்வொரு அங்குலமாக அந்தச் சிலையின் பெருமையை விளக்கினார். அணிகலன்கள், ஆடை நயம், கையிலிலுள்ள பூவின் திறம், முழங்கால்கள், மூக்கு, உதடு, தலையலங்காரம், அவள் மார்பின் நேர்த்தி, நடன முத்திரையின் பொருள் என்று ஒவ்வொன்றையும் தனித்தனியாய் விளக்கினார். இவள் நடனமங்கைகளுக்குத் தலைவி. தலைக்கோலி அப்படின்னு சொல்லுவாங்க. இந்த மாதிரி ஒவ்வொரு தூண்லயும் ஓர் அற்புதம் இருக்கு. இதுலயும் நம்ம பரம்பரைலேர்ந்து ஒருத்தன் வேலை பாத்துருக்கான்.

இதெல்லாம்தான் நம் பெருமை. இதையெல்லாம்தான் சொல்லணும். எங்க அப்பா உருவாக்கிவிட்டிருக்குற அந்தப் பழம்பொய்களை இல்லை, என்று சொன்னார். சற்று ஆடித்தான் போனேன். அன்று கோயிலிலிருந்து வெளியேறும் முன்பு சற்று நிதானித்தார். பின்பு அங்கேயே அமர வைத்து இதைச் சொன்னார்.

'கிட்டா, நீ சாதாரணன் இல்லை. இந்தக் குடும்பத்தின் ஒரே வாரிசா நீ இருக்கறதுக்கும், நான் இப்பத் திரும்பி வந்திருக்கறதுக்கும் ஒரே காரணம்தான். அதை நீ கூடிய சீக்கிரம் தெரிஞ்சுப்பாய்' என்றார் புதிராய். உடனேயே இந்தச் சென்னைப் பயணம்

வந்துவிட்டது. இல்லையென்றால் இன்றே அது என்னவென்று கேட்டுத் தெரிந்துகொண்டிருக்கலாம். நீங்களும் கூட வரவேண்டும் என்று பலமுறை கேட்டேன். ஆனால் 'நேரம் குறைவு கிருஷ்ணா. நிறைய வேலை இருக்கு. நீயும் போயிட்டு சீக்கிரம் வா, பேசுவோம்' என்று மட்டும் சொன்னார்.

அவர்தான் பகல் நேர ரயில் பயணத்தைப் பற்றிச் சொல்லியிருந்தார். உண்மையிலேயே மனத்துக்கு நிறைவான பயணமாக இது இருந்தது. சித்தப்பாவின் வரவு என் வாழ்வின் புதிய அத்தியாயத்தை எழுதப்போகிறது என்று உள்மனம் சொல்லிக்கொண்டே இருந்தது.

ரயில் தாம்பரத்தில் பயணிகளை இறக்கிவிட்டு நகர்ந்தது. மொத்தப் பெட்டியும் காலியாகியிருந்தது. மாம்பலத்தில் இறங்கவேண்டும். தோள்பையை இறக்கிப் பக்கத்தில் வைத்துக்கொண்டு தயாரானபோது அந்தக் குரல் கேட்டது.

'க்ருஷ்ணா, ரைட்?'

திரும்பினேன். சற்று அதிர்ந்தேன். யெஸ் என்று சொல்வதா, ஆம் என்று சொல்வதா என்று குழம்பி 'ம்ம்' என்றேன்.

சிவப்பு நிறத்தில் ப்ளேஸர் கோட், அதே நிறத்தில் பேண்ட். ரத்தச் சிவப்பில் கட் ஷூ. சற்று முன்பு பூசிக்கொண்ட உதட்டுச்சாயம். தோள்வரை புரளும் முடியின் ஓரங்களில் சிவப்புத் தீற்றல். சிவப்பு நிற ஐவாட்ச். வலது கையில் ஒரு சிவப்புப் பட்டை. பழரசத்திற்காகப் பிளந்த தர்ப்பூசணி, பாதியில் உயிர்கொண்டு வந்தது போலச் சிவந்து எழுந்து நின்றிருந்தாள்.

அவளின் திருத்தமான உடல்வாகு, சட்டென தலைக்கோலிச் சிலையை நினைவுபடுத்தியது.

'ஐம் செந்தாமரை' என்று கையை நீட்டினாள்.

'ஆம் நீ செந்தாமரை' என்று உள்மனம் அவள் உருவைப் பெயரோடு பொருத்தி ஆமோதிக்க, புன்னகையோடு கைகுலுக்கினேன்.

7. முன்மொழிவு

சென்னை எப்போதும் எனக்கு அச்சத்தைத் தரும் நகரம். அதன் போலியான வேகம் என்னைப்போன்ற நிதானிகளுக்கு நடுக்கத்தை அளிப்பது. பொதுவாகச் சிற்றூரில் வளர்ந்து அங்கேயே வேர்விட்டுவிட்ட எல்லோருக்கும் பெருநகரங்கள் மூச்சை அடைக்கும் அனுபவங்களையே தருகின்றன. ஊருக்கு ரயிலேறும் கணத்தை மட்டுமே கண்முன்னால் வைத்துக்கொண்டு ஓடிக்கொண்டிருப்பேன். இந்த முறையும் அப்படித்தான்.

சென்ற தசாப்தங்களிலெல்லாம், மார்கழி மாதம் என்பது கேட்டரிங் நிறுவனங்களுக்கு அதிகாரபூர்வமற்ற விடுமுறை தினங்களாகத்தான் இருந்தன. எந்த முகூர்த்தமும் கிடையாது. ஆகவே ஆங்காங்கே சிறுவிழாக்கள், கோயில் திருவிழாக்கள் என்று ஓடுமே ஒழிய பெரிய ஆர்டர்கள் இருக்காது. இளம்வயதில், தொழிலுக்கு அப்பாற்பட்ட பயணங்கள், விஷயங்கள் இருந்தால், மார்கழில பாக்கலாம் என்று காலண்டரில் எழுதி வைத்துக்கொள்வார் தாத்தா. அந்த மாதம் முழுவதும் ஓய்வு அல்லது கோயில்களுக்குச் செல்லுதல் என்றுதான் அமைத்திருப்பார்.

நிறுவனம் வளர்ந்து, தொழிலில் போட்டி பெருகிவிட்டபிறகு, மார்கழி மாதத்தையும் வேறு வழிகளில் உபயோகப்படுத்திக்கொள்ள முடிவு செய்தார் அப்பா. சென்னை சபா கேண்டீன்களில் சென்னையை மையமாகக் கொண்ட நிறுவனங்களுக்குத்தான் இடம் கிடைக்கும். புதிதாக உள்ளே போய் நாமாக நுழைந்து

விடமுடியாது. போட்டி அதிகம். போக, ஊர் விட்டு ஊர்போய் புதிதாக ஒரு முயற்சியைத் தொடங்குவதால் ஆரம்பத்தில் ஏற்படும் இழப்புகளையும் எதிர்கொள்ளவேண்டும் என்ற அச்சமும் இருந்தது.

ஆனால் சில வருடங்களுக்கு முன்னால் இந்தக் குறிப்பிட்ட மைலாப்பூர் சபாவில் ஏதோ பிளவு ஏற்பட்டு ஒரு கோஷ்டியினர் வெளியே வந்தனர். அவர்கள் சூழலும், எங்கள் நேரமும் ஒத்துப்போக அந்த காண்ட்ராக்ட் கிடைத்தது. பரீட்சார்த்தமாக முதல் வருடம் மாலை நேர கேண்டீன் என்றுதான் குறைந்த மக்களைக் கொண்டு ஆரம்பித்தோம். எங்கள் குழுவின் பழகிய கரங்கள் கொடுத்த உன்னத சுவையும், கும்பகோணத்து விலையும் சென்னையின் மற்ற சபா கேண்டீன்களை வீழ்த்தின. விழித்துக்கொண்டோம்.

கும்பகோணத்திலோ, மாயூரத்திலோ வியர்வையில் நனைந்த உடலுடன், மேல்சட்டை இல்லாமல் உணவு பரிமாறினால் ஒன்றும் சொல்லமாட்டார்கள். சென்னையில் அது லோ ஹைஜீன் கேண்டீன் என்று முத்திரை குத்தப்படும். அமர்ந்து உண்ணும் இடம் சரியாக இல்லையென்றால் ஆம்பியன்ஸ் சரியில்லை என்று ஸ்டாரைக் குறைத்துப் போடுவார்கள். என்னதான் சுவையிருந்தாலும் பரிமாறும் தட்டும், கிண்ணங்களும், ஸ்பூனும் சரியில்லை என்றால் ஒத்துக்கொள்ள மாட்டார்கள். பாரம்பரிய உணவு, பழைய தஞ்சாவூர் மெனு, காவிரி மண்ணின் சுவை, சற்று போட்டிபோடும் விலை, நிறைய சுத்தமும் சொகுசும் இருந்தால் இந்த மார்க்கெட்டை மொத்தமாக வளைக்க முடியும் என்று புரிந்தது. அந்த வருடமே அதை சரிசெய்துகொண்டோம். எங்கெங்கெல்லாம் போட்டி இருக்கிறது, அங்கே என்ன செய்கிறார்கள் என்பதைப் புரிந்துகொண்டு அதையெல்லாம் மாற்றினோம்.

மோர்க்கூழை சிறிய தட்டில் பரப்பி, ஒரு சிறிய கிண்ணத்தில் மிளகாய்ப்பொடி எண்ணெய் சேர்த்து, முந்நூறு ரூபாய் விலை வைத்து விற்றால் கும்பகோணத்தில் கெட்டவார்த்தையில் திட்டுவார்கள். சென்னைக்காரர்கள் ரசிப்பார்கள் அதைப் போட்டி போட்டுக்கொண்டு வாங்கிச் சாப்பிடுவார்கள், வீடியோ எடுத்து ஃபேஸ்புக்கில் போட்டு, இன்னும் புதிய வாடிக்கையாளர்களை அவர்கள் அறியாமலேயே அழைத்து வருவார்கள்.

டிசம்பர் மாதம் பனிபெய்யும் அமெரிக்கா, ஐரோப்பாவை விட்டு சீசன் இசையை அனுபவிக்க வரும் வெளிநாட்டுத் தமிழர்கள்தாம் இங்கு முதன்மையான வாடிக்கையாளர்கள். அவர்களுடைய வரவிலும் தயவிலும், மறக்கப்பட்டுவிட்ட அரிசி உப்புமா, நோன்புக் கொழுக்கட்டை, புளிப்பொங்கல் மோர்க்கொழுக்கட்டை போன்ற பதார்த்தங்கள் மீண்டும் தங்களுடைய மறுபிறப்பைக் கொண்டாடின. இவற்றின் விலைகளை மட்டும் சென்னை- அமெரிக்க வாடிக்கையாளர்களின் பர்ஸின் கனத்தைக் கொண்டு நன்றாகவே கூட்டினோம். கச்சேரிகளை விமரிசனம் செய்யவரும் மாமாக்கள் மட்டும் தங்கள் கட்டுரைகளில் ஓரமாக இந்த விலையேற்றப்பட்ட பட்சணங்களைப் பற்றி எழுதி அலுத்துக்கொண்டார்கள். வியாபாரம் சூடுபிடித்துத்தான் இருந்தது. இன்ஸ்டா ரீல்ஸ்களிலெல்லாம் எங்கள் பெயர் பொறிக்கப்பட்டிருந்தது. யூட்யூபின் உணவு விமர்சகர்களெல்லாம் கொண்டாடினார்கள். இளைஞர்கள் கைபட்டு நுட்பம் ஏற்றப்பட்டபின், எங்கள் பெயர் உச்சத்தில் ஏற்றப்பட்டு பொன்னொளி செலுத்தப்பட்டுவிட்டது.

முதல் வருடம் ஐந்து பேர் கொண்ட குழுவைத்தான் அனுப்பினோம். பின்னர் அது பத்தாகி, முப்பாதாகி, ஐம்பது பேர் வரை இப்போது அனுப்ப வேண்டியிருந்தது. சமையல், சூப்பர்விஷன், பரிமாறுதல், கல்லாவைப் பார்த்துக்கொள்ளுதல் என்று அதுவும் ஒரு கல்யாணக்காரியம் போலவே அமைந்துவிட்டது.

இதன் முழுப்பொறுப்பையும் மாமா ஏற்றுக்கொண்டிருந்தார். ஒரு பழைய மண்டபத்தை ஒருமாதம் பேசி எடுத்துக்கொண்டு, அங்கேயே சமையல், இங்கிருந்து செல்லும் அனைவருக்கும் அறை, தங்கும் வசதிகள் போக, ஒரு மாதம் தரமான பொருள்களையும் கும்பகோணத்திலிருந்தே எடுத்துப்போகும் வசதியையும் செய்து வைத்துக்கொண்டோம்.

அத்தனை இருந்தும் கும்பகோணப் பதார்த்தத்திற்கும், சென்னைப் பதார்த்தத்திற்கும் ஏதோ நுண்ணிய வேறுபாடு இருப்பதை நடராஜன் மாமா கண்டுபிடித்தார். அது சென்னைத் தண்ணீரின் பிரச்னை என்று கண்டறியவே எங்களுக்கு ஒரு சீசன் முழுதும் ஆகிவிட்டது. உயர்ந்த ரக மினரல் வாட்டர்கள் சுவையை

நிலைநிறுத்தின என்றாலும் அது கட்டுப்படியாகவில்லை. பெயர் கெட்டுப்போனால், அனைத்தும் கீழே விழும் என்றுணர்ந்து சற்று அகலக்கால் வைத்து கும்பகோணத்திலிருந்தே டேங்கர் லாரிகளில் சமையலுக்கென்று தண்ணீர் கொண்டு போனோம்.

யாரோ ஒரு யூட்யூபர் இதைத் துப்பறிந்து ரகசியக் கேமரா கொண்டு படமெடுத்துப் போடுவதைப்போல ஏற்பாடுகள் செய்தோம். கும்பகோணத்திலிருந்து காவிரித் தண்ணீர் கொண்டு வந்து, சுத்தமாகச் செயல்படும் கேண்டீன் என்ற விளம்பரம் அதுவாகவே சேர்ந்தது. மேலும் பதார்த்தங்களின் விலையைக் கூட்டினோம். மதிய உணவை அறிமுகப்படுத்தினோம்.

இரண்டு கறி, ஒரு கூட்டு, அவியல், சாம்பார், ரசம், வத்தக்குழம்பு, பச்சடி, பாயசம், அப்பளம் என்று ஒரு மெனு செய்தால் இலைக்கு அதிகபட்சம் இருநூற்றைம்பது என்பதுதான் கணக்கு. ஆனால் சபா கேண்டீனில், தங்க நிற கோட் அடிக்கப்பட்ட வட்டத்தட்டில் வாழை இலையைப்போட்டு, குட்டிக் குட்டித் தங்க நிறக் கிண்ணங்களை அடுக்கி, இதே மெனுவைப் பரிமாறி அறுநூறு ரூபாய் விலை நிர்ணயித்தோம். தினமும் நான்கு மணி நேரங்கள் பந்தி நடந்தது. ஒரு மணி நேரத்திற்கும் அதிகமாக வரிசையில் காத்திருந்து சாப்பிட்டுவிட்டுப் போனார்கள். முகூர்த்தமே இல்லாத மார்கழி மாதத்தில் தினம் தினம் கல்யாணப் பந்தியின் லாபம் வந்தது.

அங்கேயும் எங்கள் பெயர் நிலைநிறுத்தப்பட்டது. லாபமும் பெருகியது. சென்னையிலும் ஓர் அலுவலகம் தொடங்கினோம். மணிப்பாவின் மைத்துனரும், எங்கள் தூரத்து உறவினருமான ஒருவரை சென்னை ஆபரேஷன்கள் அனைத்திற்கும் பொறுப்பாளராக நியமித்தோம். மார்கழியில் ஒவ்வொரு வாரமும், அப்பா, மாமா, நான் என ஓரிரு நாள்கள் சூப்பர்விஷன் செய்தால் போதும். எங்கள் மார்கழிக் கேண்டீனும் ஓஹோவென்று ஓடிக்கொண்டிருந்தது.

இந்த வாரம் என் முறை. மண்டபம், உப்புத்தண்ணீர்க்குளியல், சில நிமிடங்கள் நடந்தாலே உடலெங்கும் பிசுபிசுத்துப்போகும் வித்தியாசமான வியர்வை என்று நகரத்தின் ஒவ்வாமை ஒவ்வொரு முறையும் அதிகமாகிக்கொண்டே இருக்கிறது.

சித்தப்பாவின் சுவாரசியமான பேச்சுத் துணையையும், விடுமுறையில் வந்திருக்கும் நீலாவின் துணையையும் விட்டு வந்தது இந்த முறை அழுத்தத்தைக் கூட்டித்தான் இருந்தது. ஷ்யாமாவும் 'சென்னைக் கச்சேரிகள் சீசனுக்கு ஒரு தடவையாவது அங்க இருக்கணும்னு ஆசை. இந்த முறை எனக்கும் கேண்டீன் வேலைல ஏதாவது பங்கு குடேன்' என்று கேட்டுக்கொண்டிருந்தாள். ஆண்களென்றால் ஒன்றோடு ஒன்றாகக் கிடைத்த இடத்தில் உண்டு, உறங்கி எழுந்து, ஒருமாதிரியாகச் சேர்ந்தியைந்து கொள்வார்கள். பெண்களை அழைத்துப்போவது செலவை அதிகரிப்பது. சவால்களைக் கூட்டுவது. ஆகவே இன்னொருமுறை தனியாக இதற்குச் சென்றுவருவோம் என்று சமாதானப்படுத்தியிருந்தேன். எல்லாம் சேர்ந்து ஒருமாதிரியாகக் குமைந்துகொண்டிருந்தது.

திடீரெனக் கிடைத்த செந்தாமரையின் அறிமுகம் மட்டுமே ஆறுதல். ரயிலில் தாம்பரத்திற்கும் மாம்பலத்திற்கும் இடையில்தான் அறிமுகமானாள். பக்கிங்ஹாம் பத்மநாபய்யர் கேட்டரிங்கின் சிஈஓ என்று அறிமுகப்படுத்திக்கொண்டாள். அது தாத்தாவின் காலத்திலேயே எங்களிடமிருந்து பிரிந்து சென்ற இன்னொரு பங்காளித் தாத்தாவின் நிறுவனம். தொழில் பிரிந்ததால், அப்போதே உறவும் பிரிந்தது. இவள், அவர் மகள் வயிற்றுப் பேத்தி. ஜெர்மனியிலோ, ஸ்விட்சர்லாந்திலோ கேட்டரிங் படித்திருக்கிறாள். சைவ கேட்டரிங்கில் எங்கள் நேரடிப் போட்டி நிறுவனம் இதுதான்.

முதல் வகுப்பில் பயணம் செய்ததாகவும், விழுப்புரத்தில் ரயிலிலிருந்து இறங்கிய என்னைப் பார்த்தவுடன் கோச்சைப் பார்த்துக்கொண்டு இங்கே வந்ததாகவும் சொன்னாள். எப்படி அடையாளம் தெரிந்தது என்ற கேள்விக்கு நீங்க இன்ஸ்ட்ராகிராம் ஃபேமஸ் இல்லையோ என்றாள்.

தாம்பரத்திலிருந்து மாம்பலம் வரையிலான அந்தப் பத்து நிமிடப் பயணத்திற்குள் மிக முக்கியமான விஷயம் ஒன்று பேச வேண்டியிருப்பதாகவும், புதன்கிழமை மாலை அல்லது இரவு சந்திக்கமுடியுமா என்று கேட்டு, எண்ணை வாங்கிக்கொண்டு, தன் கார்டையும் கொடுத்துவிட்டுச் சென்றாள்.

வந்த வேலைகள் முடிந்தது. இரவு ரயிலைப் பிடிக்காமல் காத்திருந்து

நாளை காலை ரயிலில் போக முன்பதிவு செய்திருந்தேன். செந்தாமரைக்காக இந்தப் பிரபல ரெஸ்டாரண்ட்டின் லாபியில் காத்திருக்கிறேன்.

பக்கிங்ஹாம், எங்களிடமிருந்து சில விஐபி கஸ்டமர்களை எடுத்துக்கொண்டுவிட்ட நிறுவனம். நாங்கள் தொழிலில் செய்யும் ஜிம்மிக்ஸ் பலவற்றை இன்னும் சில அடுக்குகள் மேலே செய்யும் கில்லாடிகள் அவர்கள். மெனுவில் சைவ மீன்குழம்பு, சைவ ஆட்டுக்கால் சூப் என்றெல்லாம் பெயர் வைத்து திகிலூட்டக் கூடியவர்கள். தாத்தாவிடம் ஒருமுறை அவர்களின் இந்த மெனுவைக் காண்பித்தபோது, பட்டீஸ்வரத்தை பக்கிங்ஹாமா மாத்திண்டவந்தானேடா, இன்னும் எத்தனை பொய்வேலை வேணாலும் பண்ணுவான், என்று சிரித்தார். இந்த மாதிரி கழிசடை விஷயம் ஏதேனும் பண்ணினேன்னு தெரிஞ்சுதுன்னா, செத்தாலும் பொழச்சு வந்து உதைப்பேன் படவா என்று என்னையும் சேர்த்துத்தான் திட்டினார்.

ஆனால் அது ஓர் உத்தி. மக்களைக் கவர்கிறது என்றால் அதில் அறம் பார்ப்பானேன் என்ற வியாபாரத் தந்திரம். அவர்களுக்கு அது கைகொடுத்தது. சென்னை என்ற கோட்டையில் அவர்கள்தான் ராஜா. பல அரசியல்வாதிகள், விஐபிக்களின் வரிசை அவர்களிடம் இருந்தது. ஆகவே வியாபார விஷயத்தில் அவளே ஒரு மீட்டிங்கிற்கு அழைக்கும்போது அதை மறுப்பது முறையல்ல.

பட்டீஸ்வரம் செந்தாமரை என்கிற பக்கிங்ஹாம் செந்தாமரை வந்து சேர்ந்தாள். இந்தமுறை ஆங்கில உடையை விடுத்து தமிழகத்திற்கு இறங்கியிருந்தாள். சிவப்பு சுரிதார். சிறு மலர்கள் மலர்ந்திருந்த வெள்ளைத்துப்பட்டா காற்றில் ஊசலாட வந்துசேர்ந்தாள். காதில் சிவப்பு ஸ்டட். கையில் அதே சிவப்பு ஐவாட்ச். பன்னீர் மணம் தூவ வந்தமர்ந்தாள். ஏதோ ரோஸ் பெர்ஃப்யூம். குங்குமப்பூ சேர்த்துச் செய்யப்பட்ட சோன்பப்டி போல இருந்தாள்.

இறுக்கமாகக் கைகுலுக்கினாள்.

'என்ன சாப்பிட்றீங்க...'

'இங்க எல்லாமே ஷோகேஸ் ஐட்டம்தானே?' என்று சிரித்தேன். சட்டெனப் புரிந்துகொண்டாள். அது தொலைக்காட்சியில்

சமையல் நிகழ்ச்சி நடத்துபவர் ஒருவரின் உணவகம். எல்லாம் பார்க்க நன்றாக இருக்குமே ஒழிய சுவையில் எங்களுக்கு ஈடாகாதது.

'நீங்களே ஒரு டிவி ப்ரோக்ராம் நடத்தலாம்' என்றாள்.

'அங்கயும் நீங்க போட்டிக்கு வந்தீங்கன்னா, என் வியாபாரம் படுத்துடுமே' என்றேன். வெட்கப்படத் தெரிகிறது என்று புரிந்துகொண்டேன். சோன்பப்டியில் இன்னும் சிறிது குங்குமப்பூ சேர்ந்தது.

'சரி நீங்களும் பிசி, நானும் பிசி. அதுனால நேரிடையா விஷயத்துக்கு வர்றேன். மூணு தலைமுறைக்கு முன்னாலேயே பேசித் தீர்த்திருக்கவேண்டிய ஒரு பிசினஸ் டீலைப் பேசத்தான் ஒரு ப்ரபோசல் வச்சிருக்கேன்' என்றாள்.

புருவங்களைச் சுருக்கிப் பார்த்தேன்.

சற்று தொண்டையைச் செருமிக் கொண்டாள். முன்நகர்ந்து அமர்ந்தாள். டேபிளுக்கு மேலே இரண்டு கைகளையும் கோத்து வைத்துக்கொண்டு, தீர்க்கமாக கண்களைப் பார்த்துக் கேட்டாள்

'நாம கல்யாணம் பண்ணிக்கலாமா?'

8. புளிமாந்தண்பூ

கும்பகோணத்திலும்தான் வெயில் அடிக்கிறது. அது குளிருக்கு இதமானதாக இருக்கிறது. உச்சியைப் பிளந்து சக்தியைக் குடிப்பதில்லை. கசகசவென நாளெல்லாம் புழுங்க விடுவதில்லை. நான் உனக்குத் துணை என்ற உத்தரவாதத்துடன் உடன் வருகிறது. இரண்டு நாள்களாகப் பெருநகரத்தில் ஆளையே கொளுத்தியதன் பெயர் வெயிலே இல்லை. அது ஏதோ நரக உலையின் புகை தந்த வெப்பம் என்றுதான் தோன்றியது.

வீட்டிற்கு உள்ளே நுழைந்தவுடனேயே அம்மா, சென்னை என் மீது பூசியிருந்த கறுப்பைக் கண்டுகொண்டாள். 'ஏன் கண்ணு மெட்ராஸுக்கு நீராவி ரயில் விட்டிருக்கானா என்ன? இப்படி கறுத்துப்போய் வந்திருக்கியே' என்றாள். தலையில் கைவைத்து உடற்சூட்டை நினைத்துக் கவலைப்பட்டாள். சீயக்காயையும், பயத்தமாவையும் கரைத்துக்கொண்டு வந்தாள். சோப்பு, ஷாம்பூ போட்டுக்காத. நல்ல சூடு. இதைத் தேய்ச்சுக் குளி என்று சொல்லிவிட்டுப் போனாள்.

நல்ல தண்ணீரில் குளித்தபோது மனம் இயல்புக்கும் கொண்டாட்டத்திற்கும் திரும்பியது. கனமில்லாத நீர், மனத்தின் எடையைக் குறைத்தது. கடந்த சில நாள்கள் எத்தனை தீவிரமாக நகர்கின்றன என்ற யோசனையைக் கலைத்தது. சீயக்காயைக் கரைத்துத் தேய்த்துக்கொண்டபோது, மயிர்க்கால்களின் வழி, தலைக்குள் இறங்கி அதன் காரம் கண்களைத் தாக்கி, எரிய வைத்தது.

மிகக் குறைவாகவே தண்ணீர் குடித்தது நினைவுக்கு வந்தது. உடல் சூடு அதிகரித்திருக்கிறது. பயத்தமாவு தேய்த்துக்குளித்து, நீரள்ளி விட்டுக்கொண்டு, தலை துவட்டிக் கண்ணாடி பார்த்தபோது, புதிதாய்ப் பிறந்தது போன்று இருந்தது. எல்லாவற்றையும் தாண்டி கண்களில் இருந்த அந்தக் கலக்கம் வெகுநேரம் பார்க்கவிடாது செய்தது.

கற்சட்டியில் நல்லெண்ணெய் தடவி, அதன் மேலே சூடான சாதத்தைப் பரப்பி, சுடச்சுட சுண்டைக்காய் வற்றல் குழம்பை ஊற்றிப் பிசைந்து, அதற்கு மேலே லேசாக இன்னும் கொஞ்சம் எண்ணெய் தெளித்து வைத்திருந்தாள். கடைந்த கீரையும், சுட்ட அப்பளமும், துணைக்குக் காத்திருந்தன.

பிள்ளையின் மனத்தில் என்ன இருக்கிறது என்பதை அம்மாக்கள் எப்படிக் கண்டறிகிறார்கள். கண்களைப் பார்த்தே இவன் கலக்கத்திலும் குழப்பத்திலும் யோசனையிலும் இருக்கிறான் என்பதை எப்படி அளக்கிறார்கள் என்று புரிவதில்லை. பயண அசதி என்றுதான் நினைத்திருப்பாள்.

தட்டைக்கொண்டு வைத்துப் பரிமாறி, பயணக்கதைகள் கேட்டு அளவளாவி, சிரித்துக்கொண்டே பேசும் நாள் வேறு. கற்சட்டியில் சாதத்தைப் பிசைந்து, பக்கத்தில் அமர்ந்துகொண்டு, ஒவ்வொரு கவளமாகக் கையில் வைத்து, சாப்பிடுவதை ரசித்துக்கொண்டே மௌனமாக இருக்கும் நாள் வேறு என்பதையெல்லாம் எப்படி முடிவு செய்கிறாள். தெரியாது. ஆனால் இன்று அந்த இரண்டாம் வகை நாள் என்பதைத் தேர்ந்தெடுத்திருந்தாள். எனக்கும் அதுதான் தேவையாக இருந்தது.

தூணில் சாய்ந்து அமர்ந்துகொண்டேன். ஒரு கையகல உருண்டை அளவிற்குச் சாதம், அதைக் குழித்து, அதற்குள் ஒரு ஸ்பூன் கீரை வைத்து என் கையில் கொடுத்தாள். அது நாக்கு நுனியில் பட்டவுடனேயே என் உயிர் நரம்புகள் அனைத்தும் விழித்துக்கொண்டு கூக்குரலிட்டன. இரண்டு நாள்களாக வாடிப்போயிருந்த உணர்ச்சிப்பூக்களுக்கு நீர்விட்டுத் துளிர்க்க வைத்தன.

எங்கள் வீட்டில் எல்லாப் பதார்த்தத்திலும் சற்றுப் புளிப்பு அதிகம் வேண்டும் என்பது எழுதிவைக்கப்படாத விதி.

கொள்ளுப்பாட்டியின் காலத்திலிருந்தே அப்படித்தான் என்று அம்மா சொல்லியிருக்கிறாள். எல்லார் அகத்துலயும், புளி அளவை நெல்லிக்காய் சைஸ், எலுமிச்சம்பழ சைஸ்னு சொல்லுவா, நம்மாத்துல மட்டும் கிடாரங்கா சைஸுக்குக் கரைச்சாலும் போறாது என்று கிண்டலாகச் சொல்வாள். குடும்பத்தின் மொத்த நாக்குகளும் இந்தப் புளிப்புக்குப் பழகியிருந்தன. ஆனாலும் அது அசட்டுப்புளிப்பாக இருக்காது.

இதோ இந்தச் சுண்டைக்காய் வற்றக்குழம்பு. இதிலும் புளிப்பு சற்று அதிகம்தான். ஆனால் அது மட்டும்தானா. பார்த்துப் பார்த்து வீட்டிலேயே பக்குவம் செய்து அரைக்கப்பட்ட மிளகாய்ப்பொடியின் காரம். சுண்டை வத்தலின் லேசான கசப்பும், கார்ப்பும். நன்கு வற்றவைக்கப்பட்ட பதத்தால் ஊறிப்போன பெருங்காய மணம். எல்லாவற்றையும் தாண்டிச் சுவைத்து உள்ளே இறங்கும் முன்பு எங்கிருந்தோ நாவின் ஓரங்களைத் தீண்டிச்செல்லும் ஓர் எளிய இனிப்பும் அதில் சேரும். வற்றல் குழம்பை நன்றாகக் கொதித்து, வற்றவைத்து, அதனை இறக்கப்போகும் நேரத்தில் விரற்கிடை அளவு சிறிது சர்க்கரையைத் தூவிவிடுவாள். இத்தனை பதங்களும் தராத ஒரு நறுவிசை அந்தச் சர்க்கரைத் தூவல் தந்துவிடும்.

பள்ளி நாளில், இதைப் பார்த்து அதிர்ந்துபோய்விட்டேன். நான் சமையல் கற்றுக்கொண்டபோது தாத்தா சொல்லிக்கொடுத்த முதல் விஷயம் காரத்தையும் இனிப்பையும் கலக்காதே என்பதுதான். வடநாட்டுக்காரன் இதைப் பண்ணிப் பண்ணித்தான் அவனுக்கு ரஜோகுணம் வந்திருக்கு. எதுக்கெடுத்தாலும் ரத்தக்கொதிப்பு. நம்மளுக்கு மூளை ஒழுங்கா வேலை செய்யறதுன்னா இதுன்னா இது, அதுன்னா அதுன்னு தனித்தனியா தள்ளி வச்சுடறதுதான் காரணம் என்பார்.

அம்மாவிடம் அன்று இப்போ எதுக்கு சக்கரை போட்டே என்று அன்று கேட்டேன். சக்கரையா நான் எங்க போட்டேன் என்றாள். நான்தான் தவறாகப் பார்த்துவிட்டேனோ என்று நினைத்தேன். அன்று விட்டுவிட்டு அதற்குப் பல நாள்களும் அதைப் பார்த்திருக்கிறேன். தாத்தாவின் ரஜோகுண வரையறையைச் சொன்னேன். சரியாத்தான் சொல்லிருக்கார். நானெல்லாம் சக்கரை போடலப்பா என்று சிரித்துக்கொண்டே கடந்துவிடுவாள்.

ஒவ்வொரு முறையும் அந்த விளையாட்டைச் செய்வாள். அதுதான் குழம்பின் சுவைச்சூத்திரம், உனக்கெல்லாம் சொல்லித்தர மாட்டேன் என்பது போன்ற ஒரு சிரிப்பு அது.

நான்கைந்து கவளங்கள் உணவு உள்ளே போனபோது தவிப்பு குறைந்து, களைப்பு சற்று மறைந்தது.

'ஏம்மா வத்தக்குழம்புல இன்னைக்கும் சக்கரை போட்டியோ' என்றேன்.

'அது ரஜோகுணம். போடப்படாது' என்றாள், இதற்கென்றே வைத்திருக்கும் 'நான் சாமர்த்தியசாலியாக்கும்' என்ற சிரிப்பு.

நானும் சிரித்தேன். ஆனால் சிரிப்பின் குதூகலத்தைத் தொடரவிடாமல் சட்டென்று செந்தாமரையின் நினைவு வந்தது. அவள் சொன்ன அந்த ஒற்றை வாக்கிய இடி. எப்படிச் சரேலென அப்படிச் சொல்லமுடிந்தது. எத்தனை தெளிவாக வாக்கியங்களைக் கோத்து வைத்துக்கொண்டு பேசினாள். எனக்கு ஏன் அப்படி எண்ணெயில் தண்ணீர் கலந்த பதார்த்தத்தைப் போட்டது போல நறுக்குத் தெறிக்கப் பேசத் தெரியவில்லை? அவள் குரல் இன்னும் கேட்டுக்கொண்டே இருந்தது.

எப்படி இருந்தாலும் எனக்கு ஒரு கல்யாணம் பண்ணி வைக்கப்போறா. குடும்பச் சூழல்ல அதை மறுக்கிற நிலைமைல நான் இல்ல. எங்க அம்மா பாட்டி மாதிரி முறையான திருமணக்கட்டுக்குள்ள என்னால அடங்கி இருக்க முடியும்னு தோணல. இந்த பிசினஸை நான் எடுத்து நடத்திக்கிட்டிருக்கேன். இதை இன்னும் மேலே மேலே கொண்டு போகணும்னா, இன்னும் கொஞ்சம் சுதந்திரமும், இன்னும் கொஞ்சம் புரிதலும், இன்னும் கொஞ்சம் அறிவும் உள்ள ஒருத்தனா இருந்தாத் தேவலைன்னு தோணித்து.

நீ ரொம்ப ஸ்மார்ட். யோசி. இது ரிலேஷன்ஷிப் ப்ரபோசல் மட்டுமில்ல. ஒரு பிசினஸ் டீலும் கூட. நீ நம்பர் ஒண்ணா, நான் நம்பர் ஒண்ணாங்கிற விவாதத்துக்குள்ள இப்பப் போகவேண்டாம். ஆனா இது நடந்தா, நாமதான் நம்பர் ஒன். நம்ம ரெண்டு பேரைத்தாண்டி வேற எவனும் தமிழ்நாட்டுல கேட்டரிங்க்ல ஜெயிச்சுடவே முடியாது. இதை இண்டர்நேஷனல் மார்க்கெட்டா

மாத்துற வித்தை எனக்குத் தெரியும். அதுக்குத்தான் படிச்சுட்டு வந்திருக்கேன்.

இதை வளர்த்துத் திரைகடலோடி அடுத்தடுத்த சந்ததிகளுக்குப் புதிய பாதை போடுவோம். வெறுமனே பிசினஸ் டீல் மட்டுமேன்னா மூணு தலைமுறைப் பகையும் ஈகோவும் ஒத்துக்காது. ஈகோவை மட்டுமே வச்சிண்டிருந்தோம்னா, முன்னேற்றத்துல ஒரு சறுக்குப்பாதை இருந்துண்டே இருக்கும். அதுனாலதான் இந்த கல்யாண ப்ரபோசல். யோசி. ஐ நோ யூ ஆர் ஸ்மார்ட். என்று இரண்டாவது முறையாக அந்த வாக்கியத்தைச் சொல்லிவிட்டுக் கொடுத்த அரைமணி நேரம் முழுக்க அவளே பேசிவிட்டு எழுந்து சென்றுவிட்டாள்.

அம்மாவும், ஷ்யாமாவும், நீலாவும் பேசும் மொழி அல்ல அது. வாடிக்கையாளப் பெண்மணிகள் எத்தனையோ பேரைச் சந்தித்திருக்கிறேன். சண்டை போடுவார்கள். குரலுயர்த்திப் பேசுவார்கள், குறைகளை நிறைகளை ஆணித்தரமாகச் சொல்வார்கள். ஆனால் செந்தாமரையிடம் இருந்தது ஒரு தீர்க்கமான அதிகாரக் குரல். கல்யாணம் பண்ணிக்கிறியா என்ற வாக்கியத்தை வைத்து நடத்தப்பட்ட ஒரு பிசினஸ் டீல். நான் சொல்வதுதான் சரி. இதை நீ மறுத்தால் நீ ஒரு முட்டாள் என்கிற தீர்மானம். அது தந்த கலக்கம். குழப்பம்.

எல்லாத் திருமணங்களுக்குப் பின்னணியிலும் சற்று சுயநலம் இருக்கத்தான் செய்கிறது. ஒருவேளை பாட்டி அகால மரணம் அடைந்து வீடு நொடித்துப் போயிருக்காவிட்டால், தாத்தாவும் அப்பாவுக்கு வேறு ஏதோ பணக்கார கேட்டரிங் சம்பந்தம் தேடிப்போயிருக்கலாமோ என்னவோ? அவருக்கு வீடுதான் பிரதானமாக இருந்தது. ஆகவே சொந்தம் வேண்டும். ஆதரவு வேண்டும். பிறகுதான் தொழில் என்று முடிவு செய்து, அம்மாவைக் கூட்டிக்கொண்டு வந்தார். சொத்து வெளியே போய்விடக்கூடாது என்று அத்தைக்கு வீட்டோடு மாப்பிள்ளை பார்த்தார். மணிப்பாவின் வெகுளித்தனத்தை யாரும் ஏமாற்றிவிடக்கூடாதே என்று சித்தி மாதிரி ஓர் அம்மாஞ்சியாய்ப் பார்த்துக் கட்டிவைத்தார். எல்லாவற்றின் பின்னணியிலும் கணக்கு இருக்கிறது. இதை இவள் இன்னும் தெளிவாகச் சிந்தித்துப் போடுகிறாள். அவ்வளவுதான்.

இதைத் துடைத்துவிட்டு எழுந்துசெல்ல வேண்டியது ஒன்றுதான் என் வேலை. ஆனால் ஏன் அதைச் செய்யவில்லை. அங்கேயே புன்னகையுடன் ஏன் மறுக்கவில்லை. அவள் ஆங்கில வார்த்தைகள் பேசும்போது அவள் வாய்க்குள்ளேயே மென்று மென்று அவற்றைச் சுவையுடன் வெளியேற்றும் அந்தப் பாணியை ஏன் ரசித்துக் கொண்டிருந்தேன். ஸ்வரக்கட்டுக்களை மேலேற்றும்போது வாய்ப்பாட்டுக்காரர் கைகளைக் காற்றில் அலையவிடுவதைப் போல, அசையும் அவள் விரல்களை ஏன் பார்த்துக் கொண்டேயிருந்தேன். ஏன் ஒரு நொடி கூட பூரணச் சந்திரன் போல நிறைந்திருக்கும் நீலாவின் முகம் அப்போது நினைவுக்கு வரவே இல்லை. சரி அது அந்த நேரச் சந்தோஷம் அத்தோடு விடு என்று இப்போது ஏன் உதறிவிடத் தெரியவில்லை.

குழப்பம் அதிகரித்து, சாப்பிட்ட இடத்திலேயே அம்மாவின் மடியில் படுத்துக்கொண்டேன். இத்தனை குழப்பத்தையும் அம்மா நிச்சயம் உணர்ந்திருப்பாள். ஆனால் எதுவுமே கேட்கவில்லை. தலையைக் கோதி மென்மையாக 'நீல வண்ணக் கண்ணா வாடா' பாடினாள். அம்மாவுக்கு அஷ்டபதியோ, கர்நாடக சங்கீதமோ தெரியாது. அவளுக்குத் தெரிந்ததெல்லாம் எளிய சினிமா பாடல்களும், பிரார்த்தனைப் பாடல்களும். அதிலும் எனக்கென்றே இந்தப் பாடலைப் பிரத்தியேகமாகப் பாடுவாள். பால சரஸ்வதிதான் அவளுக்கு மிகப்பிடித்த பாடகி. அம்மாவுக்கும் கிட்டத்தட்ட அதே குரல்தான். எனக்கு இந்த நேரத்தில் அந்தக் குரலும், அவளின் பாதுகாப்பும் தேவையாக இருந்தது. சில நொடிகளிலேயே தூங்கிப்போனேன்.

எழுந்தபோது முற்றத்து வெயில் மேலே பட்டுக்கொண்டிருந்தது. முகம் கழுவிக்கொண்டு சித்தப்பாவைத் தேடினேன். காலைலயே கிளம்பிப் போயிட்டார் என்றார் அம்மா. வெளியே வந்து வண்டியை எடுத்துக்கொண்டு நகரத்திற்குள் வந்தேன். வழக்கம்போல பெரியதெருவில் வண்டியை நிறுத்திவிட்டு, நடந்தே பத்ராச்சாரியார் தெருவை அடைந்தேன். ஷ்யாமாவிற்கு, வருகிறேன் என ஏற்கனவே மெசேஜ் செய்திருந்தேன். ஏனோ அது சென்று சேராத சிங்கிள் டிக்கையே காட்டிக்கொண்டிருந்தது.

போகலாமா வேண்டாமா என்கிற அலைபாய்தல் இருந்தது. மதியம் இருந்த குழப்பம் நல்ல உணவுக்கும், தூக்கத்திற்கும் பிறகு

நன்றாகவே கலைந்திருந்தது. ஆனாலும் ஏன் இந்த அடிவயிற்றுப் புழுக்கம் என்றுதான் தெரியவில்லை. தெருவில் திரும்பி இரண்டு மூன்று தப்படிகள் வைத்தவுடனேயே அதற்கான காரணம் புரிந்துவிட்டது.

சித்தப்பாவும், அன்று பெரிய கோயில் வாசலில் பிரதமன் பற்றிப் பேசிய அந்த நீள்தாடி மனிதரும் ஷ்யாமா வீட்டுத் திண்ணையில் அமர்ந்திருந்தனர்.

9. மனச்சுழல்

மனம் எத்தனை விசித்திரமானது? கடந்த ஒரு வாரத்திற்கு முன்பு வரையிலும் அது எத்துணைக் குதூகலமாயிருந்தது. கலக்கம் என்பதே இல்லாத தெள்ளிய பெருநீர் வழியென இதன் ஓட்டம் ஓடிக்கொண்டிருந்தது. பொற்கம்பளத்தில் விரிக்கப்பட்ட மலர்ப்பாதையென அதன் சொகுசும் செருக்கும் வீற்றிருந்தது. கடந்த சில நாள்களில் நிகழ்வன எல்லாமே ஏதோ ஒருவிதத்தில் குழப்பத்தைப் படிப்படியாக உயர்த்திக்கொண்டே போகின்றன. குளத்தில் விழுந்த கல் படிப்படியாக வட்டங்களைப் பெரிது படுத்துவது போல, ஒன்றுக்குள் ஒன்றாக இவை யாவும் பின்னிப் பின்னி நெளிகின்றன.

எதுவும் பெரிதாக நடந்துவிடவில்லைதான். தொழிலில் பெரிய அழுத்தங்களைப் பார்த்திருக்கிறேன். கடந்திருக்கிறேன். அவையெல்லாம் கண்முன்னே எனக்கு அளிக்கப்பட்ட சவால்கள். என் திறமையை நிரூபிக்க வைக்கப்பட்ட தேர்வுகள் என முன்னோக்கிச் செல்வேன். இப்போது வந்திருப்பது என்னவென்றே தெரியாத ஓர் ஆழ்மன முடிச்சு. அகக் கலக்கம்.

நீலாவைச் சில மாதங்கள் கழித்துப் பார்த்தபோது என் மனத்தில் அது நாள் வரையில் இருந்த எல்லாப் பழைய சித்திரங்களும் கொஞ்சம் கொஞ்சமாய் அழியத் தொடங்கின. ஷ்யாமாவின் மீது கொண்டிருந்த மோகப் பெரு முயக்கிற்கு என்ன பொருள் என்று மிகச் சரியாக அந்த இரவிலிருந்துதான் என் மனத்திற்குள்

கேள்வி எழுந்தது. அந்த இரவில்தான் சித்தப்பாவின் அறிமுகம் கிடைத்தது. அவருடனான உரையாடல்கள் பல திறப்புகளையும், வாழ்விற்குப் புதுப்பொருளையும் கொடுத்துக்கொண்டே இருந்தன. அவரும் ஏதோ புதிர் போட்டே பேசிக்கொண்டிருப்பதில் இன்னும் சற்று அலைபாய்ந்து கொண்டிருக்கிறது.

சென்னைப் பயணத்தில் தொழில் சம்பந்தமாக நிறையப் புதிய யோசனைகள், உத்திகள் உருவான நேரத்தில் செந்தாமரையின் அறிமுகம். அவளின் தீர்க்கமான பேச்சு. தொழிலை உயர்த்த அவள் மேற்கொள்ள உத்தேசித்திருந்த திட்டங்கள். திருமணத்தைக் கூட தொழில் உத்தியாக மாற்றிக்கொள்ளத் துடிக்கிற ஆர்வம். அது சார்ந்து இரண்டு குழப்பங்கள். இதைக் குடும்பத்தில் எல்லோரிடமும் விவாதிக்க முடியுமா? என் தனிப்பட்ட பெண் விஷயங்களை இதுவரை வீட்டு வாயிற்படிக்குக் கொண்டுவந்ததில்லை. ஆனால் இது முக்கியமான விஷயம். ஆயினும் பேசமுடியாத விஷயம்.

நீலா, மணிப்பா மைத்துனரான ராமசுப்பு மாமாவின் மகள். உலகம் அறியாத தங்கையை மணிப்பாவும், எங்கள் குடும்பமும் கொண்டாடுவதை அறிந்து அவருக்கு எப்போதுமே சந்தோஷம். அவர் ஓர் அரசாங்க ஊழியர். நடுக்காவேரியில வீடு கட்டி, சென்ற வருடம் கிரஹப்ரவேசம் செய்தபோது தாத்தாவை அழைத்து மரியாதை செய்தார். அப்போது பேச்சோடு பேச்சாக நம் வீட்டில் இரண்டாவது சம்பந்தம் செய்துகொண்டால் நன்றாக இருக்கும் என்று நீலாவையும் என்னையும் முன்வைத்துத் தாத்தாவிடமும் அப்பாவிடமும் பேசியிருக்கிறார்.

எங்கள் குடும்பத்திலேயே பன்னிரண்டு அறைகள் கொண்டு பெரிய பங்களா போன்ற வீடு கட்டியவர்கள் யாருமே இல்லை. இந்த வீட்டைப் பார்த்த பிரமிப்பில் திக்குமுக்காடிப் போயிருந்த தாத்தாவுக்கும் அப்பாவிற்கும் அவர் அப்போது சொன்ன செய்தி, குதூகலமாக இருந்ததோ என்னவோ? எப்போதுமே உணர்ச்சிவசப்படாத தாத்தா, ஏனோ அங்கேயே என்னையும் நீலாவையும் கூப்பிட்டு கைகளைக் கோத்து, அவ்ளோதானேடா ராமசுப்பு, நான் இருப்பேனோ, மாட்டேனோ இந்தச் சம்பந்தம் உறுதி என்று சொல்லிவிட்டார். ஆரம்பத்தில் எனக்கும் அம்மாவிற்கும் இதில் அதிர்ச்சிதான்.

ஆனால் போகப்போக நீலாவிற்கும் இதில் பூரண சம்மதம் இருப்பதை அறிந்துகொண்டேன். இந்த ஒரு வருடத்தில் மாதம் இரண்டு முறையாவது சந்தித்தோம். நிறையப் புரிந்துகொண்டோம். அவள் கல்லூரி இறுதித் தேர்வுகளில் இருந்தபடியால் மூன்று மாதங்களுக்குப் பிறகு அவளது பிறந்த நாளில் சந்தித்தபோதுதான் என் நிலையின் தீவிரத்தை உணர்ந்தேன்.

அன்று மதியம் கூட ஷ்யாமாவுடன் சம்போகம் செய்துவிட்டு வந்திருந்தேன். வாழ்க்கையில் எதிர்கொள்ளும் பெண்களனைவரையும் மோகக்கண்ணால் தரிசித்தே பழக்கப்பட்டிருந்த எனக்கு, அவள் பிறந்த நாளில்தான் ஞானக்கண் திறந்தது. அன்று மாலை சந்தித்த அந்த நீள்தாடி மனிதரின் பூடகமான வாக்கியம் இன்னொரு பக்கம் குழப்பியது.

சித்தப்பாவுடனான உரையாடல் தூய்மையான, விசாலமான பார்வையை உலகத்தின் மீது காட்டவேண்டிய தேவையைச் சொல்லித் தந்தது. செந்தாமரையுடனான உரையாடல், தொழிலில் இன்னும் தீவிரமாகச் செயல்பட வேண்டிய நிர்ப்பந்தத்தைச் சொன்னது.

செந்தாமரைக்கு ஒரே ஒரு குறுஞ்செய்தியில் உன் டீலை நான் நிராகரிக்கிறேன் என்று சொல்லவேண்டும்போல இருந்தது. அவளின் அன்றைய அத்தனை அகங்காரத்திற்கும் ஓர் ஒற்றைச் சாட்டையடி. சே கூடாது. நான் அத்தனை குரூரமானவனில்லை. தொழில் நிர்ப்பந்தங்களைக்கூட இதமாகத்தான் கையாளுவேன். இந்த உறவு உடன்படிக்கை முறிந்தால் கூட நாளை எங்கேனும் சந்திக்க நேரிடும். இதை இதமாகவும் சொல்லலாம்.

இவை அனைத்தும் முடிச்சு முடிச்சாக மனதிற்குள் சுற்றிக்கொண்டிருந்தன. சித்தப்பா வெளியில் போயிருக்கிறார் என்று அம்மா சொன்னதும், இரவு அவர் வீடு திரும்பியதும் இதைப் பேசித் தீர்க்கவேண்டும் என்று நினைத்தேன்.

போலவே ஷ்யாமாவிடமும் மெல்ல மெல்ல இந்தத் தொடர்பைத் தலைமுழுகுவதைப் பற்றிக் கோடிட்டுக்காட்ட வேண்டும். இந்த எண்ணத்தோடுதான் பத்ராச்சாரியார் வீதிக்கு வந்தேன். அங்கே எதிர்பாராத விதமாக நீள்தாடி மனிதரும், சித்தப்பாவும் சேர்ந்து அமர்ந்திருந்த காட்சி அதுவரை யோசித்து வைத்திருந்த

எல்லாவற்றையும் மறக்கச் செய்து புதிய யோசனைகளைக் கொண்டு வந்திருந்தது.

அவர்கள் இருவரும் ஏதும் உரையாடிக் கொண்டிருந்தது போலத் தெரியவில்லை. நான் தெருவில் நுழைந்த உடன் என்னைப் பார்க்கவும் இல்லை. நான்தான் அவர்களை முதலில் பார்த்தேன். சற்றுப் பதற்றமாகத்தான் இருந்தது. ஷ்யாமா வீட்டுக்கு நான் வருவேன் என்றுதான் காத்துக்கொண்டிருந்தாரா என்பதுதான் என் மனத்தில் முதலில் தோன்றிய எண்ணம். இந்தக் கோயில் வாசல் பாஷாண்டியின் தொடர்பு எப்படி என்ற குழப்பம். என்ன தெரிந்திருக்கும். எவ்வளவு தெரிந்திருக்கும். ஒருவேளை நேரிடையாகக் கேட்டால் என்ன சொல்லவேண்டும். எதுவும் வேண்டாம், இப்படியே எதேச்சையாகத் திரும்பிப் போவது போல் போய்விட்டால் எந்தக் குழப்பமுமே இல்லைதானே. இல்லை அது நானில்லை. வருவதை எதிர்கொள்வேன்.

சற்றுத் துணிச்சலாக முன்னால் சென்றேன். கண்ணிமைக்காமல் அவர்கள் இருவரையும் பார்த்துக்கொண்டிருந்தேன். இருவருமே கீழே நோக்கிப் பார்த்துக்கொண்டிருந்தார்கள். எதுவும் பேசவில்லை. மூன்று வீடுகளுக்கு முன்னால் வரும்போது என் பார்வை தாக்கியதோ, அல்லது ஏதோ சத்தம் கேட்டதோ இரண்டு பேரும் ஒரே நேரத்தில் தலையைத் தூக்கிப் பார்த்தார்கள்.

சித்தப்பாவின் முகத்தில் அதிர்ச்சி இருந்தது பட்டவர்த்தனமாகத் தெரிந்தது. அந்த நீள்தாடித் தாத்தா கண்களில் புன்னகை. ஆனால் எல்லாமே சில நொடிப்பொழுதுகள்தான். இதற்கெனக் காத்திருந்தது போல ஷ்யாமா வீட்டுக்கதவு திறந்து அவள் இறங்கி வரவும் என் கவனம் சிதறியது. அவர்கள் இருவருமே எதிர்வீட்டை நோக்கினார்கள். நானும் நோக்கினேன். பதினைந்து அல்லது இருபது நொடிகள் இருக்கலாம். அவ்வளவே.

இந்தப் பக்கம் திரும்பினால் அந்தத் தாடித்தாத்தாவைக் காணவில்லை. சித்தப்பா மட்டும் ஷ்யாமாவைப் பார்த்துக்கொண்டிருந்தார். ஷ்யாமா என்னைப் பார்த்தாள், சித்தப்பாவைப் பார்த்தாள். லேசாகக் குழம்பி வாங்கோ, என்று இரண்டு முறை சொன்னாள். ஏன் இங்கேயே... என்று ஏதோ சொல்ல வாயெடுத்துத் தடுமாறினாள்.

'கிட்டா, இங்க எங்க?' என்றார் சித்தப்பா வெகு இயல்பாக.

நான் என்னை அதனினும் இயல்பாக்கிக்கொண்டேன். 'மறந்துட்டியா சித்தப்பா, இது நம்ம குடோன். இவா நம்ம சமையல் சுரேஷய்யர் மனைவி. அவாதான் குடோனைப் பார்த்துண்டு இங்க குடியிருக்கா' என்றேன். சித்தப்பா முகம் நிச்சயமாய்ச் சரியில்லை. வெறுமனே தலையசைத்தார். இப்போது ஷ்யாமா மறுபடியும் 'வாங்கோ' என்றாள் என்னையும் சித்தப்பாவையும் மாறி மாறிப் பார்த்து.

'ஷ்யாமாக்கா இது எங்க சித்தப்பா. இந்த வாரம்தான் வந்திருக்கார்' என்றேன். என் நாடகம் எனக்கே சகிக்காதிருந்தது.

'சரி இங்க ரொம்ப நேரம் வேலை இருக்குமோ' என்றார். அவர் கேட்டதில் ஏதேனும் உள்ளர்த்தம் இருக்கிறதோ என்று யோசித்தேன். அவர் கண்களிலிருந்து அப்படி ஏதும் கண்டுபிடித்துவிடமுடியவில்லை.

'இல்லை. ஸ்டாக் க்ளியரன்ஸுக்கு நாளைக்கு ஆளை வரச்சொல்லியிருக்கேன். அதான் எல்லாம் சரியாருக்கான்னு பாத்துட்டுப்போக வந்தேன்' என்றேன் முகத்தை வெகு இயல்பாக்கிக்கொண்டு.

'சரி, நீ பாத்துட்டு வா, நாம கொஞ்சம் வெளில போகவேண்டியிருக்கு. நான் இங்க இருக்கேன்' என்றார்.

'இல்ல சித்தப்பா, நாம போகலாம் இது இன்னைக்கே பண்ண வேண்டிய அத்தியாவசியம் இல்ல' என்றேன்.

ஷ்யாமா இடைமறித்து, 'ஒரு வாய் காஃபி சாப்பிட்டுப் போகலாம் வாங்கோ' என்றாள்.

சித்தப்பா என்ன நினைத்தாரோ, சரி வா என்று உள்ளே நுழைந்தார். சித்தப்பாவுக்கு நாற்காலி கொண்டு வந்து போட்டாள். என்னிடம் குடோன் அறைச்சாவியைக் கொடுத்துவிட்டு அடுக்களைக்குச் சென்றாள்.

குடோனறைக்குச் சென்றேன். ஷ்யாமா அடுக்களையின் அந்தப் புறமாகக் கொல்லைக்கு வந்து, இன்னொரு அறையைத் திறந்துகொண்டு வந்து வேகமாக, வெகு வேகமாக அணைத்து,

உதட்டைக்கவ்வி, இறுக்கப்பிணைத்து, ஒரு கன்ன முத்தத்தையும் அழுத்தி அளித்துவிட்டு இறங்கிச்சென்றாள்.

இரண்டு நிமிடங்கள் கண்ணை மூடி நிதானித்தேன். கைக்குட்டையை எடுத்து முகத்தை அழுந்த துடைத்து, தலைவாரிக்கொண்டு அறையைப் பூட்டிக்கொண்டு வெளியில் வந்து சித்தப்பாவின் பக்கத்தில் அமர்ந்துகொண்டேன்.

'சித்தப்பா நான் தெருவுல நுழையும்போது உன் பக்கத்துல ஒருத்தர் உக்கார்ந்துண்டுருந்தாரே அவர உனக்குத் தெரியுமா?' என்றேன்.

குழப்பமாக நிமிர்ந்து பார்த்து, 'யாரு? நான் தனியாத்தானே உக்கார்ந்திருந்தேன்' என்றார்.

10. கீதாமுகூர்த்தம்

பூக்கள் மொட்டிலிருந்து மலராகும் தருணம் எது என்று சிறுவயதில் யோசித்துக்கொண்டே இருப்பேன். கொல்லைச் செம்பருத்தி, கொடியாய்ப் படர்ந்த சந்தனமுல்லை, மரமாய் வளர்ந்து தெருவெங்கும் இறையும் பவளமல்லி என்று எந்த மலருக்குமே, அது மலரும் கணம் எப்படி இருக்கும் என்ற புதிர் என்னை ஆட்டிப் படைத்துக்கொண்டே இருந்தது.

அம்மாவிடம் நான் தொடர்ந்து கேட்கும் கேள்விகளில் அதுவும் ஒன்று. ஏன் ஒரு பூ மலரும் தருணத்தை நம்மால் பார்க்க முடிவதில்லை என்று. இளம் வயதிலிருந்து பலவாறாக இந்தக் கேள்விக்கான பதிலை அவள் ஏதேதோ சொல்லிச் சமாளித்து வந்தாள். ஒரு ஏகாதசி இரவில் நான் விழித்திருந்து அந்தத் தருணத்தைப் பார்க்க முடிவு செய்தேன். பரணிலிருந்து பொருள்களை இறக்க உதவும் பெரிய மரஸ்டூலை இழுத்துக்கொண்டே போய் கொல்லைச் செம்பருத்தி அருகில் வைத்துக்கொண்டேன். அதன் மேலே ஏறி அமர்ந்துகொண்டு அதன் மொக்கு ஒன்றையே பார்த்துக் கொண்டிருந்தேன். எப்படியும் காலைக்குள் அது மலரும். நிச்சயம் அன்று அதைப் பார்த்துவிடவேண்டும் என்ற தீர்மானம். ஏதோ ஒரு கணத்தில் தூக்கம் அழுத்த, மேலிருந்து கீழே விழுந்துவிட்டேன். அம்மா பதறிப்போனாள். அன்று அதைச் சொன்னாள்.

உலகத்துல நடக்குற எல்லாத்தையும் தெரிஞ்சுண்டுடணும்னு மனுஷா ஆசைப்படறதுலதான் துன்பம் தொடங்கறது தெரியுமோ? பூ மலர்றது, குழந்தை உருவாகறது மாதிரி. அது கடவுள் கைங்கர்யம். நம் கண்கள் அறியாதது. அறிந்துவிடக் கூடாதது. அதுக்குன்னு கீதாமுகூர்த்தம் இருக்கு. நீ எத்தனைதான் முயற்சி பண்ணாலும் அந்தக் கணத்துல உன் கண்ணை மூடி அதோட கண்ணைத் தொறந்து விட்டுடுவார் என்றாள்.

கீதாமுகூர்த்தம் என்று அவள் அன்று சொன்ன சொல்லை நான் பிறகு என் அறியாமைகள் அனைத்திலும் பொருத்திப் பார்த்துக்கொண்டேன். வராத கணிதச் சமன்பாடுகள் அனைத்தையும் சட்டென்று தீர்வுகண்டு பிடிக்கத் தொடங்கிய கணம் எது என்று இன்றுவரை அறிகிலேன். எந்தப் பதார்த்தத்திற்கு எவ்வளவு உப்புப் போட வேண்டும் என்ற கண்ணளவுகளை எப்போது கண்டுகொண்டேன் என்பதும். அதெல்லாம் கீதா முகூர்த்தங்கள் என்று புன்னகையோடு அங்கீகரித்துக்கொண்டேன்.

அதுபோலவேதான் இந்தக் குழப்பங்களுக்கும் ஒரு கீதாமுகூர்த்தம் வரும் என்று நம்பினேன். கணத்திற்குக் கணம் பெருகிவரும் இந்தத் தவிப்பு நிச்சயம் உச்சத்திற்குச் சென்றுதான் தீரப்போகிறது என்று ஆழ்மனம் சொல்லிக்கொண்டே இருக்கிறது. அது எப்போது என்ற தவிப்போடு ஒவ்வொரு நிமிடத்தையும் கடத்திக் கொண்டிருக்கிறேன்.

ஷ்யாமா வீட்டிலிருந்து வெளியே வந்தபிறகு அந்த எதிர்வீட்டுத் திண்ணையையும் அந்த வீட்டையும் சில நிமிடங்கள் உற்று நோக்கினேன். இத்தனை வருடங்களாய் இங்கு வருகிறேன். அந்த வீட்டின் மீது என் கவனம் போனதே இல்லை. அது ஒரு பழைய வீடு. அந்த வீட்டிலுள்ளவர்கள் ஏதோ நகரத்திற்குக் குடிபெயர்ந்து போனதால் பன்னெடுங்காலமாக உபயோகிக்காமலேயே இருக்கிறது. இப்போதும் பூட்டித்தான் இருக்கிறது.

இந்தத் திண்ணையில் நிச்சயமாக சித்தப்பாவோடு அந்த தாடித்தாத்தாவைப் பார்த்தேன். சந்தேகமேயில்லை. என் குழப்பங்கள் இன்னும் அந்த அளவு தீவிரமடைந்துவிடவில்லை. ஆனால் சித்தப்பா ஏன் பொய் சொல்லவேண்டும். அதை பொய்யென்று கூட நான் நம்பவில்லை. ஏனென்றால் நான்

சொல்லும்போது கொஞ்சம் கூட நாடகமில்லாத அவர் கண்களை நான் பார்த்தேன். அவர் ஆச்சர்யமாகத்தான் அந்தக் கேள்வியை எதிர்கொண்டார். என்றால் அந்தக் காட்சிக்கு என்ன பொருள். அல்லது அதுதான் நான் வாழ்வில் எதிர்கொண்ட முதல் காட்சிப்பிழையா?

பெரிய தெருவிற்கு வந்து பைக்கை எடுத்துக்கொண்டேன். சித்தப்பா ஏறிக்கொண்டார். 'திருவையாறு போகணும் கிட்டா' என்றார். நான் அதை எதிர்பார்க்கவில்லை. 'அப்ப பெரிய வண்டி எடுக்கட்டா சித்தப்பா' என்றேன். தலையசைத்தார். 'இல்லை இது போறும் வா' என்றார். நீலாவைப் பார்க்கப் போகவேண்டும் என்று நினைத்துக் கொண்டிருந்தேன். திருவையாறு போய்த்திரும்ப இரவாகிவிடும். இல்லை, இன்று இதுவே முக்கியம் என்று மனத்தை ஒருமுகப்படுத்திக் கிளம்பினேன்.

தஞ்சை மாவட்டச் சாலைகளில் மனதிற்கு இதமான ஒன்று திருவையாற்றிற்குப் போகும் இந்தச் சாலை. இருபுறமும் ரம்மியமான காட்சிகள், நீண்டு பரந்த வயல்வெளிகள், பெரும்பாலும் நிழற்சாலை, பிரதான சாலை போலில்லாது நிதானமான போக்குவரத்து என்று ரசித்து வண்டி ஓட்டத் தோதான இடம். கிட்டத்தட்ட பதினைந்து நிமிடங்களுக்கு சித்தப்பா எதுவும் பேசவில்லை. எனக்கும் நேரே அமர்ந்து அவர் முகத்தைப் பார்த்துத்தான் பேசவேண்டும் என்ற எண்ணமிருந்ததால் அமைதியாகவே வந்தேன்.

அவராகவே ஆரம்பித்தார்.

'மெட்ராஸ் போயிட்டு வந்ததைப் பத்தி கேக்கவே இல்லை. எப்படி இருந்தது பகல் நேரப்பயணம்' என்றார்.

'ரொம்ப எக்சைட்டிங்கா இருந்தது. புதுசா சில விஷயங்கள் கத்துண்டேன் ஆனாலும் குழப்பமான ட்ரிப்தான்' என்றேன்.

ம்ம் என்றார் ஒன்றும் சொல்லாமல்.

பிறகு வேறொன்றும் பேசவேயில்லை. கணபதி அக்ரஹாரம் வந்தபோது, 'இங்கேருந்து ரைட்ல போற ரோட்ல திரும்பிடு' என்றார். 'திருவையாறு வேண்டாமா' என்றேன். 'இல்ல, இல்ல இங்கதான்' என்றார்.

அது தனிக்குடியிருப்பு ஒன்றிற்குப் போகும் சாலை. இருட்டிக்கொண்டு வந்தது. சற்று குளிர் ஏறியிருந்தது. இடதுபுறமாக தோப்பிற்குள் இருந்தது அந்தச் சிறிய வீடு. முழுக்க மாமரங்கள் அடர்ந்த, ஒரு பைக் போகுமளவுக்கு இருந்த சிறிய பாதை மட்டும். அங்கு இன்னும் சீக்கிரமே இருள் வந்திருந்தது. வண்டிச் சத்தம் கேட்டே கதவு திறந்தது.

ஒரு பெண்மணி கதவைத் திறந்தார். ஐம்பது அறுபது வயது இருக்கலாம். முற்றிலும் வெண்ணிற மயிர் கொண்ட தலை. நீள்வட்ட முகம். நெற்றியில் பெரிய பொட்டு. இளவயதில் பேரழகியாக இருந்திருக்கக்கூடிய எல்லாச் சாயலும் இருந்தது.

'வா படில்ஸ்' என்றார் சித்தப்பாவைப் பார்த்து. பழைய காலத்து ஸ்நேகிதர்களாய் இருக்கவேண்டும். என்னை நோக்கி அவர் பார்வை திரும்பியவுடன் சித்தப்பா சிம்பிளாய் க்ருஷ்ணா என்று மட்டும் சொன்னார். புன்னகையில்லாத ஓர் ஒற்றைத் தலையசைப்புடன் வாங்க என்று சொல்லிவிட்டு உள்ளே கைநீட்டினாள்.

பழைய காலக் கல்வீடு. நீண்ட அறை அது. தரையில் விசேஷ வீடுகள் போல ஜமுக்காளங்கள் விரிக்கப்பட்டிருந்தன. நிறைய புத்தகங்கள் இறைபட்டிருந்தன. அடுக்கி வைக்கப்படாது இருந்ததால் நிறைய படிப்பார்கள் என்று புரிந்தது. சித்தப்பா ஏதோ தியான மண்டபத்திற்கு வந்தவர் போல, சுவரில் சாய்ந்து கண்ணை மூடிக்கொண்டு அமர்ந்திருந்தார். சுற்றும் முற்றும் பார்த்துக்கொண்டிருந்தேன்.

நல்ல நெய்மணம் எழுந்தது. ஏதோ தாளிக்கிறார்கள் என்று புரிந்தது. கண்களை மூடி அது என்ன என்று யூகிக்க முடியுமா என யோசித்தேன். உப்புமாவாகத்தான் இருக்கவேண்டும் அல்லது பொங்கல். நெய், மிளகு, கருவேப்பிலை? காலடிச்சத்தம் கவனத்தைக் கலைத்தது. இரண்டு பெரிய இளவாழை இலைகளை விரித்தார். சாப்பிடுகிறீர்களா என்ற கேள்வி இல்லை, உபசாரம் இல்லை. உரையாடல் இல்லை. என்னவிதமான வீடு இது? யார் இந்தப் பெண்மணி?

தண்ணீர் தெளித்து அவரே துடைத்து வைத்தார். ஒரு வெண்கலப்பானையையும், இன்னொரு ஈயக்குண்டானையும் எடுத்துக்கொண்டு வந்தார். எதிரில் அமர்ந்துகொண்டு,

வெண்கலப்பானையினுள், வெண்கலக்கரண்டியால் ஒரு கிளறு கிளறி, எடுத்துப் பரிமாறினார்.

சுடச்சுட நெய்வாசனையுடன் இலையில் விழுந்தது அரிசி உப்புமா. பொலபொலவென நல்ல நிறத்துடன் இருந்தது. கடலைப்பருப்போடு சிறிது மிளகையும் சேர்த்துப்போட்டிருக்கிறார். நல்ல பதத்தில் அரைக்கப்பட்ட அரிசியோடு பருப்பு சேர்த்துச் செய்யப்பட்டிருக்கிறது. வெங்காயமும், தக்காளியும் சேர்த்துச் செய்யப்பட்ட கொஸ்து. அதில் வெங்காயத்தைச் சற்றுப் பெரியதாக வெட்டிப்போட்டிருக்கிறார்.

முதல் வாய் உள்ளே இறங்கியதுமே தெரிந்து விட்டது. நன்கு பழகிய தஞ்சை வட்டாரக்கை. நாவின் எல்லா நரம்புகளும் வாழ்த்தின. எல்லாமே சரியான பதத்தில் அரிசி உப்புமா அமைவது ஒரு வரம். ஏதேனும் ஒன்று குறைந்தாலும் அது ருசியை இழந்துவிடும்.

அதனை மேற்கொண்டு அலங்காரம் செய்வதும் கடினம். இங்கே நெய்யும், மிளகும் அந்தக் காரியத்தைக் கச்சிதமாகச் செய்திருக்கின்றன. மணமும் சுவையும் ஒருங்கே தாக்கியது. பொதுவாக கத்திரிக்காய் கொஸ்துதான் இதற்கு ஈடான ஜோடி. வெங்காயம் தக்காளி என்பது அவசரத்திற்காகச் செய்யப்படும் சுமார் சங்கதியாகத்தான் எப்போதும் இருக்கும். ஆனால் இதிலும் அவர் கலை நேர்த்தி தெரிந்தது. சற்றும் சாம்பார்ப்பொடி வாசனையின்றி கொத்தமல்லி மணக்கக் கெட்டியாகத் தயாரிக்கப்பட்டுச் சிறந்து விளங்கியிருந்தது.

அப்போதைய என் மனத்தவிப்பு மொத்தத்தையும் மறக்கச் செய்திருந்தது. 'ரொம்ப நல்லாருக்கு. அரிசி மிக்ஸில அரைக்காம மாவுமில்ல அரைப்பீங்களா' என்றேன். முதன்முறையாக அந்தப் பெண்மணியின் முகத்தில் புன்னகை போன்ற ஏதோவொன்று வந்தது. ஆனால் பதிலில்லை. சித்தப்பாவும் எதுவும் சொல்லவில்லை.

சாப்பிட்டு, வாசற் கிணற்றடியிலேயே கைகழுவினோம். இலை எடுக்கப்பட்டிருந்தது. அதே இடத்தில் அமர்ந்துகொண்டோம். சாம்பிராணி போடும் வாசனை வந்தது. சற்று நேரத்தில் அறையில் நன்கு புகை சூழ்ந்திருந்தது. உள்ளிருந்து அந்த முதியவர் வந்தார். எண்பது வயதுக்கும் மேலிருக்கலாம் என்று கணித்தேன்.

ஒட்டிப்போன கன்னங்கள். கூடு போன்ற மேனி. முழங்கால் வரை நீளும் காவி வேட்டி.

அவரைப் பார்த்தவுடன் சித்தப்பா எழுந்து கால் தொட்டு வணங்கினார். நான் என்ன செய்யவேண்டும் என்று தெரியாமல் தயங்கியபோது, என் முதுகைத் தட்டினார். நானும் காலைத் தொட முயற்சி செய்து குனிந்தேன். அந்த முதியவர் என் தோளைத் தொட்டார். எழுப்பினார். நேரே கண்களைப் பார்த்து தீர்க்கமாக

‘உன் கீதாமுகூர்த்தம் விரைவில் வரும் க்ருஷ்ணா’ என்றார்.

11. இனிப்புச் சதுரங்கம்

இது ஒரு சதுரங்க ஆட்டம் என்று தோன்றியது. சென்ற வாரம்தான் தொடங்கியிருக்கிறது. அதுவரை நான் கட்டங்களுக்கு வெளியே நின்றிருந்திருக்கிறேன். அல்லது இப்படி ஓர் ஆட்டமோ, களமோ இருப்பதையே அறியாமல் இருந்திருக்கிறேன். ஒவ்வொரு கட்டத்தைத் தாண்டும்போதுதான் எதிர்வரும் புதிய பாத்திரமும், அவற்றின் இயல்பும் புரிகிறது. வீரனும், குதிரையும், யானையும், பாதிரியும் வர வர அவர்களைத் தாண்டிப்போவதோ வெட்டுப்படுவதோ அந்தந்தக் கணத்தில் முடிவு செய்யப்படுகிறது.

அந்த நுண்கணங்களில்தான் வாழ்ந்துகொண்டிருந்தேன். ஓர் ஊசிமுனையில் ஓராயிரம் யானைகளை நிறுத்தவல்ல கவனத்தைக் கோரும் நுண்கணங்கள். இங்கேதான் நான் என் உண்மையான முகத்தைக் காண்கிறேன். சுயபரிசீலனை எனும் தராசுத் தட்டுகளில் மேலே மேலே சென்றுகொண்டிருக்கிறேன். தெளிந்த நீரோடை ஒன்றில் என் முகத்தைக் கண்டு அதிர்வுறும் கணங்கள் அவை. எதிர்வருவதை முன்கூட்டியே சொல்லும் ஏதோ ரகசிய நிமித்தங்கள். என்னை மீதவாழ்வுக்குத் தயார் செய்யும் கறுப்பு வெள்ளைக் கட்டங்கள். புதிர்க்கட்டத்தில் புகுந்து வேடிக்கை பார்க்கும் சிறிய பொம்மை நான். ஒன்று மட்டும் நிச்சயம். நான் போராடும் கருப்புக் குதிரை. முன்னும் பின்னும் நகர்ந்து, ஓடி என்னைக் காப்பாற்றிக்கொள்வேன்.

இதோ இந்தக் கணபதி அக்ரஹாரத் தோப்பு வீடும், இந்த மனிதர்களும் அப்படித்தான். இது வெள்ளைக்கட்டமா கறுப்புக்கட்டமா என்று அறிகிலேன். அந்தக் காவித்துண்டு முதியவர் பத்மாசனத்தில் அமர்ந்துகொண்டிருந்தார். சித்தப்பா தன் தோள்பையிலிருந்து அவர் எழுதிக்கொண்டேயிருந்த குறிப்புகளை எடுத்தார். இருவருக்கும் இடையே இருந்த இடத்தில் வைத்துவிட்டு, ஒவ்வொரு பக்கமாக எடுத்து அவருக்குக் காட்டினார். அந்த முதியவர் அதைப் படித்தார். ஓரிரு முறை சித்தப்பாவின் முகத்தை நிமிர்ந்து பார்த்தார். படித்து முடித்தபின் அதை சித்தப்பாவிடம் கொடுக்க, அவர் பத்திரமாக அதைத் தன் தோள்பையில் வைத்துக்கொண்டார்.

எந்தச் சொல்லும் இருவரின் வாயிலிருந்தும் வரவில்லை. ஆனால் அவர்களின் மனமோ மூளையோ பேசிக்கொண்டிருந்தன என்று புரிந்தது. எல்லாமே வித்தியாசமாக இருந்தது. எனக்குப் புத்தக ஆர்வம் சிறுவயதிலிருந்தே இருந்ததில்லை. அதனால் அத்தனை நாள் சித்தப்பா என்ன படிக்கிறார், என்ன குறிப்பெடுக்கிறார் என்பதைப் பற்றியெல்லாம் யோசிக்கவோ, கேட்கவோ கூட இல்லை. இங்கே நடந்துகொண்டிருப்பதைப் பார்த்தால் அவை மிக மிக முக்கியமான ஏதோ ஒன்று என்பது மட்டும் புரிகிறது.

இந்த நுண்கணத்தை இன்னும் ஆழ்ந்தறிய விரும்பினேன். செவிகளைக் கூர்தீட்டிக்கொண்டேன். பார்வையைக் கூர்மையாக்கினேன். அவர்களிடமிருந்து ஏதேனும் ஒற்றைச் சொல் வீழ்ந்தாலும் அதனைத் தாங்கிக்கொள்ள மனத்தைத் தயாராக்கி வைத்திருந்தேன். ஆனால் இங்கே எதுவும் பயனளிக்கவில்லை. எல்லாமே ஒரு தூரமேடையில் நடக்கும் நாடகம் போல மங்கலாகவே தெரிந்தது. அறையின் வலது மூலையில் கால்களைக் கட்டிக்கொண்டு அமர்ந்திருந்த அந்தப் பெண்மணியின் பார்வை என்னையே ஊடுருவுவதை உணர்ந்தேன். ஆமாம். மிகக் கூர்மையாக, மிகவும் ஆர்வமாக என் முகத்தையே பார்த்துக்கொண்டிருந்தார். நான் பார்த்த கணத்தில் உடனே என் வழக்கமான புன்னகையை அணிந்துகொண்டேன். அவர் முகம் அதை ஏற்றுக்கொள்ளவில்லை. அல்லது ஏற்றுக்கொள்ளாத ஏதோ ஓர் ஆழ்வெளியில் அலைந்துகொண்டிருந்தது. ஆனால் அந்தக் கண்களின் தீர்க்கம் தாளாது பார்வையை நகர்த்தினேன்.

சித்தப்பா எல்லாக் காகிதங்களையும் காண்பித்து முடித்திருந்தார். அந்தப் பெரியவர் இப்போது கண்களை மூடி அமர்ந்திருந்தார். சித்தப்பா ஆர்வத்தோடு அவர் முகத்தைப் பார்த்துக்கொண்டிருந்தார். இன்னமும் இந்த மூலைப்பெண்மணி பார்வையை என் மீதிருந்து நகர்த்தாமல் இருப்பதை உணர்ந்தேன். எங்கோ இரவுக்கோழிகளின் சத்தமும், வாடைக்காற்றின் நகர்வும் ஓசைகளாய்க் கேட்டுக்கொண்டிருந்தன.

நிமிடங்கள் கரைந்த பின் அவர் கண்களைத் திறந்தார். ஏதோ சொன்னார். அவர் உதடுகள் அசைந்ததை மட்டும் கண்டேன். மூன்று வார்த்தைகள். மிகக் கவனமாக அந்த உதட்டசைவை என் நுண்கணங்களுக்குள் சேமித்துக்கொண்டேன். அது என் செவிக்குள் செல்லவில்லை. மூளைக்குச் சென்று மொழிபெயர்க்கப்படவில்லை. அது தமிழ்தானா அல்லது எனக்குப் புரியாத ஏதோ ஒரு மொழியா என்றும். ஆனால் அது சித்தப்பாவுக்குப் புரிந்திருக்கிறது. தலையசைத்தார். வலது கையை வாயில் வைத்துக்கொண்டு அவரும் ஏதோ பதில் சொன்னார். அது என் எல்லைக்குள்ளேயே எட்டவில்லை. பின்பு எழுந்துகொண்டார். காலைத்தொட்டு வணங்கினார். நானும் இயந்திரம் போல எழுந்து அவர் காலைத் தொட்டேன்.

எழும்போது கண்களை உற்றுநோக்கினார். சிரித்தார். கவனம் க்ருஷ்ணா என்று சொன்னார். சித்தப்பாவைப் பார்த்துத் தலையசைத்தார். சித்தப்பா போலாம் என்று சொன்னார். அங்கிருந்து வண்டியை எடுத்துக்கொண்டு பிரதான சாலைக்கு வரும்வரை என்னை யாரோ நகர்த்தி அழைத்துச் சென்றதைப்போலத்தான் இருந்தது. எல்லாமே புதிர்ப்பாதைகள். புதிர்ப்பாதையில் நடந்து போவது நான்தான். ஆனால் அழைத்துப்போகும் கரங்கள் வேறு. தூக்கிச்செல்லும் கால்கள் வேறு. அல்லது மேலிருந்து ஆட்டிக்கொண்டிருக்கும் கயிறு வேறு.

தஞ்சாவூர் பைபாஸுக்கு அருகே வந்தபோது அனிச்சையாக வண்டியை ஜெயின் கடைக்குத் திருப்பினேன். சித்தப்பாவே, எங்கப்பா திரும்புற என்ற பிறகுதான் அந்தச் செய்கையையே உணர்ந்தேன். 'இங்க ஒரு நண்பரின் கடைக்குப் போயிட்டுப் போலாம் சித்தப்பா' என்றேன்.

மனம் குழம்பும்போதெல்லாம் உணவைத் தேடு, அதுவும் இனிப்பைத் தேடு என்பது என் ஆழ்மனத்தில் எழுதப்பட்டிருந்த விதி. எந்த ஒரு நாளையும் சோகத்தோடும் ஆற்றாமையோடும் கடக்க நான் விரும்புவதில்லை. சற்று இனிப்பு வேண்டும். மனத்திற்கும், மூளைக்கும். மிகக் குறிப்பாக அந்த ருசியான அரிசி உப்புமாவிற்குப் பிறகு ஒரு நல்ல பாதாம் பால்.

பத்து மணிக்கு மேல் விழித்திருந்தால், பைபாஸ் ஜெயின் கடைக்குப்போ என்று மனத்தில் ஆழ்ந்து எழுதப்பட்டிருந்த விதி. ஜெயின் எங்கள் ஆஸ்தான வட இந்திய உணவுக் கலைஞன். கலைஞன் என்ற சொல்லைக் கவனித்துத்தான் சொல்கிறேன். உணவெனப்படுவது வயிற்றுக்குச்சென்று நிரப்பி, செரித்து மறுநாள் வெளியேற்றும் கழிவுதானே என்ற பொதுப்புத்தி வரிசையில் சேராத கலைஞன். அது நாவிலிருந்து குடலிற்குச் செல்லும் பாதையை மட்டுமே தியானத்தில் வைத்து உலாவும் பெருங்கலைஞன். தாராள மனமும், தாராளக்கரமும் கொண்டு இயங்குபவன்.

ஏழு மணி சுமாருக்கு ஒரு பெரிய வாணலியில் பாலை ஏற்றிக் கொதிக்க வைத்து விடுவார். அதைக் கிளறிக் கிளறி விட்டுக்கொண்டிருப்பார். அது சுண்டச்சுண்ட, மணம் எழுந்து இந்தப் பக்கம் கும்பகோணம் வரையிலும் அந்தப் பக்கம் பாபநாசம் வரையிலும் மணக்கும். கும்பகோணத்தில் இதுபோன்ற நல்ல பாதாம்பால் வழங்கும் கடைகள் குறைந்தது ஐந்தாவது உள்ளன. ஆனால் ஜெயினுக்குள் இருக்கும் அந்தக் கலைஞன்தான் புறநகரில் இருக்கும் இந்தக் கடை வரையிலும் கும்பகோணவாசிகளை இழுக்கும் தூண்டில்.

சுண்ட ஆரம்பிக்கும்போதே அதன் மீது துளி குங்குமப்பூவைப் போட்டுவிடுவார். பாதாம்பாலுக்கு குங்குமப்பூ என்பது பட்ஜெட்டை எகிற வைப்பது. சர்வ நிச்சயமாக எந்தச் சில்லறை வியாபாரியும் கனவிலும் நினைக்கக் கூடாத சங்கதி. ஆனால் ஜெயினைப் பொறுத்தவரை இது தேவகாரியம். சற்றும் ஸ்ருதி பிசகக்கூடாது. அதை இன்னும் இன்னும் தரமேற்றிச் சுவைகூட்டி உச்சச் சுவையைக் கொண்டுவந்துவிட வேண்டும் என்பதுதான் அவரின் அனுதின தியானம். அன்றும் அதைச் சர்வ சிரத்தையுடன் செய்துகொண்டிருந்தார்.

வண்டியை பார்க் செய்தவுடனேயே வாங்க வாங்க சார் என்று சின்ன ஜெயின் ஓடிவந்தான். பிள்ளை ஓடிவருவதைப் பார்த்த அப்பா ஜெயின் முகமெங்கும் பூரிப்புடன் 'நீல வண்ணக் கண்ணா வாடா' என்று பெருங்குரலெடுத்துப் பாடினார். என் நுண்கணங்கள் சற்றுப் பொலிவுபெற்றன.

எங்கிருந்தோ ராஜஸ்தானிலிருந்து பிழைக்க வந்து மூலைக்கடையில் பீடா விற்றுக்கொண்டிருந்தார் ஜெயின். என்றோ ஒருநாள் அப்பா பீடா போடும்போது அப்பா இவரின் கலைமனத்தை அறிந்துகொண்டார். வேறு என்ன செய்யத் தெரியும் என்று கேட்டு, ஒரு விழாவிற்கு ஜிலேபி சுற்றக் கூட்டிக்கொண்டு போனார். அங்கே ஜெயின் செய்த மாயத்தில் ஜிலேபியும், மால்ஃபூவாவும் விழாவின் சிறப்பு கவனத்தைப் பெற ஜெயினை நிரந்தரமாகத் தன்னுடன் இருத்திக்கொண்டார்.

அவருக்கு இனிப்புக் கடை வைத்துக்கொடுத்தார். அவரும் வளர்ந்து எங்கள் பெயரையும் வளர்த்தார். ஆகவே எங்கள் குடும்பத்தின் மீது ஏராளமான அன்போடு இருப்பார். சித்தப்பாவை அறிமுகப்படுத்தினேன். பத்ரா ஜெயினைக் கட்டிக்கொண்டார். 'பூனை அசந்துச்சுன்னா, எலி ஏரோப்ளேன் ஓட்டின்னேன்னு சொல்லுமாம்' என்றார் கண்ணைச்சிமிட்டி, தஞ்சாவூர் இழுவையுடன். 'உனக்கெல்லாம் முன்னாடியே படில்ஸ் எனக்கு ஃப்ரெண்டும்மா' என்றார். சித்தப்பாவின் முகமும் அப்போது புன்னகையால் நிறைந்தது. ஏனோ இந்த நாளை என்னிடமிருந்தே காப்பாற்றிக்கொண்ட பெருமிதம் வந்தது.

ஏலக்காயும், பச்சைக்கற்பூரமும் மணந்த பாலை சுடச்சுட இரண்டு கண்ணாடிக்குவளைகளில் கொட்டினார். உடைத்துக் கலந்து வைக்கப்பட்டிருந்த முந்திரி, பிஸ்தா, பாதாம் கலவையை அதன் மீது தூவினார். உள்ளிருந்து குங்குமப்பூவை எடுத்து இரண்டு பிரியாகத் தூவிக் கொண்டு வந்து பரிமாறினார். இரண்டு ஜிலேபிகள் சிறிய தட்டுகளில் வந்தன.

வாங்கி முதல் மிடறைப் பருகியபோது, கண்கள் தானாக மூடிக்கொண்டன. ஏலக்காய், பாதாம் வாசனையுடன் பால் தொண்டையைக் கடந்தபோது, அந்த கணபதியக்ரஹார வீட்டினுள் கவனம் புகுந்தது. அந்தக் காவித்துண்டுச் சாமியார் சொன்ன

அந்த மூன்று வார்த்தைகளின் மீது கவனத்தைக் குவித்தேன். அவர் உதட்டசைவை மனதிற்குள் இருத்தி வைத்திருந்தேன். இப்போது அது புரிந்தது. மனம் அதை மொழிபெயர்த்து மூளைக்கு அனுப்பியது.

'பிரதமன் மணம் வீசுகிறது'

சட்டென்று புரையேறியது.

12. ஆற்றுப்பாலம்

வாழ்வைக் கண்ணுக்குப் புலப்படாத ஏதோ ஒரு மர்மக்கோடு இணைப்பதாக இப்போது உணர்கிறேன். இரண்டு புள்ளிகளை இணைக்கும் மர்மக்கோடு அது. அதன் ஆரம்பப் புள்ளி க்ருஷ்ணா எனும் நான் இத்தனை வருடங்களாக எந்தக் கவலையுமின்றித் துள்ளித்திரிந்த காலத்தின் மீது இடப்பட்டிருந்தது. இப்போது துள்ளல் குறைந்து சீர்மை கூடி அந்தக்கோடு இன்னொரு இனம்புரியாத மர்மப்புள்ளியை நோக்கி அணுகுவது மட்டும் தெரிகிறது. காலத்தின் கைப்பாவையாகி அந்தக் கோட்டின் மீது நடம்புரியும் வெற்றுப் பொம்மையென வெறும் பார்வையாளனென அதைக்கடக்கிறேன். அந்த இரண்டாவது மர்மப்புள்ளி எங்கே இருக்கிறது என்ற அலைபாய்தல் மட்டும் தொடர்ந்து கொண்டிருக்கிறது.

இந்த மார்கழி மாதக் குளிரிரவில் அந்தக் கோட்டின் அட்ச, தீர்க்க ரேகைகளைக் கண்டுகொள்கிறேன். சித்தப்பாவை வண்டியில் ஏற்றிக்கொண்டு காவேரிப்பாலம் அருகே வரும்போதே கால் நடுக்கம் அதிகரித்தது. வண்டியை ஓரமாக நிறுத்தினேன். நான் இங்கே நிறுத்துவேன் என்று முன்பே தெரிந்தவர் போல, அவர் ஏதும் சொல்லாமல் இறங்கிக்கொண்டார்.

ஊதற்காற்று தண்ணீரில் கரையும் உப்பென உடல் துளைத்துச் சென்றுகொண்டிருந்தது. உடலும் மனமும் கொண்ட வெப்பத்திற்கு

அது ஒரு பொருட்டாகத் தெரியவில்லை. சித்தப்பா பாலத்தின் நீளத்தூண் ஒன்றின் மீது சாய்ந்து நின்றுகொண்டார். நான் அவருடன் பேச விரும்பினேன். அந்த ஆரம்ப இரண்டு நாள்களின் உரையாடல் போல. இடையில் நிகழ்ந்துவிட்ட இந்த மர்ம முடிச்சுக்களை அவிழ்க்க வேண்டும். ஆனால் விட்ட இடத்திலிருந்தே தொடரவேண்டும். தீவிரமாகத் தொடங்கினால் ஒருவேளை அவர் வழக்கம்போல, 'காலம் வரும்போது சொல்வேன்' என்று கடந்துவிடக்கூடும்.

'அது என்ன சித்தப்பா படில்ஸ் அப்படின்னு ஒரு பேரு? ஏன் அப்படி மாத்திக்கிட்ட?' என்றேன்.

அவர் முகம் முழுதும் மலர்ந்தது. எனக்கு அது அப்போது மிகவும் தேவையாக இருந்தது.

'உங்க தாத்தாவுக்கு எல்லாத்துக்குமே ஒரு காரணமும், கதையும், கோவையா ஊருக்கு வியாக்யானம் சொல்லத் தோதும் வேணும். தன்னோட வாழ்க்கையையே ஒரு நாடகமா அமைச்சுக்கிட்ட பிறவி அவரு. அப்படித்தான் எங்க எல்லாருக்கும் குடும்பப் பேருல ராம் இருக்கணும்னு எல்லாத்துக்கும் வரிசையா வச்சிட்டு வந்தாரு.

ராமசாமிங்கறதே ஒருமாதிரியா மாக்கான குறிக்கிற சொல்லாதான் தஞ்சாவூர் மாவட்டத்துல பழக்கம். அதை வச்சு உங்க அப்பாவை எவ்வளவோ பேர் கிண்டல் பண்ணிருக்காங்க. அண்ணாதான் அப்பா சொல் மீறாத பிள்ளையா, அதெல்லாம் மனசோட வச்சிக்கிட்டாரு.

ஆனா என் ப்ரச்னை மகத்தானது. அப்போ கும்பகோணத்துல புதுசா நாய் வாங்குறவங்க எல்லாரும் ஜிம்மி, பப்பி மாதிரிதான் பேரு. ஆனா தமிழ்ல கூப்பிடணும்னா முதல்ல வைக்கற பேரு பத்ராதான். ஏனோ நாய்களுக்கு உகந்த பெயரா அதை கும்பகோணம்வாசிங்க மாத்திக்கிட்டாங்க.

அதுக்கப்புறம் போற வர்ற இடத்துலெல்லாம் இந்த நாய் டீசிங் என்னைத் தொடர்ந்து வந்துட்டே இருந்தது. பலமுறை எங்க அம்மாட்ட சொல்லி அழுதிருக்கேன். அப்பாகிட்ட சொல்லி அடிவாங்கிருக்கேன். எப்போதுமே வீட்டுக்கு வெளிலயே

இருக்கறதால இது என்னை ரொம்பவே பாதிச்சது. ரொம்ப நாள் கடுப்புல காலேஜ் முத வருஷம் படிக்கும்போது நண்பர்களோட பேசி ஒரு வக்கீலைப் புடிச்சுப் பேர் மாத்தி கெஸட்ல போட்டுட்றதுன்னு முடிவு பண்ணேன்.

கிட்டத்தட்ட இருபது, முப்பது பேர்களைப் பரிசீலனை பண்ணியும் எதுவும் சரியா வரல. என் மனசுல ஒண்ணே ஒண்ணு மட்டும் உறுதியா இருந்தது. எங்க அப்பாவை வெறுப்பேத்தணும். நாய் பேர் சொல்லிக்கூப்பிட்ற ஊர் வாயை அடைக்கணும். அதுக்குத் தமிழ்ப்பெயரோ, இந்தியப்பெயரோ கூடாது. வேற ஏதாவது மாடர்னா வச்சுக்கணும்னு நினைச்சேன்.

அப்ப இந்த பீட்டில்ஸ் இசைக்குழு ரொம்பப் பிரபலம். நீ கேள்விப்பட்டிருப்பல்ல' என்றார். அத்தனை நேரம் பேசிக் கொண்டிருந்ததை நிறுத்தி.

'பேர் மட்டும் கேள்விப்பட்டிருக்கேன்' என்றேன். அடுத்த நிமிடம் மௌனமானார். இயல்பாகவே பேச்சின் பாதியில் அறுந்து, எங்கேயோ தூரத்தில் சிந்தனையை சஞ்சரிக்க வைப்பது அவரின் இயல்பிலேயே இருந்தது. திடீரென இடது கையை இடது தோளுக்கும், வலது கையை வலது இடுப்பிற்கும் நகர்த்தி ஒரு பாவனையான கிதாரை உருவாக்கினார்.

'டோண்ட் லெட் மீ டவுன், டோண்ட் லெட் மீ டவுன்'

என்று சீரான இடைவெளியில் உரத்துப் பாடினார். தலையை அசைத்து, அசைத்துப் புன்னகை பரப்பி, கால்களில் தாளம் போட்டு அனுபவித்துப் பாடினார். அந்தக் கணத்தை நான் மிகவும் விரும்பினேன்.

இப்படிப் பாட்டுப் பாடுகிற, குழப்பங்களில்லாது உரையாடுகிற படில்ஸ் சித்தப்பாவை ராமபத்ரனாக்கிச் சித்ரவதை செய்யும் விஷயம் எது?

பாடலை ஒரு கட்டத்தில் நிறுத்திவிட்டு, மீண்டும் தொடர்ந்தார்.

'இது பீடில்ஸ் ஃபேமஸ் பாடல்கள்ள ஒண்ணு. இந்தக் குழு ரொம்பப் பிரசித்தம். அப்பல்லாம் தேடித் தேடி ரெக்கார்ட் வாங்கிக் கேப்போம். சட்டுன்னு ஒரு இரவுல அது தோணுச்சு. ஏன் இந்தப் பேரையே வச்சுக்கக்கூடாதுன்னு. சரின்னு அதையே

கெஸட்ல பதிவு பண்ணலாம்னு கொடுத்துட்டேன். ஆனா அந்தத் திருவாழத்தான்கள் அதைப் படில்ஸ்னு பதிவு பண்ணி விளம்பரமும் போட்டுட்டான்.

சரி நமக்கென்ன பேரா முக்கியம் வீம்புதானேன்னு அப்படியே வச்சுக்கிட்டேன். அப்படித்தான் படில்ஸ் நிலைச்சுடுச்சு' என்றார்.

வாய்விட்டுச் சிரித்தேன்.

'அப்ப எவ்ளோ யோசிச்சும் கிடைக்காத உங்க பேரு ஒரு எழுத்துப்பிழைலதான் முடிவாகியிருக்கு இல்லையா சித்தப்பா', என்றேன்.

அவரும் சிரித்தார். பிறகு சிரிப்பின் அளவைக் குறைத்து 'ஆமாம் கிட்டா. நீ சொல்றதுல ஒரு அர்த்தம் இருக்கு. பிழைகள்ன்றது நாம செய்யறது பாதி, நம்ம முன்னோர்கள் செய்யறது பாதி. அது ஜெனிடிக்ஸ்ல ஊஞ்சலாடற சாபம்' என்றார்.

அதற்கு மேல் தாங்காது என்று முடிவு செய்தேன். 'சித்தப்பா, நான் சொல்றேன்னு தப்பா நினைக்காத. உனக்குச் சொல்ல நிறையக் கதைகள் இருக்கு. எனக்குக் கேக்க நிறையக் கேள்விகள் இருக்கு. ரெண்டுக்கும் இடைல ஏன் கண்ணாமூச்சி ஆடற. இன்னைக்கு நீ கூட்டிண்டு போனதால கணபதி அக்ரஹாரத்துக்கு வந்தேன். அங்க இருந்தவங்க யாருன்னு தெரியல. அங்க நீ பேசினது ஏதோ ஆழ்ந்த உறக்கத்துல கேட்ட மாதிரி பட்டும் படாமத்தான் தெரிஞ்சது. ஏதேதோ படிக்கிற. என்னென்னவோ எழுதுற. பல விஷயங்களுக்கு புதிரா பதில் சொல்ற. ரொம்ப அழுத்திக்கேட்டா இன்னும் கொஞ்ச நாள்தானெல்லாம் சொல்லி பயமுறுத்துற.'

மிகக் கவனமாக ஒவ்வொரு சொல்லையும் என் கண்ணைப் பார்த்து உள்வாங்கிக்கொள்கிறார் என்று தெரிந்த பின்னர், என் மனத்தின் உளைச்சல்களையெல்லாம் மொழியாக்கிக் கொட்டிக்கொண்டிருந்தேன். என் தோளில் கைவைத்தார்.

'உன் எல்லாப் பூட்டுகளுக்கும் சாவிகள் தயாரா இருக்கு கிட்டா. அல்லது சாவிகளுக்கான இருப்பிட வழிகள். நிச்சயம் உனக்கு நான் பதில் சொல்வேன். திருவாதிரை வரைக்கும் பொறு. சில விஷயங்களை நாள் பார்த்துத்தான் செய்யணும். உனக்கு எல்லாம் விபரமா சொல்றேன். உன்னை இன்னைக்கு கணபதி

அக்ரஹாரத்துக்குக் கூட்டிப்போனது வழித்துணையா வர்றதுக்கு இல்ல, ஒருவேளை நான் இல்லாமப்போனா இந்தப் பயணத்தை நீ தொடரணும். அதான் எனக்கு அளிக்கப்பட்ட செய்தி. ஆகவே பொறு' என்றார்.

இன்னொரு புதிர். இன்னொரு குழப்பம். ஆனால் குறைந்தபட்சம் ஒரு தேதி தெரிந்திருக்கிறது. இதை மீறியும் கேட்டால் நிச்சயம் எதுவும் சொல்லமாட்டார் என்றும் புரிகிறது. போதும்.

'சரி சித்தப்பா நான் வெயிட் பண்றேன்' என்றேன் அமைதியாக.

தோளில் கைபோட்டுக்கொண்டு வெகுதூரத்தில் பார்த்துக்கொண்டிருந்தார்.

'எனக்கு இன்னொரு விஷயமும் சொல்லணும். இது உங்களப்பத்தினது இல்ல' என்றேன்.

'சொல்லு கிட்டா' என்றார்.

'உங்களுக்கு பக்கிங்ஹாம் பத்மநாபய்யர் ஃபேமிலி தெரியும்ல' என்று ஆரம்பித்து, என் சென்னைப் பயணம் செந்தாமரை சந்திப்பு, அவளின் ப்ரபோசல் என்று எல்லாவற்றையும் சொன்னேன். சற்று விரிவாகவே. குடும்பத் தொழிலின் மீது நான் வைத்திருக்கும் நம்பிக்கை. அவளின் தந்திரம். ஆயினும் அதன்மீது படர்ந்திருக்கும் என் மனக்குழப்பம் எல்லாவற்றையும் விரிவாகச் சொன்னேன்.

இறுக்கம் தளர்ந்து புன்னகையுடனான முகத்தை வைத்திருந்தார்.

'இதெல்லாம் அப்பா, தாத்தா, அம்மாட்ட பேசுற விஷயமா எனக்குத் தோணல. அதான் உங்ககிட்ட சொல்றேன்' என்றேன்.

இது ப்யூர்லி பெர்சனல் டிசிஷன். அப்பா, அம்மா, சித்தப்பா, நாய்க்குட்டில்லாமா கேட்டுண்டிருப்ப. நீ என்ன நினைக்கிறேங்கறதுதான் முக்கியம். நீ என்ன நினைக்கிற என்று என் கண்களைப் பார்த்தார்.

'நான் நோ சொல்லப்போறேன் மேரேஜ், பிசினஸ் ரெண்டு ப்ரபோசலுக்கும். ஆயினும் நட்பை விட்டுடாத நோ' என்றேன் சிரிப்போடு.

'குட்' என்றார்.

'இந்த விஷயத்துல எனக்குச் சொல்ல ஒண்ணே ஒண்ணு இருக்கு கிட்டா. நீ மெச்சூர்ட் பையன். என் அண்ணா, அப்பாவைவிட நீ புத்திசாலி. பெரிய வாழ்வு உனக்குக் காத்திருக்கு. உன்னோட செயல்திறத்தையும், அறிவின் தீவிரத்தையும் பாக்குற எல்லாருமே சொல்றாங்க. அவ்வளவு சந்தோஷமா இருக்கு. அதோட இந்த விஷயத்தையும் நீ மனசுல வச்சுக்கணும்.

நம்ம குடும்பத்தின் ஆதிவேர்ல ஒரு பெண் சாபம் இருக்கு. அது மீண்டும் மீண்டும் வாரிசுகளைப் பெண்கள் கொண்டே தாக்கும். நான் பாதிக்கப்பட்டேன். நீயும் பாதிக்கப்படுவ. அத எப்படி நீ எதிர்கொள்றேன்றதுலதான் உன்னோட புத்திசாலித்தனம் இருக்கு.

காமம்ங்குற மாயநீர்ச்சுழல்ல மட்டும் சிக்கிக்காத. அது உன்னை அதலபாதாளத்துக்கு இழுத்துட்டுப் போகும்' என்றார்.

எனக்கு காவேரியாற்றின் மேலே புகையெனப் படர்ந்த ஷ்யாமா, நீலா, செந்தாமரை மூவரின் உருவங்களும் காட்சிப்பிழையென எழுந்து சிரித்தன.

சித்தப்பா மீண்டும் தன் கையில் அந்த பாவனை கிதாரை எடுத்துக்கொண்டு 'டோண்ட் லெட் மீ டவுன், டோண்ட் லெட் மீ டவுன் ' என்று பாடினார்.

13. மகக்குளம்

ஞானத்திற்கும், காமத்திற்குமே தொலைவு அதிகம் என்றுதான் சொல்கிறார்கள். காமத்தைப் பற்றி அறிந்து அதிலிருந்து மீள்வது ஞானிகளுக்கே வசப்படவில்லை என்பதுதான் வரலாறு. அதை வரையறை செய்ய, கட்டுக்குள் நிறுத்தி வைக்க, அதை முறைப்படுத்த ஏதேதோ யோசனைகள், முயற்சிகள் செய்திருக்கிறேன். ஆனால் அவையெல்லாம் அவ்வப்போதே அழிந்துபோகும் தற்காலிகச் சிந்தனைகளாகவே அமைந்துபோயின.

அதைப்பற்றி நானே முழுதாக அறிந்திருக்கவில்லை என்பதே உண்மை. அல்லது அறிந்துகொள்ள முனையும்தோறும், எங்கோ சற்று அறியாமையும் எஞ்சுகிறது. எஞ்சும் அந்த முனைகளில்தான் தந்திரங்களைப் பொத்தி வைத்து மாயங்கள் செய்கிறது காமம்.

தன்னைக் காதலாக, ரசனையாக, அன்பாக, உயர்வு நவிற்சியாக என்று ஒவ்வொரு முறையும் ஒவ்வொரு சாக்குச்சொல்லி மனத்தை இழுத்து ஜாலம் செய்துவிடும் தந்திரக்காரன்.

ஆற்றுப்பாலத்தில் சித்தப்பாவுடன் பேசிக்கொண்டிருந்த அந்த இரவு என் உள்ளத்தில் புதியதாக ஒரு தெளிவைக் கொண்டு வந்திருந்தது என்றுதான் நினைத்தேன். செந்தாமரையை அழைத்துப் பேசினேன். நேராகக் கண்களையும், உடலையும் காணும்போது அலைபாயும் மனத்தைக் கட்டியிழுத்து வார்த்தைகளைக் கோப்பது கடினம். ஆனால் அலைபேசியில் அவை கட்டுக்குள் நின்றன.

அவள் பேசிய ஒவ்வொரு வாக்கியத்தையும் நினைவுகூர்ந்து எடுத்து அதற்குப் பதிலை வரி வரியாக விளக்கிக் கூறினேன். ஏன் இந்த ரிலேஷன்ஷிப் டீல் ஒத்துவராது என்று சொன்னேன். உனக்கிருப்பது போல் எனக்கும் கனவுகள் உள்ளன என்று எடுத்துரைத்தேன். எல்லாவற்றையும் கேட்டுக்கொண்டு அதற்குப் பதிலாக அவளும் தன் பங்கை விவரித்துப் பேசினாள். மறுத்தாள். சிலவற்றை ஒப்புக் கொண்டாள். இறுதியாகச் சில பிரம்மாஸ்திரங்களைச் செலுத்திய பிறகு மௌனமானாள்.

ஒன்றை உறுதியாகச் சொன்னேன். மூன்று தலைமுறைகளாக இல்லாத நட்பை நாம் தொடங்கி வைப்போம். உறவென்னும் புதிய குழப்பத்திற்குள் நுழைய வேண்டாம் என்பது என் தீர்மானம். நான் சொன்னதை ஒப்புக்கொண்டாள். தொழில் ரீதியான போட்டி ஒரு புறமிருந்தாலும், நட்பினை வேறு திசையில் தொழில் ரீதியிலேயே அமைத்துக்கொள்ள ஆயிரம் வழிகள் இருப்பதை உணர்த்தினேன். அதற்குப் பிறகும் சிலமுறை பேசினாள். கடந்த ஒரு வாரமாகத் தினமும் அவள் காலையில் எடுத்துக்கொண்ட செல்ஃபியோடு ஒரு குட்மார்னிங் சொல்லித் தன் காலையைத் தொடங்குகிறாள். சற்று பிரயத்தனப்பட்டு பின்பு அவள் செய்திகள் மேலெழுந்து வராதவாறு வாட்சப் அமைப்புகளை மாற்றி வைத்தேன்.

ஷ்யாமாவின் அழைப்புகளையும், செய்திகளையும் நிராகரிக்கத் தொடங்கியிருந்தேன். முற்றுமுதலாக அவளிடமிருந்து விலகுவதுதான் என்னுடைய முதற்பணி என்று முடிவு செய்து கொண்டிருந்தேன். முகூர்த்தங்கள் இல்லாததால் பத்ராச்சாரியார் குடோனுக்குப் போக வேண்டிய காரணங்களும் அமையவில்லை. சித்தப்பா இரண்டு நாள்கள் பயணமாக வெளியூர் போகிறேன் என்று கிளம்பிச் சென்றிருந்தார். திருவாதிரைக்கு இன்னும் சில நாள்கள் இருந்தன.

கார்த்திகை முகூர்த்தங்களுக்கான கலெக்ஷன்கள் மிச்சமிருந்தன. மண்டபத்திலேயே பணம் வாங்குவதோ, அல்லது முகூர்த்தம் முடிந்த களைப்பு மிச்சமிருக்கும் மறுநாள் காலையில் சென்று நிற்பதோ எங்கள் வழக்கமில்லை. இரண்டு வாரங்கள் நேரம் கொடுத்து வாடிக்கையாளரின் வீட்டிலேயே சென்று வாங்கிக்கொண்டு வருவோம். எங்களின் நற்பெயருக்கு அதுவும்

ஒரு காரணி; பெரும்பாலும் வங்கிக் கணக்குகளுக்குப் பணம் போகாமல் பார்த்துக்கொள்வோம். ஆகவே நிதானம் ஒரு சாக்கு அவ்வளவே.

கறுப்பில் வாங்குவதை வெள்ளையாக்கும் வேலைகளை அப்பாவும், ஆடிட்டரும் கவனித்துக் கொள்வார்கள். இந்தக் கலெக்ஷன் பணி பெரும்பாலும் என்னுடையது. மிகவும் கவனம் கோரும் வேலை என்றாலும் சில வருடங்களில் அதையும் லகுவாகப் பார்க்கப் பழகியிருந்தேன். இன்றும் கலெக்ஷன் கடமைகள் இருந்தன. நீலா இன்று சந்திக்கலாம் என்று சொல்லியிருந்ததால் காசி விஸ்வநாதர் கோவிலுக்கு முன் காத்திருந்தேன்.

மகாமகக் குளத்தின் தெற்குக்கரை நிறைய நினைவுகளைக் கொண்டது. எனக்கு மூன்று வயதிருக்கும்போது மகாமகம் வந்தது. தமிழகமே கும்பகோணத்தில் குவிந்திருந்தது. அத்தனை கூட்டத்தைக் கண்டதும் பயந்ததும் அதுதான் முதன்முறை. இந்தக் குளத்தில் எல்லாத் திக்கிலும் மக்கள் கூட்டம் நிறைந்திருந்தது. முதற்படியில் கூட கால்வைக்க முடியாத நெரிசல். அப்பா என்னைத் தோளில் தூக்கி வைத்துக்கொண்டு, அத்தனை நெரிசலையும் கடந்து கூட்டிக்கொண்டு போய் முழுக்குப் போட்டு மீண்டும் கரை மீளும் வரை நடந்தது எல்லாமே ஏதோ கனவில் நிகழ்ந்தது போல இருந்தது. இதோ இன்று சீண்டுவார் யாருமின்றி காலியாகக் கிடக்கும் இந்தக் கரை ஏன் பன்னிரண்டு வருடங்களுக்கு ஒருமுறை மட்டும் சீற்றம் கொள்கிறது.

மனமும் அதுபோலத்தான் என்று நினைத்துக்கொள்கிறேன். அத்தனை அலைபாய்தலுக்கும் இடையில் ஏதோ ஒரு மையத்தில் குடிகொண்டிருக்கும் அமைதியைத் தியானிக்கும்பொழுது அது முற்றிலும் வேறு தளத்திற்குச் சென்றுவிடுகிறது. அந்த தியானத்திற்கெனத்தான் இங்கே காத்திருக்கிறேன்.

இதோ புன்னகையில்லாப் புன்னகையுடன் தனிஷ்டா என்கிற நீலா வந்து கொண்டிருக்கிறாள். எந்தச் செயற்கைப்பூச்சுமற்று ஜொலிக்கும் சோழதேச நிறமும், முகமும். வெளிர்நீலத்தில் சுடிதார். வெள்ளை நிறத் துப்பட்டா. சிறுமணிகள் கோக்கப்பட்ட தொங்கட்டான். கூந்தலில் சூடப்பட்டாலும் கழுத்துகளை கௌரவிக்கிற பெரிய மல்லிகைச் சரம். எழும் புன்னகையை

வலுவாக மறைத்து, சிறிய உதட்டுச்சுழிப்பை மட்டும் பரிசளிக்கிற தஞ்சாவூர்ப்பெண்களின் கர்வம்.

‘மழை வரும் போலிருக்கிறதே ஐயா, இவ்வளவு பங்சுவாலிடியைக் குடந்தை தாங்காதே...’

என்றாள் கிண்டல் தொனிக்க. உண்மைதான். இந்த ஒரு வருடத்தில் இரண்டு முறையோ மூன்று முறையோதான் அவளுக்கு முன்பு நான் வந்து காத்திருந்திருக்கிறேன். பல நாள்கள் தாமதமாகத்தான் போவேன்.

‘நீங்கல்லாம் பிசியா இருக்கறவா. காலேஜ், ப்ராஜக்ட், காம்பஸ் இண்டர்வியூன்னு சொல்லுவீங்க. நானொரு வெட்டி ஆபீசர்தானே’ என்றேன்.

‘அம்மாடி, இது காசி விஸ்வநாதருக்கே தாங்காது, போறும்’ என்று சிரித்தாள்.

அந்தச் சிறு உதடுதான் எத்தனை பாவங்களை நொடிக்கொரு முறை வெளிப்படுத்துகிறது. பிடிவாதம், கர்வம், சந்தோஷம், கிண்டல் என முகத்தின் பாவனைகளுக்கேற்பத் தன்னைத் திருத்திக்கொண்டே இருக்கிறது. பரவசத்தின் முகவரி அது.

‘கெழட்டித் தந்துடவா’ என்றாள் எங்கோ பார்த்துக்கொண்டே. நான் உதடுகளைச் சில நொடிகளுக்கு மேல் உற்றுப்பார்த்திருக்கிறேன்போல.

‘இப்ப வேண்டாம் வேணுங்கும்போது வாங்கிக்கிறேன்’ என்றேன்.

இப்போது சற்று கன்னம் சிவக்க நிமிர்ந்து பார்த்துப் பின் குனிந்துகொண்டாள்.

அப்பனும் அம்மையும் அன்று பிரகாசமாகக் கொலு வீற்றிருந்தார்கள். அம்மனுக்குப் பச்சையும், சிவப்பும் கலந்த புதுப்பட்டும் வெள்ளி கிரீடமும் அணிவிக்கப்பட்டு மின்னிக்கொண்டிருந்தாள்.

தரிசனம் முடிந்து வெளியே வந்து பிராகாரத்தில் அமர்ந்து கொண்டோம். இவளைப் பார்க்கும்போது மனத்தில் ஏற்படும் மிக நளினமான கவித்துவங்களைக் குறித்துக்கொள்கிறேன். இதில் ஏன் மோகத் தீற்றல்களின் அளவு மிகக் குறைவாகவே இருக்கிறது? அல்லது இல்லாமலே போகிறது என்ற கேள்விக்கான பதிலையும்

சிந்திக்கிறேன். அன்று ஷூட்டிங் வீட்டில் இவள் கொடுத்த முதல் முத்தத்தைக்கூட நான் என் காமப் பட்டியலில் சேர்த்துக் கொள்ளவில்லை. இதற்குத் தனியான அளவுகோல் இருக்கிறது.

என் பதற்றங்களின் அளவு மிகக் கணிசமாக இவள் அருகில் இருக்கையில் குறைகிறது. அல்லது இல்லாமலே போகிறது. ஒருவாரமாக அவள் தஞ்சாவூருக்குப் போனது. கல்லூரியிலேயே பிராஜக்ட் தெசிஸ் முடித்தது. காம்பஸ் இண்டர்வியூக்களை அட்டெண்ட் செய்தது. பெங்களூர் வேலைகளை அப்பாவின் ஆலோசனையின் பேரில் நிராகரித்தது. தஞ்சாவூரில் புதிய மால் ஒன்று வந்திருப்பது. ஏதோ பெரிய திரை தியேட்டரில் அஜித் படம் பார்த்தது என்று ஒன்றுவிடாமல் ஒப்பிக்கிறாள்.

‘ஒருவேளை எனக்கு அமெரிக்காவுல வேலை கிடைச்சுட்டா உனக்கு ஓகேவா’ என்ற கேள்வி சட்டென்று எல்லாவற்றையும் உடைத்துவிட்டது. உச்சத்துக்குப் போய்க்கொண்டிருந்த எல்லாச் சிந்தனைகளும் கடகடவெனத் திரும்பிவந்தது. யோசிக்க வேண்டிய கேள்வியா இது. இல்லை உண்மையிலேயே இப்படி நடந்துவிட்டால் நான் என்ன செய்ய. ஆழ்மனத்திலிருந்து புறப்பட்டு வந்த அந்தப் பதிலை நானே எதிர்பார்த்திருக்கவில்லை.

‘நிம்மதி. ராமச்சந்திரய்யர் கேட்டரிங்கோட அமெரிக்கப் பிரிவை ஓப்பன் பண்ணிண்டு, ரெண்டு பேருமா அங்கயே நிம்மதியா இருந்துடலாம்...’ என்றேன்.

அந்தப்பதிலைத்தான் அவளும் எதிர்பார்த்திருந்தாளா தெரியவில்லை. சட்டெனக் கைகளைக் கோத்துக்கொண்டு, கண்களைப் பார்த்துப் புன்னகைத்தாள். இது அவள் எதிர்பார்த்த பதில் மட்டுமல்ல. என் ஆழ்மனம் தேடுவதும் இதைத்தான். இதுநாள் வரையில் சேர்த்து வைத்த அழுக்குகளைத் துடைத்துவிட்டு, புதிய வெண்ணிறப்போர்வையைப் போர்த்திக்கொள்ளும் புனிதத் தேடல் போல. அல்லது எல்லாவற்றையும் உதறிப்போட்டுவிட்டு ஓடிப்போகும் எஸ்கேபிசம் என்றது இன்னொரு ஆழ்குரல்.

நீலாவை மேலக்காவேரியில் விட்டுவிட்டு கலெக்ஷன் வீட்டுக்குப் போகும்போது ஷ்யாமாவின் அழைப்பு வந்தது. மூன்று முறை கட் செய்தேன். பணத்தை வாங்கிக்கொண்டு மீண்டும் கிளம்ப எத்தனிக்கும்போது குறுஞ்செய்தி அனுப்பியிருந்தாள்.

செய்தி இல்லை. புகைப்படம் மட்டும். மேலாடை அணியாது தோள்கள் மட்டும் தெரியும் வண்ணம் எடுக்கப்பட்ட செல்ஃபி. அந்தக் கண்கள் சொல்லும் செய்தியை நானறிவேன். அதுதான் என்னை அச்சமும், வெறியும் கொள்ளச்செய்கின்றன. அதை நேரில் எதிர்கொண்டு வீழ்த்தினால் என்ன என்று தோன்றியது.

தன்னைக் காதலாக, ரசனையாக, அன்பாக, உயர்வு நவிற்சியாக ஒவ்வொருமுறையும், ஒவ்வொரு சாக்குச் சொல்லி மனத்தை இழுத்து ஜாலம் செய்யும் தந்திரக்காரி அந்த நண்பகலிலும் தனக்கிட்ட பணியைத் தவறாது செய்திருந்தாள்.

14. பாலிகை

மனம் எப்படி இயங்குகிறது என்பதுதான் மானுடத்தின் பெரிய புதிர்க் கேள்வியாக இருக்க வேண்டும். அறிவியல், நரம்பு மண்டலம், சுரப்பிகள், பிறப்பு, வளர்ப்பு, சூழல் என எங்கெங்கோ சுற்றிவளைத்து ஒரு முடிவு சொல்கிறதுதான். அது அவனவன் விதி என்பதைத்தான் வெவ்வேறு மொழிகளில் சொல்கிறார்கள் என்று நினைத்துக்கொள்கிறேன். இந்த நீள் குளிர்ப் பகலில் என் மனம் இப்படி இயங்குவதற்கு வேறு எந்தச் சிறப்புக் காரணமும் இல்லை. இது என் இயல்பு. இப்படித்தான் இருந்திருக்கிறேன்.

செயலின் உச்சத்தில் இயங்கும் நான் வேறு. ஒரே நாளில் இரண்டு முகூர்த்தங்களைக் கையாள்வேன். உடனடியாகக் களமிறங்கி முடிவெடுக்கவேண்டிய விஷயங்களைச் சடுதியில் தீர்த்துத் தெளிந்து வருவேன். அடுப்பிலிருந்து இறக்கவேண்டிய நேரத்தில் சுவை குறைந்த பண்டத்தை, எதைச் செய்தாவது, சுவைகூட்டிப் பரிமாற வைப்பேன். அது என் தொழில். அது என் தனித்திறன். அது என் களம்.

ஆனால் களத்தில் நிற்காத நானும் என் மனமும் நிராயுதபாணிகள். அங்கே என்ன செய்வதென்ற நிதர்சனம் எனக்குப் புரிவதில்லை. கண்போன போக்கில் கலைந்து செல்வதில் ஓர் அலாதி ஆனந்தம் இருக்கிறது எனக்கு. அல்லது இப்படிப் போவதில் இருக்கும் குறுகுறுப்பை மனம் ரசிக்கிறது.

இதைச் செய்யக்கூடாது என்று எடுத்த தீர்க்கமான முடிவுக்கு எதிராகச் செயல்பட்டு இதோ மீண்டும் பத்ராச்சாரியார் தெருவுக்குச் செல்கிறேன். ஆச்சர்யமேதுமில்லை. என் மனம் என் தீர்மானங்களை மீறுவது இது முதன்முறையல்ல. மேலும் அதை ஒருபக்கம் நானே ரசித்துக்கொள்கிறேன். எங்கோ ஏதோ ஓர் ஆழக்குழியில் எனக்குப் புதையல் இருக்கிறது என்று தானாகவே உறுதி செய்து கொண்டு ஓடிக்கொண்டிருக்கும் இயல்பான குறுகுறுப்பு.

கதவைத் திறந்தபோது ஷ்யாமா இருள் நிறைந்த ரேழியில் ஒரு கற்சிலை போல நின்றிருந்தாள். வனப்பு மிகுந்த கற்சிலை. அந்த அங்கங்களின் ஒவ்வொரு நுனியையும் நான் அறிவேன். அதன் அத்தனை சுவைகளிலும் நீந்திக் களித்திருக்கிறேன். அதை மீறிச்செல்வதைப் பற்றி ஒருபோதும் சிந்தித்திருக்கிலேன். இன்று அதை முயற்சி செய்வேன்.

அவளைக் கடந்து சென்றேன். எண்ணெய் தேய்த்துக் குளித்திருக்கிறாள். சீயக்காய் வாசனை. மஞ்சள் வாசனை. வலப்புறம் திரும்பி குடோன் கதவைத் திறந்து, லாக்கரினுள் பணத்தை வைத்துவிட்டு வந்தபோது அறை வாசலிலேயே நின்று ஆழ்ந்து பார்த்துக்கொண்டிருந்தாள். விதி எண் ஒன்று கண்களைப் பார்க்காதே.

'ஷ்யாமா உங்கிட்டப் பேசணும், இப்படி வந்து உக்கார்' என்று நாற்காலிகள் இருந்த திக்கில் கைகாட்டிவிட்டு நடந்து போய் அமர்ந்துகொண்டேன். அவள் இன்னும் இருந்த இடத்திலேயே நின்று பார்த்துக்கொண்டிருப்பது தெரிந்தது. பிறகு மெதுவாக நடந்து வந்து என் காலுக்குக் கீழ் அமர்ந்துகொண்டாள்.

'நீ எதுவும் சொல்ல வேண்டாம் க்ருஷ்ணா. எனக்கு உன்னைத் தெரியாதா?' என்றாள்.

மொழி. என் மனத்தை ஒன்று ஆழ்ந்து உடைத்துவிட முடியுமென்றால் அது ஆதுரமான, அர்த்தபூர்வமான மொழி ஒன்றால்தான் முடியும்.

'நான் யாரு, என்னோட எல்லை என்ன, உன்னை நான் எங்க வச்சுக்கணும். எல்லாத்துலயும் எனக்கும் தெளிவு இருக்கு. என்

மனசாட்சி என்னை எப்படிக் கொல்றதோ, அதைத் தாண்டி உன்னையும் கொல்லுமே. நீ எப்படி நிம்மதியா உன் வாழ்க்கையைப் பாக்க முடியும்னெல்லாம் நான் யோசிச்சதே இல்லேன்னா நினைக்கிற?' என்றாள்.

கண்கள், பெரிய வெண்குளத்தில் நீந்தும் கருமீன்களென அவள் நீள்விழிப்பார்வை என்னைத் தாக்குகிறது.

'அதை எங்கிட்டதானே நீ சொல்லிருக்கணும். இப்படி திடீர்னு, ஃபோனை ஆஃப் பண்ணி வச்சுட்டு, கூப்புட மாட்டேன், பேச மாட்டேன்னு போயிட்டியானா நான் என்ன பண்ணுவேன்'

ஏற்ற இறக்கங்களோடு மொழியின் தீவிரத்தை முகத்தின் உணர்ச்சிகளோடு கடத்தும் இதில்தானே வீழ்ந்தேன்.

'ஷ்யாமா, நான் உன்னை வெறுக்கல. என் தீவிரத்தைக் கட்டுப்படுத்திக்கிறேன்...' என்றபடி நெடுநாள்களாகக் கோத்து வைத்திருந்த வாக்கியங்களைச் சொல்ல முயற்சி செய்யும்போது கைகளை நீட்டி வாயை மூடுகிறாள். மஞ்சளும் குங்குமமும் சேர்ந்த மணம்.

'எதுவும் சொல்ல வேண்டாம்.'

'எப்படி திடீர்னு வந்தேனோ, அப்படி திடீர்னு போறதுல எனக்கு எந்தக் குறைச்சலும் இல்லை. ஒரு ராஜகுமாரனோட கொண்டாட்டத்துல இணைஞ்சுண்டேன்ற இந்தச் சில வருஷங்களை வச்சுண்டே இந்த வாழ்க்கையை ஓட்டிடுவேன். இது கூட புரிஞ்சுண்டு விலகலேன்னா, அப்புறம் நீ என் வாழ்க்கைல வந்ததுக்கு என்ன அர்த்தம்'

சரி, வா. சாப்பிடலாம். என்று சொல்லிவிட்டு எழுந்துகொண்டாள்.

அவ்வளவுதானா. இது இத்தனை எளிதா? இதற்குத்தானா இவ்வளவு குழம்பினேன். ஷ்யாமா எவ்வளவு நல்லவள். அழுவாள். கெஞ்சுவாள். கோபம் கொள்வாள். சாபம் விடுவாள் என்று எத்தனை இரவுகளை இதன்பால் செலுத்திக் குழம்பியிருக்கிறேன்.

திடீரென ஒரு திரை விலகியதுபோல மனம் பளிச்சென்று துலங்கியது. அத்தனை நேரம் தயாரித்துக்கொண்டு வந்திருந்த இறுக்கமான முகத்தையும், மொழியையும் சற்றுத் தளர்த்தலாம்

என்று தோன்றியது. எழுந்து அடுக்களைக்குச் சென்றேன். வாசலிலேயே நின்று -

'உண்மையிலேயே உனக்கு வருத்தம் இல்லையா ஷ்யாமா?'

'இல்லாம? உனக்கு நினைவிருக்கா. முதன் முதல்ல இந்த வீட்டுக்குள்ள நீ வந்தப்ப நீ ஒரு வளர்ந்த குழந்தை. முதலாளியின் மகன். அப்புறம் அடிக்கடி வந்து போக ஆரம்பிச்சப்ப பக்கத்து வீட்டுப் பையன் போல ஒரு பாவனை. நீ, வா, போன்னு ஒருமைக்கு மாறினபோது, தம்பின்னு நினைச்சுண்டேன். சமையலை ரசிச்சு, என்னைப் புரிஞ்சுண்டு இன்னும் நெருங்கினப்ப ஒரு நண்பனோட சாயல். நண்பனை எனக்குள்ள அனுமதிச்சப்ப க்ருஷ்ணாங்குற ஒரு ராஜகுமாரனோட சாயல். ராஜகுமாரனை உடனடியா பக்கத்து வீட்டுப் பையனாவோ, முற்றிலும் அந்நியனாவோ என்னால மாத்திண்டுட முடியாதுதான். ஆனா மெதுவா மாத்திப்பேன்.'

சிரித்தாள். அது என் குற்றவுணர்வைத் தூண்டும் காரணி விழாதே என்று ஆழ்மனக்குரல் எழுந்து வருகிறது. தெரிந்தே அதை அடக்குகிறேன். ஏதோ சொல்ல வாயெடுக்கிறேன்.

'ம்ஹூம். ராஜகுமாரன் வருத்தப்படக்கூடாது.'

வா சாப்பிடலாம். வெயில்ல வந்திருக்க. பசி தாங்காது உனக்கு.

இலையைப் போட்டு ஓரத்தில் சொட்டுப்பாயசம் வைத்தாள். உருளைக்கிழங்குக் கறி, முட்டைக்கோஸில் தேங்காய் போட்ட கறி, சௌசௌ கூட்டு. ஆவி பறக்கச் சாதம் பரிமாறி, சின்ன வெங்காயமும், முள்ளங்கியும் போட்ட சாம்பாரை ஊற்றினாள். நல்ல பதத்தில் அரைத்துவிடப்பட்ட சாம்பார். வெயிலும் குளிரும் இணைந்த இப்பகலும், பசித்த வயிறும், தவித்து பின்பு நெகிழ்ந்த மனமும் இந்த உணவை மிகுந்து ரசித்து உண்ணவைத்தது.

அம்மா மாதிரி புளிப்பு சேர இன்னும் பழகல. இருந்தாலும் இன்னைக்கு நீ வருவேன்னு கொஞ்சம் புளியை அதிகமாத்தான் கரைச்சேன் என்றவாறு ரசம் பரிமாறினாள். அது இன்னும் சுவையாக இருந்தது.

பாயசம் பரிமாறியபோதுதான் சாதாரணச் சமையல் இல்லையே, இன்று விசேஷமும் ஏதும் இல்லை என்று தோன்ற, எதுக்கு

ஷ்யாமா பாயசமெல்லாம் பண்ணியிருக்க என்றேன். என்னை நானே இயல்பாக்கிக்கொள்ள முயற்சி செய்துகொண்டிருந்தேன்.

'ரொம்ப நாள் கழிச்சு நீ வருவேன்னு தெரியும். அதான், போக இன்னைக்கு மார்கழி மிருகசீரிஷம் வேற' என்றபடியே முகத்தை நிமிர்ந்து பார்த்தாள்.

முதலில் புரியவில்லை. புரிந்தபோது உச்சியில் கனத்தது. இன்று அவள் பிறந்தநாள். கடந்த மூன்று வருடங்களாக அதைக் கொண்டாடியிருக்கிறேன். விலகுதல் என்று முடிவெடுத்துவிட்ட பிறகு அதுவும் மறத்தல் இயல்புதான் போல.

குற்றவுணர்வோடு 'ஷ்யாமா, ஹேப்பி பர்த்டே. மறந்துட்டேன் சாரி.'

'இதுக்கெல்லாமா சாரி சொல்வ. மூணு வருஷமாத்தானே எல்லாம். இதோ இப்பவும் நீ வந்திருக்க. நிறைவாப் பரிமார்றேன். இதைவிட என்ன கொண்டாட்டம் இருந்துடப் போறது' என்றாள்.

பாயசத்தை ஊற்றினாள். இலைப்பச்சை மணம் சேர்ந்த அந்தப் பாயசம் மிகவும் இனித்தது. நெய், ஏலக்காய், ஜாதிக்காய் மணம் மேலெழுந்து வந்தது. குங்குமப்பூ இழைகள் தென்பட்டன. பன்னீர் மணம் சேர்க்கப்பட்டிருந்தது. கைகளால் அள்ளி வாயில் ஊற்றிக் கொண்டபோது சுவை கொண்ட ஒரு பாலாறு வாய்க்குள் நுழைந்த அனுபவத்தைக் கொடுத்தது. கண்களை மூடி அந்த மிடற்றை ரசித்தேன். பாதாமும், முந்திரியும் நெறிபட்டன. மணமும் சுவையும் உறவாடி நா நரம்புகளைச் சிலிர்த்தெழச்செய்தன. மிடறு மிடறாக உள்ளே செல்லச்செல்ல வயிறு இன்னும் இன்னும் என்றது. நாவில் உமிழ்நீர் மிகுதியாக உற்பத்தி ஆகத்தொடங்கியிருந்தது.

வீட்டில் அளவாகச் சமைக்கும்போது இத்தனை மணமும் சுவையும் வருவதற்கு வாய்ப்புகள் குறைவு. ஆனால் ஷ்யாமாவின் கரம் அதைச் சாதிக்கிறது. கண்மூடி இந்த இனிப்பை அனுபவித்தேன். இன்னொரு முறை கேட்டு வாங்கிச்சுவைத்தேன். மூன்றாம் முறை பரிமாறப்பட்டபோது புதிதாக அப்பளம் பொரித்துக்கொண்டு வந்தாள். அதனை நொறுக்கிப் பாயசத்தோடு இணைத்துச் சாப்பிட்டேன். இனம் புரியாத நிறைவு இருந்தது.

'மோர் சாதம் வேண்டாம். இந்தப் பாயசத்தை நாக்கும், மனசும்

இன்னும் அனுபவிக்கட்டும்' என்றேன். புன்னகையோடு அகன்றாள். கைகழுவிக்கொண்டு வந்து, அடுக்களைக்குள் புகுந்து, பின்புறமாக அவளை அணைத்துக்கொண்டேன்.

வீட்டிற்குள் நுழைந்தபோது இருந்த நான் வேறு, அவளோடு அமர்ந்து வாழ்வின் நியாய தர்மங்களைப் பேசிய நான் வேறு, குற்றவுணர்வு களைந்து எதார்த்தமாக உணவு உண்ண அமர்ந்த நான் வேறு. இன்று அவள் பிறந்த நாள் என்று உணர்ந்த கணமும், அதற்குப் பின்னர் இனிப்புப் பால் பாயசம் அருந்திய பின் மயக்கத்திற்குப் போயிருக்கும் இந்த நான் முற்றிலும் வேறு.

அதுபோலவேதான் அவளும். அத்தனை நேரம் எங்களுக்குள்ளே இருந்த அந்தத் தற்காலிக உலக நியாயங்கள் இந்த நொடி வழக்கற்றுப் போயின. எங்களை மிகவும் அறிந்த அந்த மஞ்சத்தில், எங்களை ஊடறுத்து, உயிர் பரிமாறி, மகிழ்ச்சியின் உச்சத்துக்குப் போய்க் களித்துக்கொண்டிருந்தோம். வியர்வையின் மழையில் எங்களின் ஆழ்மன உறுத்தல்களை மூழ்கச் செய்தோம். சுழன்று சுழன்று உடல்களின் வெளியில் ஆன்மாவை உலவவிட்டு ரசித்துக் கொண்டிருந்தோம். மொழியும் மூச்சும் சுத்த கதியில் இயங்க பரவசத்தின் உச்சநுனி வரை சென்று மீண்டோம.

மூச்சிரைக்க, 'ஹேப்பி பர்த்டே ஷ்யாமா. இந்தப் பரிசு போக வேறெதுவும் வாங்கலை' என்றேன்.

புன்னகையோடு 'என் பிறந்த நாள் பரிசை நானே எடுத்துக்குவேன்' என்று அணைத்துக்கொண்டாள்.

கிளம்பும்போது மீண்டும் ஒரு பெரிய தம்ளர் நிறையப் பாயசம் கொடுத்தாள். கண்களைச் சுழற்றியது. வீட்டிற்குச் சென்று தூங்க வேண்டும் என்ற உணர்வு பெருகியது. வாசற்கதவைத் திறந்து, பெரிய தெருவை அடைந்து பைக்கை எடுத்தபோது சுரேஷய்யர் பத்ராச்சாரியார் வீதிக்குள் நுழைவது தெரிந்தது. என்னைப் பார்த்தார். ஆனால் பார்க்காதது போலக் கண்களைத் தாழ்த்திக்கொண்டு சென்றதில், ஏதோ புரிந்தது. புரியாதது போலவும் இருந்தது.

ஆனால் கண்களைச் சுழற்றும் இந்தத் தூக்கத்தின் பொருள் என்ன? வழக்கத்தைவிட அதிகமான வேகத்தில் வீட்டை அடைந்தேன். அம்மா சாப்பிட வா கண்ணு என்பதை ஜாடையிலேயே மறுத்துச்

சாப்டேன் என்று சைகை செய்தேன். என் அறையை அடைந்து படுக்கையில் வீழ்ந்த அடுத்த நொடி தூக்கம் சுழற்றியது.

விழிப்புக்கும் தூக்கத்துக்கும் இடையே இருந்த அந்தக் கடைசி நொடியில், கலெக்ஷன் பணத்தை ஷ்யாமா வீட்டிலேயே வைத்துவிட்டு வந்தது நினைவுக்கு வந்தாலும், அந்தப் பரபரப்பையும் அடக்கி உறங்கிப்போனேன்.

15. கவலம்

இந்தக் கணத்தில், சஞ்சலங்கள் வந்து தீண்டாத அதிதூய வெளியொன்றில் என்னைக் கொண்டு போய் இருத்திக்கொள்ள விரும்பினேன். மனத்திற்குள் அழுத்தும் பாரத்தின் மையத்தில் உருண்டு திரண்டிருக்கும் ஏதுமில்லாப் பெருவெளியை உற்று நோக்கிக் கொண்டிருந்தேன். நடுங்கும் கைகளை இறுக்கிக்கோத்து வைத்துக்கொண்டு சமன்செய்துகொள்ள விரும்பினேன். உடல் நடுக்கத்தை என்ன செய்து தீர்த்துக்கொள்வது என்று புரியாமல் தவித்தேன். கண்ணீர் வரவில்லை. கோபம் வரவில்லை. ஆற்றாமை நிறைந்திருந்தது. கேள்விகள் குவிந்திருந்தன.

தொழிலில் இறங்கிய பிறகு மோசமான நாள்களுக்கான ஒரு மனக்கையேடு என்னிடம் இருந்தது. அந்த நாளை எப்படி எதிர்கொள்ளவேண்டும் என்பதைப்பற்றிய சித்திரமும் இருந்தது. அவை அனைத்துமே தொழில் சார்ந்த சவால்கள். ஆனால் அதில் இப்படி ஒரு நாளை எதிர்பார்த்ததேயில்லை. அவமானத்தில் கூனிக்குறுகி அமர்ந்திருக்க வேண்டிய இப்படி ஒரு தருணத்தையும்.

காலையில் எழுந்ததும் பத்ராச்சாரியார் வீட்டுக்குச் சென்று பணத்தை எடுத்துக்கொண்டு ஆடிட்டர் வீட்டிற்குச் செல்வதுதான் முதற்பணியாக வைத்திருந்தேன். சாவிக்கொத்துகளை இணைத்து வைத்திருந்த அந்தத் தொகுப்பைக் காணவில்லை. அதுநாள் வரையில் அதை நான் மறந்ததேயில்லை. ஆயினும் என்ன,

அதற்கு மாற்றுச்சாவி இருந்தது. ஷ்யாமா இருக்கிறாள். போய் எடுத்துக்கொள்ளலாம் என்ற எண்ணம்தான் மேலோங்கி வந்தது.

வீடு பூட்டியிருந்தது வினோதமாக இருந்தது. ஷ்யாமாவின் மொபைல் அலைவரிசைக்கு வெளியே இருப்பதாகச் செய்தி வந்தது. என்றுமேயில்லாத திருநாளாக சுரேஷய்யரின் அலைபேசி அணைத்து வைக்கப்பட்டிருந்தது. மதியம் வரை காத்திருந்துவிட்டு, மாற்றுச்சாவியைத் தேடியெடுத்து, திறந்து உள்ளே போகும் வரையில் எனக்கு எதுவுமே தோன்றியிருக்கவில்லை. அதனை ஒரு சாதாரண நிகழ்வாகத்தான் நினைத்திருந்தேன். குடோன் கதவு திறந்திருந்த போதும் அது என் முந்தைய நாளின் கவனக்குறைவு என்றேதான் நினைத்தேன். ஆனால் லாக்கருக்குள் வைத்துவிட்டுப்போன பணம் இல்லையென்றவுடன் முதல் துணுக்குறல் முகிழ்ந்தது.

நிச்சயம் பணத்தை இங்கே வைத்துவிட்டுப்போனேன். மஞ்சள் பையில் சுற்றிய பணம். வைத்தபோது ஷ்யாமா அறைவாயிலில் நின்றிருந்தாள். பூட்டிய நினைவும் இருக்கிறது. ஆனால் குடோன் கதவைச் சாத்தாமல்தான் அவளுடன் பேசச் சென்றேன். பேசினேன். உண்டேன். முயங்கினேன். உண்ட மயக்கத்தோடு கிளம்பிச் சென்றேன். எப்போதும் போல பூட்டுகளைச் சரிபார்க்கவில்லை.

பிழை. அதுமட்டுமா பிழை. பத்ராச்சாரியார் வீட்டுக்குள் நான் நுழைந்த நாளன்றே தொடங்கிவிட்ட பிழையல்லவா? என்றால், ஷ்யாமா உறுமீன் வரும்வரை வாடியிருந்த கொக்குதானா? நான் அசந்த தருணத்திற்குக் காத்திருந்து வீழ்த்த வந்த சைத்தானா? இத்தனை வருடங்கள் காத்திருந்தது இப்படி பெரும்பணத்தை எடுத்துக்கொண்டு ஓடத்தானா? அல்லது நான் விலகுகிறேன் என்று தெரிந்து, இனி உதவாது என்று முடிவு செய்தாளா. விலகாதிருந்திருந்தால் என்ன செய்திருப்பாள்.

பதிலில்லாத கேள்விகள். பணம் காணவில்லை என்பது ஒரு சிவப்புக்கொடி. அது என் சார்ந்த விஷயம் இல்லை. அப்பாவிற்குச் சொல்லவேண்டும். எப்படிச் சொல்வேன். என்னை முழுதும் நம்பி முற்றிலும் ஈடுபடுத்திய ஆசானுமல்லவா. உதவாக்கரை என்று திட்டுவாரா? தாத்தாவின் முகத்தில் எப்படி விழிப்பது. காமம் குடும்பத்தின் சத்ரு என்று பாடமெடுத்த சித்தப்பாவை

எப்படி நிமிர்ந்து பார்ப்பது. இவ்வளவு பணத்தை எப்படி மீட்பது. கால்கள் துவள அங்கேயே அமர்ந்துவிட்டேன்.

இல்லை. எல்லாவற்றையும் எதிர்கொள்ளவேண்டும். வீழ்ந்துவிட்டேன். உண்மை. ஆனால் என்னை அசத்தி வீழ்த்தியிருக்கிறாள். எழுவேன். எழவேண்டும். அப்பாவை முதலில் அழைத்தேன். அவசரம் என்றேன். மாமாவோடு வந்தார். முதல் வாக்கியத்திலேயே விஷயத்தைச் சொன்னேன். 'சுரேஷய்யரும், ஷ்யாமாவும் பணத்தை எடுத்துண்டு ஓடிட்டா' என்ற வாக்கியத்தை என்னுள்ளிலிருந்து வேறு யாரோ சொன்னதாகத்தான் உணர்ந்தேன்.

மாமா நிலைமையின் தீவிரத்தை உடனே உணர்ந்தார். சரசரவென வீட்டை ஆராயப் புறப்பட்டார். அப்பா சற்று யோசித்து, அதுக்குள்ளயா இப்படிச் சொல்றது. எங்கயாவது பக்கத்துல போயிருந்தா... என்றவரை நிறுத்தி, திறந்து வைத்திருந்த அலமாரியின் உள்ளறையை நோக்கிக் கை காண்பித்தேன். அவர் கொஞ்சம் தடுமாறி, நாற்காலியில் அமர்ந்தார். ரெண்டு பேர் போனுமே ஸ்விட்ச் ஆஃப். ரொம்ப நேரம் ட்ரை பண்ணிட்டுதான்... என்று வராத வார்த்தைகளை எங்கெங்கோ தேடித்தான் கோத்தேன்.

என் உடல் நடுங்குவதை மாமா கண்டுகொண்டார். 'ரெண்டு கலெக்ஷன்தானே அஞ்சு வருமா?' என்றார்.

'நாலு அறுபது' என்றேன்.

ஏதோ யோசித்தார், 'சரி புடிச்சிடலாம், நீ ஆத்துக்குப் போ' என்றார்.

அது என்னை உடைத்தது. இது என் பிழை. பணத்தை அசட்டையாகக் கையாண்டது குற்றம். மற்ற பெரிய பிழையை நான் சொல்லவே இல்லை. ஆனால் அந்தக் குற்றவுணர்ச்சி என்னை உடைத்தது. மாமாவின் தோளைப் பிடித்துக்கொண்டேன். என்னை ஆதரவாகக் கட்டிக்கொண்டார். ஷ்யாமாவைக் கெட்ட வார்த்தைகளால் திட்டினார். சுரேஷன் வாயில்லாப்பூச்சி. இவதான் இப்படிப் பண்ணியிருக்கணும் என்று முடிவு செய்தார். அங்கே பேசுவதற்கு ஏதுமின்றி இன்னும் இறுக்கமாக இருந்தேன்.

'இரு நீ தனியா போகவேண்டாம்' என்று சித்தப்பாவை அழைத்தார். சித்தப்பா வந்த பிறகு சூழலே மாறிப்போனது.

அவர் உள்ளே நுழைந்ததிலிருந்து என் முகத்தையே பார்த்துக் கொண்டிருந்தார். என்னிடம் தனியாக வந்து தோளில் கைபோட்டுக்கொண்டு அமைதியாக அமர்ந்திருந்தார். அப்பாவும் மாமாவும் ஆறுதலாகப் பேசினார்களே ஒழிய ஒருவார்த்தை கூடத் திட்டவில்லை. அது மீதமிருந்த மொத்தத் திடத்தையும் குலைத்தது. இந்த நேரத்தில் யாரேனும் என்னைத் திட்டவேண்டும், அடிக்கவேண்டும், தீவிரமாகப்பேசி என் குமைப்பைக் குலைக்கவேண்டும் என்று எதிர்பார்த்தேன். எல்லோருமாகச் சேர்ந்து என் குற்றம் இல்லை என்ற கட்சியில் சேர்ந்துகொண்டு எனக்கு ஆறுதல் சொல்வதிலேயே குறியாக இருந்தார்கள்.

சித்தப்பா மட்டும் எதுவும் பேசவில்லை. ஆறுதலாகவும், எதிர்ப்பாகவும். ஆனால் தோளில் போட்டுக்கொண்டிருந்த கையை மட்டும் எடுக்கவில்லை. திடீரென்று எழுந்து, வீடு முழுக்க ஒரு சுற்றுச் சுற்றி விட்டு வந்தார். படுக்கையறைக்குள் நுழைந்து வெளியே வந்த போது அங்கிருந்தே என்னைப் பார்த்தார். அப்போது நான் அவரை நிமிர்ந்து பார்த்திருக்க வேண்டாம்தான்.

‘பத்ரா, க்ருஷ்ணாவை அழைச்சுண்டு போ, நேரா ஆத்துக்குப் போகணும்’ என்றார் மாமா.

பின்னர் அழைத்துக்கொண்டு பெரிய தெரு தாண்டி, பிரதானச் சாலையைப் பிடித்து வீட்டிற்கு வரும்வரை எதுவும் பேசவில்லை. வீட்டில் நுழைந்து அம்மாவைப் பார்க்கும் தைரியமும் இல்லை. சித்தப்பா ஜாடையாக அம்மாவிடம் ஏதோ கைகாட்டினார். அம்மா ‘காஃபி போடவா கண்ணு’ என்பதோடு நிறுத்திக்கொண்டாள்.

எல்லோருக்கும் கலக்கம். எல்லோருக்கும் என்னைத் தேற்றும் அழுத்தம். எல்லோருக்கும் மனக்கஷ்டம். எல்லாமே என்னால். என் சுயநலம். கண்ணைக் கட்டிக்கொண்டு வாழ்க்கையை எதிர்கொண்ட என் பிழை தர்க்கத்தின் விலை. என் மோகத்தேவைகளைச் சாதுர்யமாக நிறைவேற்றிக்கொண்டதாய் இறுமாந்திருந்த என் கர்வத்தின் மீது விழுந்த இடி.

கைகள் நடுங்க, உடல் நடுங்க, என்ன செய்வதென்றே புரியாமல் அழுத்தத்தின் அத்தனை அங்கங்களையும் பதறப் பதற உணர்ந்துகொண்டு அமர்ந்திருக்கிறேன். பத்து நிமிடங்கள்

கழித்து சித்தப்பா வந்தார். கதவைச் சாத்திவிட்டு என் அருகில் அமர்ந்துகொண்டார்.

'நீ அங்க சொன்ன விஷயங்களைத் தாண்டி வேற ஏதாவது சொல்ல இருக்கா கிட்டா...'

என்றபோது, அத்தனை நேரம் அடக்கி வைத்திருந்தது உடைந்துபோனது. விசும்பினேன். சித்தப்பா கையைப் பிடித்தபோது அழுதேன். தோளைத்தொட்டு அணைத்துக்கொண்டபோது கதறினேன். என் தோல்வியை, என் ஆற்றாமையை, என் தடித்தனத்தை, என் சுயநலத்தை அதில் கழுவிக்கொள்ள முயற்சி செய்தேன். பின்னர் நிதானப்படுத்திக்கொண்டு-

'நீங்க சொன்ன அந்தக் காமம்ங்குற நீர்ச்சுழல்ல நான் சிக்கிக்கிட்டு ஏழு வருஷம் ஆச்சு சித்தப்பா...' என்றேன்.

அழுகை நிற்கவில்லை. அவரின் அணைப்பும் நிற்கவில்லை. அவர் எதுவும் சொல்லவுமில்லை. தட்டிக்கொடுத்துவிட்டு எழுந்து சென்றார். காஃபி போட்டு, ஓர் எவர்சில்வர் தம்ளரில் சுடச்சுட எடுத்துக்கொண்டு வந்தார். 'முதல்ல குடி பேசுவோம்' என்றார்.

அத்தனை நேரம் அழுத்தி வைத்திருந்த விஷயத்தைச் சித்தப்பாவிடம் சொன்னது மனத்தைச் சற்று இளகச்செய்திருந்தது. காபி நாவினுள் நடனமாடி, அத்தனை வாடிப்போன மன மொக்குகளையும் மலர்த்தியது. அத்தனை நேரம் ஓய்வெடுத்துக் கொண்டிருந்த மூளை நியூரான்களின் மேல் பன்னீர் தெளித்தது. தொண்டை வழி உணவுக்குழலில் இறங்கியபோது, தெம்பைக் கொண்டு வந்தது. அடுத்து என்ன செய்யவேண்டும் என்று யோசிக்கச் சொன்னது.

'என்ன சொன்ன. மோக நீர்ச்சுழல்ல நீ சிக்கிண்டேன்னுதானே. நோ. அது நம்ம குடும்பத்தைச் சுற்றிச் சுழன்று கொண்டேருக்குற சாபம். அப்பத் திடமா இருந்திருந்தாலும், இப்பயோ, நாளைக்கோ, இன்னொரு வருஷத்துலயோ உன்னை நிச்சயம் இழுத்துப்போட்டிருக்கும். உனக்கு சீக்கிரமா வந்துட்டுப் போன வரைக்கும் ஷேமம்தான். எனக்கு வந்த சுழல் என் வாழ்க்கையையே குலைச்சுப்போட்டுடலையோ, அந்த மாதிரி உனக்கு ஆகாதுங்குற திடம் எனக்கு வந்துடுத்து கிட்டா. போனது பணம் மட்டுமில்ல. ஒரு பெரிய சாபத்தின் வேரும்தான்னு நான் நம்புறேன். இனி

நிம்மதியா வேலையப் பாக்கலாம்' என்றார்.

இப்போதுதான் எனக்கு முதன்முறையாகக் கோபம் வந்தது. 'சித்தப்பா இப்படி மர்மமாவே பேசிண்டிருந்தா என்னதான் அர்த்தம். இப்படியெல்லாம் நடக்கப்போறுதுன்னு உனக்குத் தெரிஞ்சா நீ முன்னாடியே வந்து சொல்லியிருக்கவேண்டியதுதானே' என்று சொன்னேன். வாக்கியம் முடிவதற்கு முன்னேயே அதன் அபத்தம் எனக்குப் புரிந்தது.

சிரித்தார்.

'இப்படி நடக்கும்னு உனக்கு உண்மையிலேயே தெரியுமா' என்றதற்கு, இல்லையென்று தலையசைத்தார்.

'இன்னதுதான் நடக்கப்போறதுன்னோ. இந்தப் பொம்பளைதான்னோ. ஏமாறப்போறது பணம்தான்னோ எனக்குத் தெரியாது. ஆனா உன்னை முடக்க ஒண்ணு வரும்னு தெரியும். அதுலேர்ந்து நீ தப்பிச்சுடுவேன்னும் தெரியும். தப்பிச்சாதானே நீ நாயகன். வெங்கடேசனும் ராமசாமியும் இந்தப் பணத்தைத் திருப்பாம ஓயமாட்டானுக. நீ இப்போ அமைதியா இரு' என்றார்.

என் கவலைகள் திசைமாறின. என் எண்ணங்கள் திசைமாறின. நடுக்கம் நன்றாகக் குறைந்திருந்தது. நிமிர்ந்து அமர்ந்தேன். 'அப்போ இந்தப் பிரதமனுக்கும் இதுக்கும் சம்பந்தம் உண்டா சித்தப்பா' என்றேன். வாக்கியத்தை முடிக்கும்போதே சூழலுக்குச் சம்பந்தமில்லாமல் இதை ஏன் கேட்கிறேன் என்று யோசனையுடனேயேதான் கேட்டேன்.

இப்போது அவர் முகம் மாறியது.

16. சாபக்கதை

அல்லலப்பட்டு ஆற்றாது அழுத கண்ணீர் ஒன்றுதான் இன்று நீயும் நானும் படும் துன்பத்திற்கு ஆதிமூலம் என்று சித்தப்பா அந்தக் கதையைச் சொல்லத் தொடங்கினார். உடலெங்கும் செவியாக அந்த உரையாடலை நான் உள்வாங்கிக் கொண்டிருந்தேன்.

நான் பிரதமன் பற்றிச் சொன்னதைக் கேட்டு சித்தப்பா ஆச்சர்யப்படுவார் என்று நினைத்தேன். உனக்கு எப்படித் தெரியும் என்று கேட்கவில்லை. உனக்கு யார் சொன்னார்கள் என்று கேட்கவில்லை. உனக்கு வந்து சேர வேண்டிய செய்தி குறித்த நேரத்தில் வந்திருக்கிறது என்ற திருப்தியும் அங்கீகரிப்பும் அவரது பார்வையில் தெரிந்தது.

பிறகு நிதானித்து, உனக்குச் சில செய்திகள் சொல்லவேண்டியிருக்கிறது. மிக முக்கியமான பணி ஒன்றை நிர்ணயிக்க வேண்டியிருக்கிறது. திருவாதிரை நாளில் அதைச் சொல்வேன். ஆனால் இன்று நீ பட்டுக்கொண்டிருக்கும் இந்தத் துயருக்கு நீ மட்டுமே முழுமுதற் காரணமில்லையென்பதால் அதற்கான முன்கதையை மட்டும் சொல்கிறேன் என்றுதான் அதைத் தொடங்கினார். அவரது அறைக்கு அழைத்துச்சென்றார்.

சில மாதங்கள் முன்புவரை தூசியால் நிறைந்திருந்த அந்த அறை, சாம்பிராணி மணத்தால் நிறைந்திருந்தது. லேசாகப் பன்னீரும்,

சந்தனமும் கூட தெரிந்தது. பட்டீஸ்வரம் கோயிலில் அம்மன் சன்னிதியில் இருக்கும் மணம் இங்கும் இருந்ததை உணர்ந்தேன்.

நீண்டு விரிக்கப்பட்டிருந்த ஜமுக்காளத்தின் ஒரு முனையில் ஒரு தலையணையை முதுகுக்கு வைத்துக்கொண்டு அமர்ந்துகொண்டு சொல்லத் தொடங்கினார்.

‘எங்க அப்பாவை நான் இவ்வளவு வெறுக்கறதுக்கும், அதை விட அதிகமா அவர் என்னை வெறுக்கறதுக்கும் இடையில நடந்த சம்பவங்கள்தான் காரணம்னு குடும்பம் நம்புது. ஆனால் அது எங்க அம்மாகிட்டேருந்து எனக்கு வந்ததுங்குற விஷயம் யாருக்கும் புரியல’ என்றார்.

★

அறுபதுகளில் கொள்ளுத்தாத்தாவின் குடும்பம் புரோகிதத்தில்தான் ஈடுபட்டிருந்திருக்கிறது. அப்போது வசதி இல்லாத குடும்பம். வறுமை. எந்த வேலை வந்தாலும் செய்யலாம் என்று துணிந்தபோது, திருபுவனத்தில் கோயில் மடப்பள்ளி உத்தியோகம் ஒன்று காலியாக இருப்பதாகத் தெரிந்திருக்கிறது. கொள்ளுத்தாத்தா, தாத்தாவை அனுப்பி வைத்திருக்கிறார்.

தாத்தாவிற்கு அப்போது பதினேழு வயது. கரமும், மனமும் தொழிலில் சரிவர ஈடுபட்டிருக்காத காலம். ஆயினும் குடும்பச்சூழல் கருதி அங்கு சென்றுவிட்டார். புளியோதரை, சர்க்கரைப் பொங்கல், சம்பார் சாதம், தயிர் சாதம் போன்ற எளிய வகைகள், எளிய செய்முறைதான் என்பதால் சடுதியில் அதைக் கற்றுக்கொண்டிருக்கிறார்.

புளிக்காய்ச்சல் பதத்தை தாத்தா புதுமுறையில் கையாள்வதைக் கண்டு புலிப்பாய்ச்சலில் அவரது புகழ் பரவியிருக்கிறது. சீரங்கம் புளியோதரையை விட நல்லாருக்குடா என்று ஆதினம் ஒருமுறை அவரை வாய்விட்டுப் பாராட்டிவிட, அவர் பெயர் நிலைத்துப்போயிருக்கிறது. பிறகு மெல்லச் சிறு விழாக்களில் சமையல் வேலைக்கு அழைக்கப்பட்டு, திருமணங்களுக்கும் சென்று சமைக்க ஆரம்பித்திருக்கிறார்.

மாயூரத்தில் காங்கிரஸ் பிரதிநிதி திருமணம் ஒன்று நடந்திருக்கிறது. சந்திரலேகா நாட்டியம், மணி அய்யர் கச்சேரி, திருவாடுதுறை

நாதஸ்வரம் என்று பெரிய பெயர்கள் இடம்பெற்ற அந்த நிகழ்ச்சி நிரல் பத்து நாள்களுக்கு மேல் நீண்டிருக்கிறது. சமையலுக்கு தாத்தாவை அழைத்திருக்கிறார்கள். பெரிய வாய்ப்பு, பெரிய தலைகள், பெரிய நிகழ்ச்சி. தாத்தா தன் சக்தி அனைத்தையும் உபயோகப்படுத்தி, குடும்பப் பெண்கள், ஆண்கள் அனைவரையும் அழைத்துக்கொண்டு போய் மிகச் சிறப்பாக இந்தத் திருமணத்தை நடத்தி வைத்திருக்கிறார்.

திருமணத்திற்கு வந்த ராஜாஜி, பரிமாறப்பட்ட ரசத்தையும், பாயசத்தையும் நேரே சமையல் செய்யும் இடத்திற்கு வந்து பாராட்டிச் சென்றிருக்கிறார். அத்தனை நாள் வறுமையில் வாடிக்கொண்டிருந்த குடும்பத்திற்குப் புகழ் ரீதியாகவும், பண ரீதியாகவும் ஒரு பெரிய திறப்பைக்கொண்டு வந்தது அந்த விழா. போலவே அங்கிருந்துதான் இந்தச் சாபத்தின் முதல் விதையும் தூவப்பட்டது.

திருமணத்திற்கு வந்திருந்த பெரிய குடும்பத்துப் பெண் ஒருவர் மீது தாத்தாவிற்கு மையல் வந்திருக்கிறது. தினந்தோறும் பகலில் புகையிலும், நெருப்பிலும் கடும் உழைப்பைச் செலுத்திய அவருக்கு இரவுத் துணையாக இந்தப் பெண் இயைந்து வந்திருக்கிறாள். ஆரம்ப நாள்களில் தயக்கம் இருந்தாலும், விழா முடிவதற்குள்ளாகவே அவர்களின் நெருக்கம் மிகவும் இறுக்கமாகத் தைக்கப்பட்டிருக்கிறது.

விழா முடிந்து ஊருக்குத் திரும்பிய பின்னரும், விடாத மையல் துரத்த, தாத்தா வாரமொருமுறை அந்தப் பெண்ணை ரகசியமாகச் சந்தித்து வந்திருக்கிறார். ஒருபுறம் சமையலில் கை ஓங்கிக்கொண்டிருந்த காலம். மறுபுறம் இளமையின் சீண்டல்களை இடது கையால் ஒதுக்கித் தள்ளிவிடமுடியாத தவிப்புகள். இரண்டிற்குமிடையே கிடந்து அல்லாடிக் கொண்டிருந்திருக்கிறார்.

ஒரு கட்டத்தில் இந்தப் பெண்ணிற்கு வாரிசு உருவாகியிருக்கிறது. திருமணம் செய்துகொள்ளவியலாத சூழலிருப்பதைச் சொல்லி கருவைக் கலைக்கச் சொல்லியிருக்கிறார். அதன்படியே நடந்திருக்கிறது. ஒன்றல்ல இரண்டல்ல மூன்று முறை கருக்கலைப்பு நடந்து அந்தப் பெண்ணின் எழிலும், திறனும் மெல்ல மெல்லக் குறைந்திருக்கிறது.

அடுத்த ஐந்து வருடங்களில் புகழேணியின் உச்சியில்

ஏறியிருந்த தாத்தாவிற்கு, பெரிய இடத்துச் சம்பந்தங்கள் வரத் தொடங்கியிருக்கின்றன. இருநூறு பவுனும், நிலபுலன்களும், வீடுமாய் பாட்டியின் சம்பந்தம் வந்தபோது கொள்ளுத்தாத்தா யாரையும் கேட்காமலேயே நிச்சயம் செய்துவிட்டு வந்துவிட்டார்.

தாத்தாவும் ஒப்புக்கொண்டார். அந்தப் பெண்மணியிடம் சமாதானத்திற்காக ஊருக்கு அந்தத் திருமணத்தையும், உறவுக்கு இந்தத் திருமணத்தையும் வைத்துக்கொள்ளலாம் என்று சொல்லியிருக்கிறார். ஏற்கனவே உடலால் காயம் சுமந்த அந்தப் பெண்மணி இப்போது மனத்திலும் காயம் சேரத் துடித்திருக்கிறார். முதலில் கெஞ்சித்தான் பேசியிருக்கிறார். ஆனால் தாத்தாவின் குணமாறுதல்களைக் கண்டு அவருக்கு மிகுந்த கோபம் ஏற்பட்டிருக்கிறது.

அப்பாவின் செல்வாக்கு கொண்டு அவரை ஊரை விட்டே துரத்திவிட ஏற்பாடுகள் நடந்திருக்கின்றன. அப்பாவின் சுற்றத்தால் மருந்து கொண்டு மயக்கி அவரை ஒரு மாட்டுவண்டியிலேயே வெகுதூர ஊர் ஒன்றுக்குக் கொண்டு சென்ற ஏற்பாடெல்லாம் நடந்திருக்கிறது. அவர் இனி வரமாட்டார் என்று தாத்தாவுக்குச் செய்தி வந்திருக்கிறது.

திருமண நாள் குறிக்கப்பட்டு, தாத்தாவின் திருமணம் சீர்காழியில் விமரிசையாக நடைபெற்றுக் கொண்டிருந்திருக்கிறது. இரண்டாம் நாள் மாங்கல்ய தாரண சமயத்தில் யாரும் எதிர்பாரா வண்ணம் இந்தப் பெண்மணி பந்தலின் வாயிலில் வந்து நின்றிருக்கிறாள். ஆவேசத்துடன் மண்ணை வாரித்தூற்றி தாத்தாவைச் சபித்திருக்கிறாள். விஷயத்தின் தீவிரத்தை அறிந்துகொண்ட உறவினர்கள், அவளைச் சமாதானப்படுத்த முயற்சி செய்து சமையல் செய்து கொண்டிருக்கும் வெளிப்பகுதிக்கு அழைத்துச் சென்றிருக்கின்றனர்.

ஆனால் யாருமே எதிர்பாரா வண்ணம். அங்கிருந்த மண்ணெண்ணெயைத் தன்மேல் ஊற்றிக்கொண்டு எரிந்து போனார்.

எரிவதற்கு முன்னால் அவர் இறுதியாகச் சொன்ன வார்த்தைகள்தான் என் அம்மா இந்த வீட்டிற்கு வந்தவுடன் கேட்ட முதல் அமங்கல வாழ்த்து என்றார் சித்தப்பா.

இனி இந்தக் குடும்பத்தில் பெண் தங்காது. இந்த வம்சம் முழுதும் பெண்ணால் மேலும் மேலும் இழிநிலைக்குப்போய் முற்றிலும் அழிந்துபோகும் என்று சபித்துவிட்டே இறந்துபோயிருக்கிறார்.

அப்போதைக்கு அவரை யாரோ மனநிலை சரியில்லாத பெண் என்று கதைகட்டிவிட்டு திருமணத்தை நடத்திக்கூட்டி வந்துவிட்டிருக்கிறார்கள்.

★

சித்தப்பா இதைச் சொல்லிமுடித்தபோது அவர் கண்களில் நீர் திரண்டிருந்தது. அடக்குமுறைக்கு உள்ளான பெண்ணான என் அம்மா உன் பாட்டியால தாத்தாவை எதுவும் செய்யமுடியல. சமூகத்துக்கு முன்னாடி அமைதியாவே இருந்து, அமைதியாவே மனசுக்குள்ளயே பொத்தி வச்சுண்டு, அமைதியாவே இறந்தும் போயிட்டா.

மத்த யார்ட்டயும் இல்லாத பாசம் எனக்கு அவ மேலயும். அவளுக்கு என் மேலயும் இருந்ததால ஒரு நாளைக்கு இதெல்லாம் எனக்குச் சொன்னா. பெண்சாபம் இந்த வம்சத்தை அழிச்சுடும்னு பயந்துண்டே இருந்தா.

அது மெல்ல மெல்ல அடுத்த தலைமுறையையும் கவ்விச்சு. உனக்கப்புறம் மன்னிக்குப் பிறந்த எல்லாக் குழந்தையும் இறந்தே பிறந்தது. மணிக்கு இன்னையவரைக்கும் குழந்தை பாக்கியம் இல்லை. லஷ்மிக்கு மூணு மிஸ்கேரேஜ்.

இதைத் தீர்க்கவே முடியாதாங்குற தவிப்புல நான் பண்ண காரியங்கள் என் வாழ்க்கையையே அழிச்சுடுத்து. இதோ இப்ப நீ. ஆனா உனக்கு சீக்கிரமே நடந்துடுத்து. இனி நீ தீர்க்கமா இதை எதிர்கொள்ளலாம் என்றார் பெருமூச்சுடன்.

தலை சுற்றியது. இதெல்லாம் கதைகளில் படித்தால் கூட நம்பமுடியாத விஷயங்களாகக் கடந்துவிடுவேன். என் வீட்டில் படிந்த இந்த ரத்தக்கறையை அறியாமலேயே இருந்திருக்கிறேன். எப்படி அத்தனை பெரிய துயரை ஒதுக்கிவைத்துவிட்டு இன்னும் தாத்தாவால் இயல்பாகவும், கர்வமாகவும் இருக்கமுடிகிறது. இந்தச் சாபம் தன் தலைமுறையைத் தாக்குகிறது என்பதைக்கூடவா உணராதிருப்பார்.

மீண்டும் கேள்விகள். ஷ்யாமாவின் துரோகம் இப்போது மனத்தில் ஒரு சிறு புள்ளியாய்ப் போயிருந்தது.

‘அதுக்கும் பிரதமனுக்கும் என்ன சம்பந்தம்’ என்றேன் மீண்டும் சம்பந்தமில்லாமல்.

‘அது என் நோட்ஸ்லேர்ந்தும் கணபதி அக்ரஹார சித்தர் வாயசைப்புலேர்ந்தும்தானே தெரிஞ்சுண்ட’ என்றார் அசட்டையாக.

அதுவும்தான். ஆனா நீங்க வர்றதுக்கு முன்னாடியே இன்னொரு பெரியவர் பெரிய கோயில் வாசல்ல என் கையைப் புடிச்சுண்டு, ‘நாடியெங்கும் பிரதமன் மணம்’ அப்படின்னு சொன்னாரே என்றவுடன் சித்தப்பா அதிர்ச்சியில் எழுந்துவிட்டார்.

17. பாலக்காட்டுக் காதை

இந்த இரவின் சுவாரசியங்களுக்குக் குறைவே இருக்கப்போவதில்லை என்று புரிந்துவிட்டது. வெளிச்சம் குறைவாகவும், நறுமணம் நிறையவும் இருந்த இந்த அறை எங்களின் இந்த உரையாடலுக்கு நற்றுணையாக இருந்தது. நாள் முழுதும் கவிழ்ந்திருந்த மனமலர், குளிர்ந்து மலர்ந்திருந்தது. ஏதோ ஒன்று என்னைத் தாண்டி என்னை இயக்குகிறது என்ற செய்தி ஒவ்வொரு நொடியும் பளீரென ஒரு மின்னலை மூளைக்கு அனுப்பித் திடுக்கிடச் செய்து கொண்டிருந்தது.

அதுநாள் வரையிலும் அறிந்து வைத்திருந்த தாத்தா வேறு. இந்த இரவு வரையிலும் தெரிந்துகொண்டிருந்த சித்தப்பா வேறு. வெறும் மாவாய்க் கல்லில் ஊற்றிய தோசையின் வெண்மை, அனலினாலும், எண்ணெயாலும் சிவப்பது போல, ஒரு பாத்திரத்தின் ஒட்டுமொத்தக் குணமும் ஒரு திருப்பத்தில் மாறுவது வியப்பாகத்தான் இருந்தது.

சித்தப்பா எனக்கு ஆறுதல் கூறுவதற்காகத்தான் இந்த உரையாடலைத் தொடங்கினார். குடும்பத்தின் சாபம் என்னையும் துரத்தும் என்ற கவலை அவருக்கு இருந்திருக்கிறது. ஆனால் அதை மென்மையாக, பூடகமாகவே சொல்லி வந்தார். ஒரு

பெருந்துயரில் சிக்கிக்கொண்டேன் என்று தெரிந்தவுடன் உடைத்துப்பேசியிருக்கிறார். புரிந்தது.

ஆனால் பிரதமன் இந்த உரையாடலுக்குள் வந்த பிறகு அதன் வீரியமும் உயர்ந்துவிட்டது. அந்தப் பெரிய கோயில் வாயிலில் பார்த்த அந்த மனிதரைப் பற்றியும் அவர் சொன்ன 'நாடியெங்கும் பிரதமன் மணம் வீசுகிறது' என்ற வாக்கியத்தையும் நான் சொன்னபோது சித்தப்பா வேறு மனிதராகியிருந்தார்.

அவர் எப்படி இருந்தார், என்ன சொன்னார், எங்கேயிருந்தார், எப்படி அமர்ந்திருந்தார் என்று வரிசையாகக் கேள்விகள் கேட்டார். அன்று ஷ்யாமாவின் வீட்டு எதிர்த்திண்ணையில் அமர்ந்திருந்தபோது அவர் அருகிலேயே அவரைப் பார்த்தேன் என்ற செய்தியும் அவரை இன்னும் யோசனையில் தள்ளியது.

உரையாடலைப் பாதியிலேயே விட்டுவிட்டு அவரது பிரத்தியேக அடையாளமான விட்டம் நோக்கிய பார்வையை அணிந்துகொண்டு அமர்ந்திருந்தார். நான் ஜமுக்காளத்தில் காலை நீட்டிக்கொண்டு கண்களை மூடிக்கொண்டேன்.

திடீரென்று, 'எல்லாம் அந்தப் பாலக்காட்டு கல்யாணத்துல ஆரம்பிச்சுது' என்று மீண்டும் உரையாடலைத் தொடங்கினார்.

'அம்மாவுடைய சாவு யாருமே எதிர்பாக்காதது. நல்லவ இல்லையா. எந்தத் தொந்தரவுமில்லாம தூங்கும்போதே இறந்துபோயிட்டா. இந்த வீட்டுல அப்பா, ரெண்டு அண்ணா, பொண்ணு எல்லாருமே அப்பாவின் சொல்லைக் கேட்டு நடக்குற ஜீவன்களாப் போயிட்டதுல அவளுக்கு ரொம்பவே வருத்தம். அப்பா அம்மாவை எப்படி நடத்துவாரோ, அவாளும் அவ்விதமே நடந்துண்டாங்கறதுலயும். ஆனா நான் முழுக்க முழுக்க அவளைச் சார்ந்தே இருந்தேன். அவளில்லாம என் உலகம் இயங்காது. அதுனாலயே அவளும் எங்கிட்டதான் எல்லாம் சொல்லுவா. என் மேல பிரியத்தை அள்ளிக்கொட்டுவா. எனக்காக மட்டும்தான் இந்த வீட்ல இருக்கேன்ற வரைக்கும் கடைசி நாள்கள்ள சொல்லிருக்கா.

திடீர்னு ஒரு நாளைக்கு இல்லாமப் போயிட்டா. என் உலகம் ஒட்டுமொத்தமா ஒரு பெரிய கருங்குழிக்குள்ள தள்ளிவிடப்பட்ட மாதிரி ஆகிடுத்து. இந்த வீட்டுக்கும் எனக்கும் இனி என்ன

சம்பந்தம் இருக்கப்போறதுன்னு தெரியல. வீட்டை விட வெளில இருக்கறதை அதிகம் விரும்பினேன். உள்ள காலடி எடுத்து வச்சவுடனேயே அவ இல்லேங்குற வெறுமை தாக்கினதை என்னால ஏத்துக்கவே முடியல.

எங்க அப்பா அடுத்தகட்ட நாடகத்தைத் தொடங்கினார். இந்த வீடு அவரோட கண்ட்ரோல்ல இருக்கணும்னு நினைச்சு தான் ரொம்ப முடங்கிப்போயிட்டது போல நடிச்சு, அம்மா போலவே தான் சொன்னதைக் கேக்க அடுத்த தலைமுறைலயும் ஆள்வேணும்னுதான், உங்க அம்மாவையும், வெங்கடேசன் அத்திம்பேரையும் கல்யாணம் பண்ணிவச்சிக் கூட்டிண்டு வந்தார்.

ரெண்டு பேரும் எங்க அம்மா மாதிரியே ரொம்ப நல்லவா. ஆனா எங்க அப்பாவின் நோக்கம் நல்லவாளைக் கொண்டுவர்றதில்லை. நல்லவாளா இருக்கறவங்களை வச்சுண்டு தன்னோட அதிகாரத்தை நிலைநிறுத்தறதுதான்னு எனக்கு மட்டும்தான் புரிஞ்சது.

வீட்டுக்கு வர்ற நேரத்தை இன்னும் குறைச்சுண்டேன். எங்கயாவது போயிடணும்கிற எண்ணம் மட்டும்தான் மனசுக்குள்ள இருந்தது. அப்பதான் ஒருநாள் அதிகாலைல உங்க அம்மா வந்து பேசினா.

தொழில் ரொம்ப தடுமாற்றமா இருக்குன்னும், பாலகாட்டுல ஒரு கல்யாணம் நடக்கறதுன்னும், ஆளே கிடைக்காததால நான் போகமுடியுமான்னும் கேட்டா. சாதாரண நாளா இருந்தா பேசாமலே கடந்து போயிருப்பேன். ஏனோ அந்த நிமிஷம் அது எங்க அம்மா குரல் போல இருந்தது. நான் ஏன் அதை ஒத்துண்டேன்னு அந்த நிமிஷம் தெரியல. ஆனா அது என் வாழ்க்கையை மாத்தப்போறதுன்னு நினைச்சும் பார்க்கல,' என்றார்.

இவர்கள் பாலக்காட்டுக்கு வெறும் பத்துப் பேர் கொண்ட குழுவாகத்தான் சென்று இறங்கியிருக்கிறார்கள். அங்கே இன்னொரு மலபார் சமையல் குழுவும் வேலை பார்த்திருக்கிறது. அவர்களும் இதுபோலவே குறைந்த பணியாள்களுடன் இருந்ததால் இணைந்து செயல்படலாம் என்று முடிவு செய்திருக்கிறார்கள். அங்கேதான் அந்தப் பெண்ணைப் பார்த்திருக்கிறார். எடுபிடி வேலைகள் செய்யவும், ஆற்றிலிருந்து தண்ணீர் எடுத்துக்கொண்டு வருவதும்,

காடு புகுந்து சுள்ளிகள் பொறுக்குவதும்தான் அந்தப் பெண்ணின் வேலையாக இருந்திருக்கிறது.

அவருடன் இணைந்து சித்தப்பாவும் ஆற்றில் தண்ணீர் எடுத்துக்கொண்டு வரப்போயிருக்கிறார். குடம் குடமாக எடுத்துக்கொண்டுவருவதை விட, ஒரு பிளாஸ்டிக் டிரம்மை நிரப்பி, இருவருமாக எடுத்துக்கொண்டு வரலாம் என்று சொல்லி வேலையைக் குறையச்செய்ததில் அந்தப் பெண் மகிழ்ந்திருக்கிறது.

ஒரு சமையல் வேலைக்கு வரும் சராசரிப் பொண்ணுக்கு இருக்குற அறிவை விட அவளுக்கு அதிகம் தெரிஞ்சுருக்கறதா எனக்குத் தோணித்து. அம்மா இறந்துபோன பிறகு நான் அதிகம் நாடிப் போனதெல்லாம் என் ஃப்ரெண்ட்ஸ்ஸைத்தான். அவங்கள்ளாம் எனக்குத் துணையாவும், ஆறுதலாவும் இருந்தாங்கதான். ஆனா அம்மா இல்லைங்கிற அந்தப் பெரிய ஆழ்வெளியை அவங்களால மட்டுமில்லை, யாராலயும் நிரப்ப முடியாதுன்னுதான் நான் அதுவரையிலும் நினைச்சிருந்தேன்

ஆனா இவ அந்த வெளில ஒரு விளக்கை ஏத்தி வச்சா. ரெண்டு நாள் பழக்கத்துலயே நிறையப் பேச ஆரம்பிச்சோம். அன்னைக்கு சாயந்திரம் காட்டுக்கு விறகு எடுக்கப்போகும்போது திடீர்னு கையப் புடிச்சுப் பேசாதேன்னு சைகை மொழியில வாய் மேல விரல் வச்சுக்காட்டி, காதுக்குப் பக்கத்துல விரலைக் கொண்டு போய் கேட்கு... என்று சத்தம் வராமல் வாயசைச்சுச் சொன்னா.

அது ஏதோ பறவையோட குரல். ஆரம்பத்துல எனக்கு ஒண்ணும் புரியல. ஆனா கூர்ந்து கேட்டப்ப அது வேதமந்திரத்தை கனம் சொல்ற மாதிரி அடுக்கடுக்கா இருந்தது. கேக்கக்கேக்க வித்தியாசமா இருந்தது. இது இப்படிச் சில நொடிகள் பேசி முடிச்சதும் இதோட ஜோடிக்குருவி இன்னொரு திக்கிலேர்ந்து அதே மாதிரி கனம் சொல்லித்து.

யோசிச்சுப்பாத்தா இது ஒண்ணுமே இல்லாத சாதாரணக் கணம்தான். ஆனா அந்த நேரத்துல அவளோட முகபாவமும், அண்மையும், இயற்கையோட வல்லமையும், அத்தனை நாளா எனக்கிருந்த அந்த இருண்மைக்குள்ள ஒரு சிறு ஒளி ஏத்திட்டுப்போச்சு

இது என்னன்னு கேட்டேன்.

இதுதான் நீலத்தொண்டைக்குருவி. வேதக்குருவின்னு நாங்க ஸ்கூல் நாள்ள சொல்லுவோம்னா. காலைல காடு கடந்து ஸ்கூல் போகும்போது இது குரல் கேட்டா அன்னைக்கு டீச்சர் அடிக்கமாட்டான்னு ஒரு நம்பிக்கைன்னு சொல்லிட்டு சிரிச்சா.

எனக்குள்ள இருந்த எல்லா வலியும் அந்தச் சிரிப்புல கரைஞ்சு போயிட்டதா நினைச்சேன். அவளை இந்த உலகத்துல எல்லாரைவிடவும் நெருக்கமா உணர்ந்தேன்.

இதுக்கப்புறம் அங்க இருந்த நாளும் இரவும் அவளோடயே இருந்தேன். நிறையப் பேசினேன். நிறையப் பகிர்ந்துண்டேன். என் அம்மா எனக்கு எவ்வளவு முக்கியம். அவளின் இல்லாமை என்னை எப்படியெல்லாம் பாதிக்குது. ஒரு சாபம் தோய்ந்த சுயநலக் குடும்பத்துல மாட்டிக்கிட்டிருக்கேன்னெல்லாம் சொன்னேன். அவ எல்லாத்தையும் கேட்டுண்டா. தேவையான இடங்கள்ள ஆறுதல் சொன்னா. சில நேரங்கள்ள கையைக் கோத்துண்டா. எல்லாமே எனக்குப் புதுசா இருந்தது.

ரொம்ப சந்தோஷமா இருந்தேன். ஒரு நாளைக்கு ரெண்டு பேரும் சேர்ந்து இரவுப் பந்திப் பறிமாறினோம். பரிமாறும்போதே, சாப்டு தூங்கப்போகாதே, நாம ஒரு இடத்துக்குப் போலாம்னு சொன்னா ரகசியமா.

எனக்கு அந்தக் குறுகுறுப்பும், ரகசியமும் ரொம்பப் பிடிச்சிருந்தது. அந்த வயசுக்கு ஒரு பெண் தனியா வரச் சொல்றான்னா, அதுக்குண்டாகுற எந்த கெமிகல் ரியாக்ஷனும் ஏனோ எனக்கில்லை. ஆனா அதைவிடப் பெரிய சந்தோஷம் இருந்தது. என்னமோ ஒண்ணு நடந்து அம்மா இல்லாத என் உலகம் செழிக்கப் போறதுங்கறதுதான் அதோட உள்ளர்த்தமா தொனிச்சது எனக்கு.

அந்தச் சின்னக் கிராமத்துலேர்ந்து பொடிநடையா மலையேத்திக் கூட்டிட்டுப்போனா. நல்ல நெலா வெளிச்சம். ஒரு சின்ன ஆற்றைக் கடக்க வேண்டியிருந்தது. முழங்காலளவு தண்ணீர். என் கையைப் புடிச்சு எங்கெங்க காலை வச்சா வழுக்காதுன்னு சொல்லிண்டே கூட்டிண்டு போனா. எனக்கு ரொம்ப உணர்வெழுச்சியா இருந்தது.

ஆத்தைக் கடந்ததும்தான் பேசணும், அது வரைக்கும் ஒரு வார்த்தை கூட பேசக்கூடாதுன்னு முன்னாடியே சொல்லிருந்தா.

கரையேறினதுமே கேட்டேன்.

‘எங்க போறோம்’

‘உங்க அம்மையோட குரல் கேட்க ஒரு வழியுண்டு. அதுக்குதான் போறோம்,’ என்றாள்.

18. நிலாப்பாதை

பாலக்காட்டில் நிகழ்ந்த விஷயங்களெல்லாம் விவரமாக பிரஸ்தாபிக்கப்படுவதில்லை. சித்தப்பா ஒரு மலையாளத்தியைக் கூட்டிக்கொண்டு ஓடிப்போனார் என்பதுதான் அவரைப் பற்றிய ஒற்றை வரிச் செய்தி. எப்படிச் சுற்றிச் சுற்றிக் கேட்டாலும் இரண்டு மூன்று வாக்கியங்களுக்கு மேல் யாருக்கும் அதைப்பற்றிச் சொல்லத் தெரியாது. அவர் மீது அதற்கு முன்பு இருந்த அப்பாவின் சொல் பேச்சுக் கேட்காத பிள்ளை என்ற அந்தக் குற்றச்சாட்டு இதற்கு ஏதுவாகப் போயிற்று.

ஆனால் அதன் பின்னால் இத்தனை முன்கதையும், முடிச்சுகளும் இருக்கின்றன என்பதே ஆச்சர்யமாக இருந்தது. என் மனத்தின் கொஞ்ச நஞ்சம் இருந்த பதற்றத்தின் தீற்றல்களும் அகன்று போய், சித்தப்பாவின் இந்தப் பாலக்காட்டுக் காதையில் அவரை நானாக மாற்றிக்கொண்டு தவித்துச் சிலிர்த்தேன்.

அந்த நள்ளிரவில், ஆறு, மலை கடந்து சித்தி அவரைக் கூட்டிக்கொண்டு சென்றது பாட்டியின் குரலைக் கேட்கத்தான் என்று சொன்னபோது, எளிதில் உணர்ச்சிவசப்படாத அவரே கண்களைத் துடைத்துக்கொண்டதைப் பார்த்தேன். அவர் கதையை அவர் மொழியிலேயே, அவராக மாறிக் கேட்கத் தொடங்கினேன்

★

அவள் அம்மாவின் குரலைக் கேட்கலாம் என்று சொன்னது அதிர்ச்சியாக இருந்தது. அவள் கையின் இறுக்கத்தை அதிகரித்து,

‘என்ன சொன்ன’

‘அம்மையுடே குரல் கேட்காண்டாமா’ என்றாள் மீண்டும்.

‘உண்மையாத்தான் சொல்றியா’

‘சத்தியமாயிட்டு. வா. ஹிதம் சொல்ற பழைய மனுஷி ஒருத்தி இந்த மலைக்குகைல இண்டு. உன் வாக்கு சத்தியமெங்கில் ஆ கிழத்தி வழி பறயும்’ என்றாள்.

ஒரு நற்கனவு போல இருந்தது அப்பயணம். இப்போது மேலும் நளினம் கூடிப்போய் இனித்தது. இவளை ஏன் அத்தனை நம்புகிறேன் என்று உள்மனம் கேட்டது. இல்லை. இவளிடம் பொய்யில்லை. அம்மாவைப் பற்றிப் பேசும்போதெல்லாம் அதை உளப்பூர்வமாகக் கேட்டுக்கொண்டிருந்தாள். குடும்பச் சாபம் பற்றிய கதையைச் சொன்னபோது அதிர்ச்சியும், கோபமும் ஓங்க அவள் கண்கள் கனன்றதைப் பார்த்தேன்.

அவளுக்கு என் மீது வாஞ்சையும், அன்பும் படர அந்த உரையாடல்களே வலுச்சேர்த்தன.

இப்போதும் நிலவொளியில் ஒளிரும் இந்தக் கண்களில் சற்றும் பொய்யில்லை. அது ஆர்வமிகுதியாலும் அன்பாலுமே புடம் போடப்பட்டிருக்கிறது. கைகளைக் கோத்துக்கொண்டு மலையேறினோம்.

‘இன்னும் எவ்ளோ தூரம்’ என்றேன்.

‘வீட்டுக்குப் போகணுமா’ என்றாள் தனக்கு நன்றாகவே தமிழ் தெரியும் என்ற தோரணையில். அவள் பேசுவதுதான் தமிழ் என்பதில் அவளுக்குச் சந்தேகமே இல்லை. ஆனால் வெண் சங்குப்பூவின் ஓரத்தில் படர்ந்திருக்கும் லேசான நீலம் போல, அவள் மொழியில் ஒட்டியிருக்கும் மலையாளத்தின் அளவு அதிகம் என்று சொல்வதை அவள் ஒத்துக் கொள்வதில்லை.

இதுதன்னே ஒரிஜினல் தமிழ். ஞிஞ்ஙுள் மொழியில் கள்ளமுண்டு என்பாள்.

அவளின் கேள்விக்குத் தலையை அசைத்து இல்லை என்று சைகை செய்தேன்.

இன்னும் குறைய நேரம் ஆகும். தெய்வத்திண்டே அம்பலமெங்கில் தரைல இருக்கு, தேவதூதனைக் காணானெங்கில் குறச்சு எஃபோர்ட் வேணும் என்றாள் சிரித்தபடி.

ஒவ்வொரு வாக்கியமும் முடியும்போது அவளிடம் எழும் குறுஞ்சிரிப்பும், வாக்கியத்தோடே இணைந்து வரும் சிரிப்பொலியும் இந்த நாள்களில் நான் மிகவும் ரசிப்பது.

ஏதோ மௌனமாகப் பாடினாள்.

சத்தமாப் பாடு, எனக்கும் கேக்கணும் என்றபிறகு அந்த மலையாளப் பாடலை உற்சாகத்துடன் பாடினாள்.

வெண்ணிலா சந்தனக்கிண்ணம்

புன்னமடக்காயலில் வீணே

குஞ்ஞிளம் கையில் மெல்லே

கோரியெடுக்கான் வா

பெரிதாகப் புரியவில்லை. ஆனால் அவள் நிலாவை நோக்கி ஏதோ பாடுகிறாள் என்பது மட்டும் முதற்சொல்லிலிருந்து அனுமானிக்க முடிந்தது. அவள் மேலும் மேலும் அவளது குழந்தைக் குரலில் பாடிக்கொண்டே சென்றாள்.

'இப்படிப் பாடினா அர்த்தம் புரியாம எப்படி அனுபவிக்க முடியும்' என்று கேட்டேன்.

'மியூசிக்கிக்கு பாஷை தாளம்தன்னே' என்று தொடர்ந்து பாடினாள். பிறகு ஒருகட்டத்தில் நிறுத்தி-

'இந்த நிலாவு ஒரு சந்தனக்கிண்ணம் மாதிரி புன்னமடைக்காயல்ல வீழ்ன்னது. புன்னமடக்காயல் அறியில்லே. அது ஒரு பெரிய எந்தா பறயுன்னு... பெரிய ஏரி. அதுல வீழுன்ன நிலாவை, உன்னொட குஞ்ஞிக் கையால- சின்னக்கையால எடுத்துக்க வான்னு எழுதிருக்கு' என்றாள்.

ஓ என்றேன். யோசித்தேன்.

'இதானா. எங்க ஊர்ல இதை இப்படிப் பாடி வச்சிருக்கோம்.

அந்த நெலாவத்தான்

நான் கையிலபுடிச்சேன்

என் ராசாத்திக்காக...'

என்று உரக்கப்பாடினேன்.

நின்று திரும்பிப்பார்த்தாள். சிரித்தாள்.

'ஆனோ?' என்றாள் புருவங்களைச் சுருக்கி, குறும்புத்தனமான முகபாவத்துடன்.

தோள்களைக் குலுக்கிச் சிரித்தேன்.

சரிவில் இறங்கிவந்து, என் கழுத்தின் இருபுறமும் கைகளைப் பரப்பி, முடியைப் பற்றி அவள் முகத்திற்கு இழுத்து, இதழின் மீது இதழொற்றினாள். நிலவு சூழ்ந்திருக்க, இளங்காற்று உடல் தழுவ அவளின் ஈர உதடு சொன்ன அந்த இனிப்புச் செய்தி சிலீரென்று உள்ளத்து மகிழ்வினை உச்சத்திற்குக் கொண்டுபோனது.

அதுவரை மலையேற்றம் செய்த நாங்களிருவரும் வேறு. அப்போதிலிருந்து நடைபயின்று மேற்செல்லும் இருவரும் வேறு. அந்தக் கணத்தில் மலர்ந்த இரு புது மலர்கள். இந்த பூமி எங்கள் காலடித் தூசு. அந்த வானம் எங்கள் சிரசில் சூடப்பட்ட இறகு என்பதாய்ப் பெருமிதத்தோடு ஓடித் திரிந்தோம். நிலவு எங்களுக்குப் புன்னகையோடு துணையிருந்தது. ஆடிக்களிக்கப் புல்வெளிகள் மெத்தையிட்டன. இரவின் மலர்கள் வாழ்த்துப் பன்னீரும், நறுமணத் தோகையும் வீசின. சிரித்துச் சிரித்து இரவுக்கு வெள்ளையடித்தோம். வெள்ளையடித்த இரவுகளுக்கு எங்கள் பாடல்களால் வண்ணம் பூசினோம்.

அதிகாலையில் அந்தக் குகையை அடைந்தோம். அது வெளியிலிருந்து பார்க்கும்போது ஒரு சிறு குன்று போலத்தான் இருந்தது. அது ஒரு குகை என்றோ உள்ளே புகமுடியுமென்றோ புதியவர்கள் நிச்சயம் ஊகித்திருக்க முடியாது. புதர்கள் மண்டியிருந்த அதன் மறுபகுதி வரைக்கும் கால்களைக் கவனமாக ஊன்றி நடந்து சென்றாள். என் கைகளை இறுகப்பற்றி, அவள் காலடிகளைத் தொடர்ந்து வரச்சொன்னாள்.

குன்றின் பகுதிபோல இருந்த ஒரு பெரும்பாறையை நெட்டித் தள்ளினாள். கைகொடுக்கச் சொன்னாள். இரண்டு பேர் சேர்ந்து தள்ளியும் சிறிது சிறிதாகத்தான் நகர்ந்தது. ஐந்து நிமிட முயற்சிக்குப் பிறகு ஓர் ஆள் அமரக்கூடிய இடைவெளி கிடைத்தது.

நான் என்ன செய்கிறேனோ அதன்படியே செய் என்று சைகையால் சொன்னாள். இனிமேல் எதுவும் பேசக்கூடாது என்றும்.

குத்தவைத்துக்கொண்டு ஒரு காகம் போல, ஒரு வாத்துப் போல கால்களை வலதும் இடதுமாக நகர்த்தி நடந்தாள். முதலில் பார்த்தபோது மிகுந்த வேடிக்கையாக இருந்தது. ஆனால் இதனுள்ளே புகுந்துசெல்ல அது ஒன்றே வழியென்று புரிந்தபோது நானும் அவ்வாறே செய்ய முயற்சி செய்தேன். ஆரம்பத்தில் மிகவும் கடினமாக இருந்தது, போகப்போகக் கால்களும் உடலும் பழகிக்கொண்டன.

சற்று தூரம் போகப்போக, நீரோட்டத்தின் ஒலி கேட்டது. ஒலி குறைந்துகொண்டே போய் இருள் சூழ்ந்துகொண்டது. ஒரு நாள் முழுக்கக் குத்தவைத்து நகர்வது போல இருந்தது. ஒளியில் ஒரு காலமும், இருளில் இன்னொரு காலமும் கொண்டது நாள் என்று தோன்றியது.

நீரோட்டத்தின் ஓசை ஓர் அருவியைப்போலக் கேட்கத் தொடங்கியிருந்தபோது, அவள் ஒரு பள்ளத்தில் இறங்கியதைப் பார்த்தேன். அங்கே ஓர் ஆள் நிற்கும் அளவிற்கு ஒற்றையடிப்பாதை போன்ற ஓர் அமைப்பு இருந்தது. கைகளை நீட்டினாள். இறங்கி மீண்டும் அந்த இருட்பாதையை அடைந்து நடக்கத் தொடங்கினோம்.

நீரின் ஒலியோடு, ஒரு மரங்கொத்திப் பறவையின் கூரான ஒலி போன்ற ஏதோ ஒன்று சீரான இடைவெளியில் கேட்டுக் கொண்டிருந்தது. திடீரெனச் சிறகசைப்புகள். திடீரெனச் சிறு மின்னல்கள். இந்தப் பாதையில் நடக்கத் தொடங்கியபோதே காதருகில் மிகச் சன்னமாக

'பயப்படண்டா, ஞானிண்டு' என்று சொல்லி, என் கைகளால் தன் தோள்களைப் பற்றிக்கொள்ளச் சொன்னாள். கண் தெரியாதவன் சாலையைக் கடப்பதுபோல, அவள் தோள்களைப் பற்றிக்கொண்டு இந்த இருட்பாதையில் நடைபழகிக்கொண்டு சென்றேன்.

பதினைந்து இருபது நிமிடங்களுக்குப் பிறகு அந்தச் சிறு ஒளி தோன்றியது. மஞ்சள் ஒளி. தூரத்திலிருந்து பார்க்கும்போது, ஒரு மலைமுகட்டிலிருந்து இன்னொரு தூர மலைமுகட்டில் காணும் சூர்யோதயக்காட்சி போலத்தான் இருந்தது.

கடற்சங்கைக் காதில் வைத்துக்கேட்கும்போது உள்ளே கேட்கும் ம்ம்ம்ம்ம்ம்ம்ம்ம்மென்ற எதிரொலி போல ஒரு சிறு ஓசை நிறைந்திருந்தது. அருகே செல்லச்செல்ல ஒளி பெருகி வந்தது.

ஒரு திருப்பத்தில் திரும்பியபோது சரேலென அந்தக் குகையின் பெருங்காட்சி கண்ணுக்குப் புலப்பட்டது. கிட்டத்தட்ட கும்பேஸ்வரர் கோயில் பிராகாரமளவுக்குப் பெரிய குகை அது. இரண்டு பெரிய அகல் விளக்குகளின் ஒளியே மொத்தக் குகையையும் நிறைந்திருந்தது. அந்த ம்ம்ம்ம்ம்ம்ம் ஓசை ஒரு தியான மந்திரம் போல இருந்தது. எண்ணெயும், புகையும் கலந்த ஒரு வாசனை. பின்னர் ஏதோ ஓர் இனம்புரியாத மலரின் நறுமணமும்.

சுற்றும் முற்றும் பார்த்துக்கொண்டே நடந்தேன். அவள் என் கைகளை இறுகப் பற்றிக்கொண்டிருந்தாள். சிறு ஒளிக்கிடையே சட்டென்று அந்த உருவம் புலப்பட்டபோது திடுக்கிட்டேன். அது ஓர் அகோரச் சிலை என்றுதான் முதலில் நினைத்தேன். வாய் திறந்து அது–

‘வா படில்ஸ்’ என்றபோது புல்லரித்தது.

19. பூரணம்

இருளும் ஒளியும் கனிந்த ஒரு வெளி அது. எங்கிருந்தோ சன்னமாகத் தண்ணீரோசை கேட்டுக்கொண்டே இருந்தது. ஒரு பெரிய வாணலி அளவுக்கு இருந்த அந்த அகல் விளக்குகளின் சுடர்கள் அவ்வப்போது தெறித்து, அந்த நீரோசையின் தாளத்திற்கு இன்னும் லயம் கூட்டிக் கொண்டிருந்தது. அந்தச் சுடர் தந்த மணம் இன்னும் மனத்தை மயக்கியது. கனவில் சொர்க்கத்திற்குள் நுழைந்தது போன்ற காட்சி. இன்னும் இவள் என் கையை இறுக்கிப்பிடித்திருப்பது, நான் உணர்ச்சி வேகத்தில் ஏதும் செய்துவிடக்கூடாது என்பதற்காகத்தான் இருக்கவேண்டும்.

'வா படில்ஸ்' என்ற அந்தக் கறுப்பு உருவம் சொல்லாமற் போயிருந்தால் இந்த இருட்குகையில் அமைந்த ஒரு கருஞ்சிலை என்றேதான் நினைத்திருப்பேன். சுருக்கம் விழுந்த முகம். சுருள் சுருளாய், பிரிபிரியாய்ப் பல அடுக்கில் இடுப்புவரை தொங்கிக் கொண்டிருக்கும் முடி. காவிப்பற்கள். தீர்க்கமான மூக்கு. கோலிக்குண்டு போன்று பளீரென ஒளிவிடும் கண்கள்.

சம்மணமிட்டு அமர்ந்திருந்தார். தீர்க்கமாக உறுத்துப்பார்த்தார். அவர் அருகில் இருந்த இன்னொரு தீபத்தைத் தூண்டி சற்று ஒளியேற்றியபின் அவரின் காத்திரம் தெரிந்தது. இடுப்புக்குக்கீழே ஓர் ஒற்றையாடை மட்டும் அணிந்திருக்கிறார். வழிந்த முடிப்பிரிகள்

மார்பகங்களை மறைக்கிறது. சராசரியை விட சற்று நீளமான கரங்கள் முழங்கால்களுக்கும் கீழே நீண்டிருக்கின்றன.

இவள் அந்தக் கரத்தைத் தொட்டுக் கண்களில் ஒற்றிக்கொண்டாள். நானும் அதைச் செய்யவேண்டுமா என்று தெரியவில்லை. இப்போது அவர் முகம் புன்னகையால் விரிந்தது. அது என்னை நீயும் செய்தால் என்ன என்று சொல்வது போல இருந்தது. அருகில் நெருங்கியபோது, அதே கரங்களைத் தூக்கித் தரையில் காட்டினார், அங்கே அமர் என்று சொல்வதைப்போல.

அவள் அமர்ந்து கொண்டாள். நானும் அருகே அமர்ந்தேன். கண்களை மூடிக்கொண்டார். அவரது வலது கையை நீட்டி, என் வலது கையைப் பற்றினார்.

பின்னர் அதைத் தன் இடதுகைக்குள் வைத்துக் கொண்டார். என் எண்ணம் மொத்தத்தையும் அவரின் இரண்டு கரங்களுக்குள் கொண்டு சென்றேன். அது சில்லென்றிருந்தது. சொரசொரப்பான கரங்கள் என்றாலும், இறுக்கத்திலும் ஒரு கனிவு ரேகை ஓடிக்கொண்டிருந்ததை உணர முடிந்தது.

'எந்தா வேண்டது' என்றார் என் கவனத்தைத் திருப்பி.

பக்கத்தில் அமர்ந்திருந்த அவள் என்னைத் தன் முழங்கைகளால் இடித்தாள். எங்கிருந்துதான் கிளம்பியதோ அந்த வார்த்தைகள். இப்படி நான் சொல்வேன் என்று முந்தைய கணம் வரைக்கும் கோக்காத சொற்கள். ஏதோ ஓர் இனம்புரியாத உந்துதல்.

'என் அம்மா. சீர்காழி நடராஜ ஐயரின் சீமந்த புத்ரி பட்டம்மாள். நான் அவளுக்கு மூணாவது மகன். போன ஐப்பசி வளர்பிறை திரயோதசியில் திடீரென்று இறந்துபோனாள். நிறைய ஏமாற்றமும், ஆற்றாமையும் கொண்ட ஆன்மா. அவளின் இழப்பு என்னை இயங்கவிடாமல் செய்கிறது. எதைக்கொண்டு அந்த வெறுமையை நிரப்புவது என்று தெரியாமல் தவிக்கிறது. உன்னிடம் வந்திருக்கிறேன். அவளுடன் பேச உதவி செய்.'

நான்தான் பேசினேனா என்று சொல்லிமுடித்த அடுத்த நொடியே யோசித்தேன். குரல் மட்டும்தான் என்னுடையது. உணர்வும் என்னுடையது. ஆனால், சொற்கள் எங்கிருந்தோ செலுத்தப்பட்டன. அவளது திதி இவ்வளவு துல்லியமாக நினைவிலிருந்திருக்கவில்லை.

ஆயினும் நிச்சயம் இது மனக்கிடக்கையே.

பொத்தி வைத்திருந்த உள்ளங்கைகளை விடுத்து, கைகளை இன்னும் சற்று மேலேற்றி நாடியைப் பிடித்துப் பரிசோதித்தார். நான்கு விரல்களையும் மணிக்கட்டில் வைத்து, புல்லாங்குழலில் கடினமான ஸ்வரம் வாசிக்கும்போது நிகழும் விரல் மாற்றங்களைப் போல மாற்றி மாற்றி ஒவ்வொரு விரல்களாலும் நிதானமாக அழுத்தினார். பிறகு கைகளை உதறிவிட்டார். தன் கையை எடுத்து, ஒன்றன் மேல் ஒன்றாக மேல்நோக்கி இருத்தி, பத்மாசனத்திற்குச் சென்றார்.

சில நிமிடங்களுக்குப் பிறகு கண் திறந்து,

'பட்டம்மை வரும். பக்ஷே இன்னோ நாளையோ அறியில்லா. குறச்சு காத்திருக்குமோ' என்றார்.

தயக்கமேயின்றி சரியென்றேன். எனக்கு கும்பகோணம் மறந்து போயிருந்தது. பாலக்காட்டுக் கல்யாணம் மறந்துபோயிருந்தது. அப்பா, அண்ணாக்கள் எல்லோரும் மறந்துபோனார்கள். தீவிரம் ஏதுமற்ற ஒரு நிதானம் வந்து என்னைக் கவ்விக்கொண்டிருந்தது. இனி எதற்கும் ஓடவேண்டாம் என்ற ஒரு முடிவு. எத்தனை நாள் ஆனால் என்ன. அம்மாவின் குரல் கேட்குமென்றால் இன்னும் ஒரு ஜென்மம் கூட காத்திருக்கலாமே.

'படில்ஸ், மோதகம் செஞ்ஞால், மதுரமாயிட்டு இருக்குன்னு பட்டமை பறயும். எனிக்கும் செஞ்சு தருமோ.'

சட்டென்று நெஞ்சு கனிந்து கண்ணீர் பெருகியது. ஒரு பிள்ளையார் சதுர்த்தி நாளில் அம்மாவிற்கு நல்ல ஜுரம். அப்பாவும் ராமசாமியும் ஏதோ ஒரு முகூர்த்தத்துக்குப் போய்விட்டனர். இலுப்பையடி பிள்ளையார் கோயிலுக்கு ஏதோ வேண்டுதலென்று அப்பா கொழுக்கட்டைகள் செய்யச்சொல்லிவிட்டுப் போயிருந்திருக்கிறார். கண்கள் திறக்க முடியாமல், கால்களை நிறுத்த முடியாமல் தடுமாறி அடுக்களையில் நின்றிருந்த அவளைப் பார்த்தவுடனே நடுங்கிப்போனேன். என் தூக்கக் கலக்கமெல்லாம் கலைந்து போனது.

'அம்மா, நீ போய்ப் படு. இன்னைக்கு வேணாம் இது' என்றேன்.

'இல்லை பது, அப்பாவுக்கு வேண்டுதல். பண்ணணும்' என்றாள். அப்பா நாடகத்தின் ஒரு படி இது. வீட்டில் பெண் சும்மாயிருந்தால் சோம்பேறியாகிவிடுவாள் என்று ஏதேதோ வேலைகள் சொல்லிவிட்டுப்போவது.

'அவர் கிடக்கார், நீ வா முதல்ல. நான் கஷாயம் வச்சுக்குடுக்குறேன்'

'இல்ல கண்ணு, என்னால முடியும், சீக்கிரம் முடிச்சுடுவேன்' என்றாள்.

'செஞ்சே ஆகணும்னா, நான் பண்றேன், நீ போ' என்றேன்.

அரைமனதாகத்தான் ஒத்துக்கொண்டாள். அவளுக்காக அன்று தலைமுழுகிவிட்டு, ஈர உடையுடன், தேங்காய் துருவி, வெல்லம் சேர்த்துப் பாகு வைத்து, அரைத்து வைத்திருந்த மாவைக்கிண்டி மோதகம் செய்து, உள்ளே பூரணம் வைத்து ஒரு மணி நேரத்தில் கொழுக்கட்டைகளை வேக வைத்து எடுத்து, தயார் செய்து, இலுப்பையடி பிள்ளையார் கோயிலுக்குக் கொடுத்துவிட்டு வந்தேன்.

அன்று அந்தக் கொழுக்கட்டையைச் சாப்பிட்டுவிட்டு அதையே ஆயுள் போகும் வரைக்கும் சொல்லிக்கொண்டிருந்தாள். அநேகமாக புகுந்தவீட்டில் இன்னொருவர் செய்துகொடுத்து அவள் சாப்பிட்ட முதல் பண்டம் அதுவாகத்தான் இருக்கவேண்டும். அதனாலேயே அதைச் சொல்லியே என்னை ஏற்றிக்கொண்டிருந்தாள்.

இதோ இந்தக் கிழத்தியிடமும் ஸ்தூல ரூபத்தில் அதைச் சொல்லியிருக்கிறாள். இதன்பிறகு ஒன்றும் சொல்லாமல் கண்களை மூடி மீண்டும் தியானத்திற்குள் சென்றாள்.

இவள் கையைப்பிடித்து என்னை எழுப்பி, 'பூவாம்' என்று வாயைக்குவித்து அமைதியாய்ச் சொன்னாள். கிழத்தி அமர்ந்திருந்த இடத்திற்கு இடப்புறமாக இன்னொரு ஒற்றையடிப்பாதை தெரிந்தது. அதன்வழியாகச் சென்றாள். அந்த வழி செல்லச் செல்ல நீரோசை பெருகிப் பெருகி வந்தது, ஓர் அருவியை அணுகுதல் போல. ஈர வாசனை கூடிவந்தது. அந்த ஒற்றையடிப்பாதையின் இறுதியில் ஏகமாக ஒளியும் கூடியிருந்தது.

பரபரப்போடு அதை அணுகினேன். இங்கு உள்ளே வந்தபோது தோன்றிய அதே எண்ணம்தான் முதலில் நினைவுக்கு வந்தது. இது கனவில் தோன்றும் சொர்க்கம். இங்கே குகையின் மேலே ஒரு திறப்பு இருந்தது. வட்டவடிவிலான ஒரு சிறிய திறப்பு. அதன் வழி ஒளி உள்ளே வருகிறது. போலவே, ஒரு சிற்றருவியும் கீழே வழிகிறது.

வழியும் இடம் கீழே குழிந்து, ஒரு பெரிய வட்டவடிவக் குளத்தை உருவாக்கியிருக்கிறது. ஒளி பட்டு அது மின்னுகிறது. நீர் பிரதிபலித்து, குகைக்குள்ளேயே சிறிய கண்ணாடி வட்டங்களை உருவாக்குகிறது. அருவியின் ஓசையும், மாயாஜாலம் செய்துகொண்டிருக்கும் ஒளியும் சேர்ந்து மனத்தை என்னவோ செய்கிறது.

‘களிக்காம் வா’ என்றாள்.

தயக்கமேதுமின்றி, ஆடைகளைக் களைந்து நீருக்குள் பாய்ந்தாள். ஒரு வெண்ணிற அம்பு எழுந்து கூராகத் தன் இலக்கைத் தைத்தது போல நீரில் வீழ்ந்து அதைக் கலைத்தாள். சரேலெனத் தைத்த அந்த மோக அம்பு உந்த, நானும் ஆடை களைந்து குதித்தேன். சில்லென்று உடலெங்கும் பரவிய அந்தக் குளிரை, வேகமாக நீந்தி வந்து அணைத்து மாற்றினாள். அவள் உடலின் அனல், அந்த மொத்த நீரையும் வெதுவெதுப்பாக மாற்றிவிடும் என்று தோன்றியது.

நீருக்குள்ளேயே தன் கால்களை என் இடைபற்றி இறுக்கி, தன் எடை முழுவதையும் என் மீது ஏற்றி, இதழோடு இதழ் சேர்த்து இறுக்கினாள். ஜலக்ரீடை தீவிரமடைந்தது. அந்த இருள் குகை பிரதிபலித்துக்கொண்டிருந்த ஒளி வட்டங்களுக்கு இணையாக நாங்களும் ஒளிபொருந்தி இன்புற்றோம். நீந்திக்களித்து மகிழ்ந்தோம். தண்ணீரில் பாவனைப்பந்துகள் செய்து பூப்பந்தாடினோம். உடல்களைக் கொண்டாடி, மனத்தின் உச்சத்தை உயர்த்தினோம். ஒளியும், ஒலியும் தாலாட்ட கண்விழித்துக்கொண்டே உறங்கினோம். உறக்கத்தை ஊடறுத்து எங்களை ஒருவருக்குள் ஒருவராகச் செலுத்தினோம். உய்ந்து உயர்ந்து உளம்கனிந்தோம்.

நீராடி முடிந்து எழுந்து வந்து அணைப்பினால் தீமூட்டி ஈரம் களைந்தோம். ஆடைகளை அணிந்துகொண்டோம். இந்தச் சிறுகுளத்தின் அந்தக்கரைவழியாக இன்னொரு சிறு நுழைவாயிலின்

வழி உள்ளே சென்றோம். அங்கே தணல் கனன்று கொண்டிருந்த சிறு அடுப்பும், பாத்திரங்களும், நீரும், சமையற்பொருள்களுமாய் ஒரு அடுக்களை இருந்தது.

தேங்காய்களை உருவிப்போட்டு வெட்டினாள். அடுப்பில் வாணலியை ஏற்றி, மாவைச் செலுத்திக் கிண்டினேன். வெல்லத்தை பொடியாக்கித் தயார் செய்தேன். மோதகங்கள் செய்து, பூரணம் வைத்து ஒரு மணி நேரத்தில் சிறிய தட்டில் வைத்து எடுத்துக்கொண்டு கிழத்தியின் காலடியில் சேர்ப்பித்தோம். காத்திருந்தோம்.

சில நிமிடங்கள் கழிந்த பிறகு கண்கள் திறந்தது. புன்னகையோடு மோதகம் ஒன்றை வாயில் எடுத்துப்போட்டுக்கொண்டார். மீண்டும் கண்களை மூடிக்கொண்டார். அதை மொத்தமாக தொண்டைக்குழிக்குக் கீழே இறங்கும்வரை காத்திருந்தார். பின் கண்திறந்தார்.

‘உன் கைமணம் மாறவே இல்லை பது’ என்றார் அம்மாவின் குரலில்.

20. ஸ்ரீமான் போத்தி

இருள் சூழ்ந்திருந்தது. அகல்கள் அணைக்கப்பட்டிருந்தன. அதன் புகைமணம் சூழ்ந்து குகை ஒரு மயக்க நிலைக்குச் சென்றிருந்தது. அது அம்மாவின் குரல் என்பதில் எனக்கு ஐயமேயில்லை. தினம் தினம் என் பகல்களைக் குளிர்வித்து, இரவுகளை மகிழ்வித்த அதே குரல்.

அம்மாவுக்குப் பாடகி டிகே பட்டம்மாளுக்கும் ஒரு சம்பந்தம் இருந்தது. சிதம்பரத்திற்கு ஏதோ கச்சேரிக்காக அவர் வந்தபோது அம்மாவின் அப்பா சீர்காழி வீட்டிற்குக் கூட்டி வந்திருக்கிறார். ரெட்டை பேசரி மூக்குத்தியும், செக்கச் செவேலென்ற சரீரமும் கொண்டு அவர் வீட்டிற்குள் நுழைந்த தருணத்தில்தான், அம்மா கருவாக உருவான செய்தியை மருத்துவச்சி உறுதிப் படுத்தியிருக்கிறாள். அப்போதே அம்மாவிற்கான பெயர் தாத்தாவால் முடிவு செய்யப்பட்டிருக்கிறது.

மூன்று வயதிலிருந்தே பெரிய பாகவதரை வீட்டிற்கே வரவழைத்துப் பாட்டும் சொல்லிக்கொடுத்திருக்கிறார் தாத்தா. ஆனால் அவர் மறைவுக்குப் பிறகு மாமாக்கள் அதை அங்கீகரிக்கவில்லை. அவள் எனக்கு மட்டும் பாட்டுப் பாடும் பட்டம்மாளாகிப் போனாள். பேரு மட்டும் ஒண்ணாருந்தாப் போறுமா? அதிர்ஷ்டம் வேணும் என்று எங்காவது பத்திரிகையில் அவர் படமோ பேட்டியோ வரும்போதெல்லாம் வருத்தத்தோடு சொல்வாள்.

நன்னுபலிம்பாவை முற்றத்தில் அமர்ந்து அவள் பாடி நிலவொளியில் உறங்கிப்போன பல இரவுகள் கடந்துபோயிருக்கின்றன. இந்த இருள் குகையில் அன்போடு அவள் பது என்றும் அழைக்கும் தருணத்தை உடல் சிலிர்க்கச் சிலிர்க்க அனுபவித்துக் கொண்டிருக்கிறேன்.

அந்த முதல் வாக்கியத்திற்குப் பிறகு கிட்டதட்ட அரை மணி நேரத்திற்கு வேறு எந்தச் சொல்லும் வரவில்லை. அருகில் அமர்ந்திருந்த இவள், 'காத்திருக்கணே...' என்று மிக மிகச் சன்னமான குரலில் காதில் சொன்னது மட்டும் வேத மந்திரம் போலக் கேட்டுக்கொண்டேயிருந்தது. கண்களை மூடி அவளைத் தியானித்தேன். பழைய கால பத்துப் பைசா போன்ற பெரிய சிவப்புப் பொட்டு, நடுவகிடு எடுத்து வாரிய தலை. அதன் முனையில் சிறிய குங்குமத்தீற்று. மையெழுதாமலேயே கருகருவென்றிருக்கும் கண்கள். அதன் கருணை. தீர்க்கமான நாசி. அதன் மேல் பேசரி. அவள் வாயிலிருந்து ஒலிக்கும் பாடல்... என ஆழ்ந்து போய்க்கொண்டிருக்கும்போதே மீண்டும் குரல் கேட்டது.

'பது நான் உனக்கு ஒரு கதை சொல்வேன், கவனமாக் கேக்கணும்' என்றபடியே ஆரம்பித்தாள். உடலெல்லாம் செவியாக, கிழத்தியின் வாயில் ஏறியிருந்த அவளுடைய குரலைக் கவனிக்க ஆரம்பித்தேன்.

★

பல நூற்றாண்டுகளுக்கு முன்னாடி திருவிதாங்கூர் சமஸ்தானத்துல பாலசந்திரவர்மான்னு ராஜா ஒருத்தர் இருந்தான். ரஜோகுணம் தலைக்கேறினவன். போகமும், மோகமும் சூழ இருந்தான். வேளா வேளைக்கு விதவிதமான சாப்பாடும், ஒவ்வொரு ராவுக்கும் புதுப்புதுப் பொண்ணுமா கூத்தடிச்சுண்டிருந்தான்.

எவ்வளவு போட்டாலும் ஆறாத வயிறு. எத்தனை பேரழகியை அனுப்பினாலும் தீராத மோகம்னு சாம்ராஜ்யமே ஸ்தம்பிச்சிருந்த காலம். ரஜோ குணம் பெருகி, ஒரு நாள் நீலமலைக் காட்டுக்கு வேட்டைக்குப் போனான். எத்தனை நாளானாலும் ஒரு புலியைக் கொல்லாம வரக்கூடாதுன்னு பரிவாரங்களோடு போய் உக்கார்ந்துட்டான். வாயும், கையும் சும்மாருக்குமா. அங்கேயும் விதம் விதமா சமைச்சு, விதம் விதமா பெண்களை அனுப்பிக் காரியம் செஞ்சு யாருக்கும் மாளல.

ஒரு நாளைக்கு ராத்திரி சமையல்ல வெள்ளாட்டுக்கறி சமைத்துப் பரிமாறியிருந்தான் பரிசாரகன். ஏதோ ஒண்ணு சரியில்லாமப் போச்சோ. இல்ல கண்டதத் தின்ன ராஜாவோட வயிறுதான் சரியில்லையோ, அவனுக்கு ஒத்துக்கல்லே. வாயாலயும் வயித்தாலயும் அன்னைக்குச் சாப்பிட்டதெல்லாம் வெளில வந்துடுத்து. கோபம் தலைக்கேறி அத்தனை சமையல் ஆளையும் சிரச்சேதம் பண்ணிட்டு மருந்து சாப்பிட்டுத் தூங்கிப் போயிட்டான்.

அப்படியே விட்டுட முடியுமோ அடுத்த வேளை ராஜாவுக்கு சாப்பாடு வேணுமே. கூடப்போன மந்திரிகளும், சேனாபதிகளும் திகைச்சுப்போயிட்டா. என்னவாவது பண்ணி சமையலுக்கு ஆளை ஏற்பாடு பண்ணணும்னு அலைஞ்சு திரிஞ்சா. காட்டுக்குள்ள எப்படிச் சமையக்காரன் கிடைப்பான். நாட்டுக்குத் தகவல் சொல்லி அனுப்பினாலும், வந்து சேர எப்படியும் ரெண்டு நாள் ஆகும். என்ன பண்றதுன்னு தெரியாம தவிச்சிண்டிருந்தபோதுதான், போர்ப்படைல இருக்குற வீரன் அந்தத் தகவலைச் சொன்னான்.

இங்க மலை உச்சில ஒரு குடில் உண்டுன்னும், ஸ்ரீமான் போத்தின்னு ஒரு பிராமணன் வசிச்சுண்டு இருக்கறதாவும் சொன்னான். தனியா அங்க என்ன பண்றான்னு கேள்வி வந்தப்போ, அவன் தீவிர பிரம்மச்சர்யம் வேண்டி தனிச்சிருக்கறதா பதில் சொல்லிருக்கான். நகரத்துல இருந்தப்போ அவன் ஒரு சமையற்காரனா இருந்ததாவும், அடுத்த ரெண்டு மூணு வேளைக்கு அவனைச் சமைக்கச் சொல்லலாம், அப்புறம் நகரத்துலேர்ந்து ஆளைக்கொண்டு வரலாம்னு முடிவு பண்ணினா.

சேனைலேர்ந்து ஆளுங்க மலை உச்சிக்குப் போய் அரசகட்டளை சாசனத்தைக் கொடுத்தாங்க. ஸ்ரீமான் போத்தி ஏதும் சொல்லாம அவாளோட கிளம்பி வந்தான். சேனாதிபதியும், மந்திரியும் அவனை மிரட்டினா. ராஜாவுக்கு சரியான சாப்பாடு போடாததால சிரச்சேதம் செய்யப்பட்ட பழைய சமையக்காரப் பார்ட்டியைப் பத்திச் சொல்லி எச்சரிச்சா. ஸ்ரீமான் போத்தி ஒரு ஊமை மாதிரி நடந்துண்டான். ஒத்தை வார்த்தை சொல்லல.

நேரா போய் அந்தத் தற்காலிகக் குடிலா வச்சிருந்த சமையலறைக் குடிலுக்குள்ள போய் கதவைச் சாத்திண்டான். புகையும் மணமும் கொஞ்ச நேரத்துல வர ஆரம்பிச்சுது. மணம் ராஜாவின் மூக்கைத்

தீண்டி அவனை எழுப்பி, அவன் வெறும் வயத்தில் பசியைக் கிளறிடுத்து.

எழுந்து வாயை அலம்பிண்டு இலையைப் போடச்சொன்னான். தாமரை இலைகளைக் கோத்து பெரிய பந்தியிலையாப் போட்டா. சுடச்சுட அன்னமும் சாம்பாரும் பரிமாறினா. அவியலும் தோரனும் கூட்டானும் போட்டது. மந்திரியும் சேனாபதியும், தட்டில் கவிச்சி இல்லேன்னு ராஜா கோபிப்பாரேன்னு பயந்து போத்தியைச் சமையற்கொட்டிலேயே ஒளிச்சு வச்சிருந்தா.

ஆனா ராஜா சாம்பாரை சாதத்துடன் சேர்த்து, முதல் கவளத்தை அவியலைச் சேர்த்து விழுங்கினதுமே முகம் மலர்ந்தான். தேங்காய் எண்ணெய் வாசனையோட, ஒவ்வொரு காய்கறியும் நல்லா மசிஞ்சு, சுவைகூட்டிச் செய்யப்பட்டிருந்த அப்படி ஓர் அவியலை அவன் சாப்பிட்டதே இல்லையேன்னு ஆச்சர்யப்பட்டான். பச்சை வாசனையே சற்றுமில்லாத தேங்காய் தோய்ந்த துவரனை அள்ளி அள்ளி உண்டான். ரசம் பரிமாறப்பட்டபோது அப்படியே அடுக்கோடு கையில் சரித்து வாயில் ஊற்றிக்கொண்டான். அத்தனை சந்தோஷத்தோடு ராஜாவை யாரும் பார்த்ததேயில்லை.

சாப்பிட்டு முடிச்சதும், அத்தனை சமையக்காரனையும் கொன்னப்புறம் இன்னைக்கு பட்டினிதான்னு நினைச்சு எழுந்தேன். யாரோ படையாளையே சமைக்க வச்சுட்ட போலருக்குன்னு மந்திரியைப் பாராட்டினான். மந்திரி மெதுவா போத்தியை முன்னாடி கொண்டு வந்து நிறுத்தி இவந்தான் சமையக்காரன்னு அறிமுகப்படுத்தினான்.

என்னைக்கும் இல்லாத் திருநாளா ராஜா எழுந்து வந்து போத்தியை அணைச்சுண்டான். யார் என்னன்னு கேட்டுண்டான். போத்தி என்னவோ ராஜா காதில சொன்னான். அதுவரைக்கும் ஊமை மாதிரி இருந்தவன் இப்படிக் காரியத்தைக் கெடுத்துட்டானேன்னு எல்லாரும் பயந்துட்டா. ஆனா அதிசயம். ராஜாதான் போத்தியோட தனியா பேசணும்னு சொல்லி, எல்லாரையும் வெளில அனுப்பிட்டான்.

எல்லாருக்கும் அதிர்ச்சியா இருந்தது. ஆனா என்ன நடந்துதுன்னுதான் தெரியல. அன்னைக்கு மதியம் ராஜா முகம் தெளிஞ்சு எழுந்து வந்து, எல்லாரும் அரண்மனைக்குத்

திரும்பலாம்னவுடன இன்னும் ஆச்சர்யப்பட்டா. போத்தியைத் தன்னோட பிரத்யேக சமையக்காரனா ஆக்கிண்டார் ராஜா. அவரோட நடவடிக்கைகள்ள நிறைய மாற்றம் வந்தது. ஒரு மண்டலத்துலயே ரஜோகுணச்சாயலே இல்லாமப் போயிடுத்து.

தினம் ஒரு பெண்ணா கூப்பிட்டிருந்த ராஜா மொத்தமா பெண் சகவாசத்தையே நிறுத்திட்டதா செய்தி வந்தது. போத்தி சமைக்குற சாப்பாடு மட்டுமே மூணு வேளை சாப்பிடறதாவும், மொத்தமா கவுச்சியை விட்டுட்டு சைவம் சாப்பிடறான்னு தெரிஞ்சு இன்னும் ஆச்சர்யமாகிடுத்து.

அப்படி என்ன நடந்துருக்கும்னு யாருக்கும் புரியல. போத்திதான் எல்லாத்துக்கும் காரணம்னு புரிஞ்சாலும், அப்படி என்ன செஞ்சிருப்பான்ற கேள்வி மட்டும் எல்லாருக்கும் இருந்தது. ராஜாவுக்கு தினமும் விசிறிவிடற தாசி ஒருத்தியை வச்சு வேவு பார்க்க முடிவு செஞ்சாங்க. ராஜாவோட தினசரி சாப்பாடு, போத்தியோட அவர் நடத்துற உரையாடல்னு எல்லாத்தையுமே அவளை வச்சுச் தெரிஞ்சுக்க முடிவு செஞ்சாங்க.

ஆரம்பத்துல அவ கொண்டு வந்த தகவலெல்லாம் ரொம்ப ஏமாற்றமாவே இருந்திருக்கு. சாதாரணச் சைவச் சமையல் சாப்பாடுதான் தினமும். போத்தி பெரும்பாலும் பேசறதே இல்லை. ராஜாவும் அசத்திட்டீர், பேஷ், சபாஷ் போன்ற சாதாரணப் பாராட்டு வாக்கியங்களாத்தான் சொல்றார்னா. இன்னும் கண்காணிப்பைத் தீவிரப்படுத்தி என்னமோ இருக்கு அத என்னன்னு கண்டுபிடிச்சடணும்னு ஏற்பாடு பண்ணினா.

ரொம்ப நாள் கண்காணிச்ச பிறகுதான் அந்தச் செய்தி அவாளுக்கு வந்தது. ராஜா தூங்கறதுக்கு முன்னாடி விசிறி விடற தாசிகளைக்கூட வெளிய அனுப்பிடறதாவும், போத்தி தூங்கறதுக்கு முன்னாடி அவர் அறைக்குப் போய் கதவைத் தாளிடறதாவும் வந்த சேதி அவாளை ரொம்பக் குழப்பிடுத்து.

ராஜாவை போத்தி ஏதோ பண்ணி மயக்கி வச்சிருக்கான்றது உறுதியாகிடுத்து. சமஸ்தானத் தலைவன் இன்னொரு ஆணுடன் தொடர்பில இருக்கான்னு வெளியில சேதி கசிஞ்சுட்டா, நாட்டு நிலவரம் என்னாகும்னு பயந்தா. எப்படியாவது போத்தியைத் துரத்தணும், இல்லேன்னா கொல்லணும்னு முடிவு செஞ்சா.

21. ராஜ பிரதமன்

இன்னும் இருள் நீங்கவில்லை. குகைக்குள்ளிருந்த அந்த ஓங்கார ஒலியின் பின்னணி இன்னும் அதிகரித்தது போல இருந்தது. அம்மாவின் குரலுக்கு ஒரு தம்பூரா மீட்டலைப் போல அதன் ஸ்வரம் இனித்தது. கிழத்தியின் குரலில் அம்மா, ஸ்ரீமான் போத்தியின் கதையைத் தொடர்ந்தாள். என்ன ஏது என்று புரியவில்லை என்றாலும் அம்மாவின் குரலும், அவள் ஆணையும் மிகக் கவனமாக அதைக் கேட்கத் தூண்டியிருந்தது.

★

என்னவோ பிணைப்பு ஸ்ரீமான் போத்திக்கும் ராஜாவுக்கும் ஏற்பட்டுடுத்துன்னு மந்திரி பிரதானிகளுக்குத் தோணிடுத்து. இப்பதானே இவன் சாந்தஸ்வரூபி. கொஞ்ச நாள் முன்ன வரைக்கும் கோபம் வந்தா வாளை எடுத்துத் தலையை வெட்டினவந்தானே. அதுனால வேவு பாத்து அவன் கோபத்துக்கு ஆளாவோமேன்னு பயமாவும் இருந்தது. எப்படியாவது போத்தியை அகற்றிட்டா எல்லாம் சரியாகிடும்னுதான் எல்லாரும் நினைச்சா.

இருந்தாலும் தயக்கம் இருந்தது. மந்திரிகள்ள ஒருசிலர், ராஜவம்சத்துக்கு குருவான சங்கரன் நம்பூதிரியிடம் பேசிப் பார்க்கலாம்னு சொன்னா.

சங்கரன் நம்பூதிரிக்கு ராஜா மேல கோபம் இருந்தது. அவனோட மோகத்தாலயும், போகத்தாலயும் சமஸ்தானத்துக்குக் கெட்டகாலம்னு நினைச்சு நாட்டை விட்டே போயிருந்தார். இப்ப அவன் குணம் மாறியிருக்குன்னு தெரிஞ்சு நிம்மதியாயிருந்தவருக்கு, போத்தியின் செய்தி போனப்போ, திரும்பவும் கவலை வந்தது. ஆயினும் இந்த நேரத்துலயும் அரண்மனைல இல்லேன்னா சரியாயிருக்காதுன்னு திரும்ப வந்தார்.

ராஜா அவரை சந்தோஷமா வரவேத்து கூட்டிண்டு போனான். அவன் குணமாற்றங்களைத் தெரிஞ்சுண்டு நம்பூதிரியும் ரொம்ப சந்தோஷமானார். அவர் ராஜாங்க விஷயங்களைப் பத்தித் தெளிவாவும் தீர்க்கமாவும் பேசினான். அவனோட முகத்துல மட்டுமில்லாம சிந்தனைலயும் தெளிவு வந்திருக்குன்னு நம்பூதிரி புரிஞ்சுண்டார். ஆனாலும் ஒரு ஆணுடன் உறவு கொண்ட ராஜாவை அதுக்கு மேலும் அனுமதிக்கறதுக்கு வகையில்லேன்னு கோபம் கொண்டிருந்தார்.

சேனாதிபதி, மந்திரி பிரதானிகளோட பேசி ஒரு முடிவுக்கு வந்திருந்தார். ராத்திரி ராஜாவோட தான் தங்கறதுன்னும், அவனை வசியப்படுத்துற போத்தியைக் கொன்னு போட்டு அப்புறப்படுத்திட்டு, ராஜாகிட்ட அவன் இரவோட இரவா ஓடிப்போயிட்டான்னு கதை சொல்லிடலாம்னு முடிவு பண்ணினார்.

இரவு போஜனத்துக்கு ராஜா நம்பூதிரியைக் கூப்பிட்டிருந்தார். நம்பூதிரி பல காலமா ராத்திரி பழங்கள் மட்டும்தான் சாப்பிடுவார்னாலும், போத்தியை சோதிக்கறதுக்காக ஒத்துண்டார்.

போத்தியின் கையால புட்டும், கடலைக்கறியும், தத்யோன்னமும் பண்ணிப்போட்டான். எளிய உணவான அது மூணுமே அதுவரைக்கும் அவர் அனுபவிக்காத ருசில இருந்தது. ராஜாவுக்கு இன்னும் பல பலகாரங்கள் சேர்த்துப் பண்ணிருந்தான். ஒவ்வொரு கவளத்தையும் ராஜா ரசிச்சு சாப்பிடறதைப் பார்த்தார். ஆனா காரமும், இனிப்பும், துவர்ப்பும், கார்ப்பும் சம அளவுல கலந்துருக்குற அந்த உணவாலதான் ராஜாவோட குணமும் சமநிலைக்கு மாறிருக்குன்னும் புரிஞ்சுண்டார். போத்தி நிச்சயமா சமஸ்தானத்துக்கும் ராஜாவுக்கும் நல்லதுதான் பண்ணியிருக்கான்னு அந்த நிமிஷம் அவருக்குத் தோணித்து.

போஜனம் முடிஞ்சு கையலம்பிண்டு, நம்பூதிரி ராஜாகிட்ட இன்னைக்கு நீ தூங்குற அறைல நான் தூங்கலாமா, நெடுந்தூரப் பிரயாணக் களைப்புன்னு தூண்டிலப் போட்டார். ராஜா முகம் மாறித்துதான். ஆனாலும் ராஜகுரு, ரொம்ப நாளைக்கப்புறம் வந்திருக்கார். ஒத்துண்டான்.

தூங்கப்போறதுக்குக் கொஞ்ச நேரம் முன்னாடி போத்தி அறைக்குள்ள வந்தான். அவன் கைல ஒரு பெரிய தாம்பாளமும், அதுல மூடி போட்ட ஒரு குவளையும் இருந்தது. அவன் உள்ள நுழையறதுக்கு முன்னாடியே ராஜா சேடிகளையும், வீரர்களையும் வெளில அனுப்பியிருந்தான்.

ராஜா புன்னகை மாறாத முகத்தோட சொன்னான். ஸ்வாமி நீங்க சன்னியாசி. எல்லாப் புலன்களையும் அடக்கி வச்சிருக்கறவர். இன்னைக்கு அதுக்கு ஒரு சோதனை வந்திருக்குன்னான். நம்பூதிரி புதிரோட ரெண்டு பேர் முகங்களையும் பார்த்தார்.

இது போத்தி. வனத்துலேர்ந்து எனக்குக் கிடைச்ச வைரம். என் சொத்துக்கள்ளயே பெரிய சொத்து இவனாத்தான் இருப்பான். என் அறிவுக்கண்ணைத் திறந்துவிட்ட திருவனந்தபுரம் பத்மநாப ஸ்வாமியின் தூதன் அப்படின்னான். இதோ இப்ப இவன் பரிமாறப்போற இந்த ராஜபிரதமன் இவன் எனக்காகவே தயாரிக்கிற தனி விருந்து. இந்த பூமியிலேயே இதைக் குடிச்சவன் நான் மட்டும்தான்.

நம்பூதிரி புதிராப் பார்த்தார்.

ராஜா நிதானமாச் சொன்னான்.

இந்த ராஜபிரதமன் ராஜாக்களுக்காகவே தயார் செய்யப்படறது. வீரியம், தைர்யம், வித்து, பிற்காலத்துல என்ன நடக்கப்போறதுன்னு தெரிஞ்சுக்குற அதிசயச் செயல்னு எல்லாமே இணைஞ்சது. இதைக் குடிச்சுட்டுப் படுத்த அடுத்த சில மணி நேரத்துல எனக்கு அடுத்த நாளோட முழுப் பணிகளும் கனவுல வந்துடும். சமஸ்தானத்துக்குள்ள உள்ள பிரச்னை, அடுத்த சமஸ்தானத்துலேர்ந்து வரப்போற பிரச்னை, எழுதப்போற லிகிதங்கள், கொடுக்கப்படப்போற ஆணைகள்னு எல்லாமே கனவுல வரிசையா ஓடும். சில கணங்கள்ள இரவுத்தூக்கத்துலயே

நான் எழுந்து, ஓடி, வாளை எடுத்து வீசின்னி ரணகளம் பண்ற தருணங்கள்ளாம் இருக்கும். அந்த நேரத்துல சேடியோ, வீரனோ பார்த்துடப்படாதுன்னு கதவைச் சாத்திண்டு போத்தி துணையிருப்பான்.

அப்படிப்பட்ட அதிசய பானம் இது. போத்தி சமையற்காரன் மட்டுமில்ல. சமயோசிதன், மருத்துவன், ஜோதிடன்னு எல்லாம் கலந்த கலைஞன். அவன் கலையோட உச்சச் சாறு இந்த ராஜ பிரதமன். இது தேசத்தைக் காப்பாத்தும் மாமருந்து. இதோட சுவையைச் சொல்ல எனக்கு வார்த்தைகளே இல்லை. அத்தனை அமிர்தம். அத்தனை சொர்க்கம் என்றான்.

நம்பூதிரி இதெல்லாம் நம்பறதா வேண்டாமான்னு யோசிச்சுண்டிருந்தார். சரி இவ்ளோ சொன்னப்புறம் தனக்கும் அந்த அனுபவம் வேண்டாமான்னு யோசிச்சு, நானும் குடிச்சுப்பாக்குறேனேன்னு கையைக் குவளைப் பக்கமா நீட்டினார்.

என்னைக்குமே உரக்கப் பேசாத போத்தி, அப்போ பேசத் தொடங்கினார். ஷமிக்கணும். இது ராஜபிரதமன். ராஜாக்களுக்கு மட்டும்தான் பிரசாதம். வேற யாரும் சாப்பிட அனுமதியில்லேன்னான். ராஜா, நம்பூதிரி ரெண்டு பேருமே அதிர்ந்து போயிட்டா.

ராஜாவுக்கு அவனோட வாதம் புரிஞ்சது. மெதுவா நம்பூதிரிக்கு எடுத்துச் சொன்னான். அவன் சொல்றதுலயும் ஒரு அர்த்தம் இருக்கில்லையான்னு ஆரம்பிச்சவுடனே நம்பூதிரிக்குக் கோபம் வந்துடுத்து. இதெல்லாம் இவா ரெண்டு பேரோட நாடகம்னு முடிவு பண்ணார். கைதட்டி ஓசைப்படுத்தினார். வெளியே காத்திருந்த சேனாதிபதி பரிவாரம் கதவை உடைச்சுண்டு உள்ளே வந்தது.

தகாத உறவுல ஈடுபட்ட ராஜனையும், இந்த போத்தியையும் இங்கேயே கொலை பண்ண உத்தரவு போடறேன்னார்.

ராஜா அதிர்ந்தார். போத்தி சிரிச்சார்.

இது மாதிரி ராஜாங்க நாடகங்களெல்லாம் மனிதர்களுக்குத்தான் எனக்கில்லைன்னார் போத்தி.

'ராஜன், இவன் உன்னைக் கொலை செய்யமாட்டான். நீ நீடு வாழ்வாய். ஆனால் இந்த சமஸ்தானம் உன் அறிவுக்கூர்மையால் நீடு வாழும். ஆனால் பெரிய அதிசயங்கள் நடந்து நீயும் நானும் கனவு கண்ட உன்னத ஸ்தானத்திற்குப் போகாது. மனிதர்களின் குணநலன்களின் பிழை அது. நான் மறைவேன். என்னோடு ராஜபிரதமனின் சூத்திரமும் மறையும். இனி எனக்கு இங்கு வேலையில்லை. எங்கும் வேலையில்லை. ஒருவேளை உன்னதங்கள் நிகழ்த்துற எவரேனும் இந்த பூமியில பிறப்பான்னா இந்தச் சூத்திரம் அவனுக்குப் போய்ச்சேரும். அதுவரையிலும் அது ஒளித்தே வைக்கப்பட்டிருக்கும்.'

அப்படின்னு சொல்லிட்டு காத்துல புகை கலக்குற மாதிரி கலைஞ்சு போயிட்டார். ராஜா கதறி அழுதான். நம்பூதிரிக்கு தன்னோட தப்பு புரிஞ்சது. அன்னைக்குக் கொலை பண்ண வந்த நம்பூதிரிக்கு வேலை வைக்காம அடுத்த சில நாள்கள்ளயே ராஜா தன் வாளால தன் கழுத்தை அறுத்துண்டு இறந்து போயிட்டான்.

ராஜாங்கம் போத்தியை அவன் இருந்த மலைஉச்சிக்குடில் வரைக்கும் போய்த் தேடித்து. அவனோட சுவடே எங்கயும் இல்லை. அவன் அதுக்கப்புறம் எங்க போனான்னே தெரியல. ஆனா இந்த வரலாறை நம்பூதிரி எழுதி வச்சு, எத்தனை தலைமுறையானாலும் ராஜபிரதமனோட சூத்திரத்தைக் கண்டு பிடிச்சுடணும்னு சொல்லியிருந்தார்.

கால காலமா அதைத் தேடுற பணி நடந்துண்டிருக்கு.

என்று கூறி அந்தக் கதையை நிறைவு செய்தாள். மீண்டும் குகைக்குள் அந்த ஆழ்ந்த ஓங்கார ஓசையும், தண்ணீரின் ஒலியும் மட்டும் கேட்டுக்கொண்டிருந்தது. மீண்டும் இவள் குரல் ஒலிக்குமா என்று காத்திருந்தேன். பல நிமிடங்கள் அமைதிக்குப் பிறகு மீண்டும் பேசத் தொடங்கினாள்.

★

இந்த ராஜபிரதமன் சூத்திரம் இன்னைக்கும் போத்தியால எங்கயோ மறைச்சு வைக்கப்பட்டிருக்கு. அதைக் கண்டுபிடிக்கிற பாத்யதை நம்ம பரம்பரைக்கு இருக்குன்னு ஆசி வந்திருக்கு என் மூல்யமா. உன்னை இத்தனை தூரம் கொண்டு வந்தது

விதியும், என் ஆசியும்தான். இனி இந்த வாழ்நாள் முழுக்கச் செய்ய வேண்டியது ஒண்ணுதான். ராஜபிரதமன் சூத்திரத்தைக் கண்டுபிடிக்கணும். கண்டுபிடிச்சு, மருத்துவ குணங்களோடயும், அதிசய சக்திகளோடயும் இருக்குற அதைக்கொண்டு சேவைகள் செய்யணும். இந்தக் குடும்பத்தோட சாபம் தீர அதுதான் வழி.

என் கல்யாணத்தன்னிக்கு பந்தல் வாசல்ல கொளுத்திண்டு மாஞ்சு போனாள்ளியோ ஒருத்தி, அவ போத்தியின் வழி வந்தவ. இந்தப் பரம்பரைல வர்ற வாரிசுதான் பிரதமனைத் தேடிக் கண்டுபிடிக்கப்போறதுன்னு தெரிஞ்சு போத்தியின் சூக்ஷுமத்தால வழிநடத்தப்பட்டவோ. அவ வாரிசுதான் அதைக் கண்டுபிடிக்கணும்னு உங்க அப்பாவை மயக்கி வாரிசையும் ஏத்துண்டா. அது இயற்கையா சில முறையும், செயற்கையா சில முறையும் கலைஞ்சு போயிடுத்து. இனி நடக்காதுங்குற ஆங்காரத்துலதான் மாய்ச்சுண்டா.

இப்ப நீ கிளம்பணும். நீ ஒருத்தன்தான் கடைசி வாரிசா இருப்ப நம்ம குடும்பத்துக்கு. உன் வாழ்நாள்ள இதைக் கண்டுபிடிச்சு சாபத்தைப் போக்கணும். இல்லேன்னா நம்ம குடும்பம் தழைக்காது. இனி வாரிசுன்னு ஒண்ணே ஒண்ணு தங்கும். அதுவும் பெண்பித்துல சுத்தி வீணாகும். உன்னால முடியலேன்னா, அதை நிவர்த்தி பண்ண அதைத் தயார் பண்றது உன் வேலை.

அது முடியலேன்னா, அத்தோட நம்ம வம்சம் அழியும் என்று சொல்லும்போது அவள் குரலில் விம்மலோசை இருந்தது.

என் வாழ்விற்கான பொருள், ராஜபிரதமன் தேடல்தான் என்று புரிந்துகொண்டபோது, குகையில் மீண்டும் அகல்கள் எரியத்தொடங்கின.

22. களி

உறங்காத முழு இரவு நிறையத் தெளிவுகளைக் கொண்டு வந்திருந்தது. ஓர் இரவில் என் வாழ்வில் எத்தனை புதிய பாத்திரங்கள் வந்து சேர்ந்திருக்கின்றன. எத்தனை புதிய கதைகள்? எத்தனை புரியாத விடுகதைகளுக்கு விடை? மற்றும் சில புதிய புதிர்கள்.

காவேரியில் புதுவெள்ளம் வரும்போது தில்லை ஸ்தானத்தில் இக்கரையிலிருந்து அக்கரை வரை அப்பா என்னை முதுகில் சுமந்துகொண்டு நீச்சலடிப்பார். அவர் அப்போது இளமையின் உச்சத்தில் இருந்தார். பல்வேறு சாகசங்களை நிகழ்த்திப் பார்க்க ஆசை கொண்டிருந்தார்.

அப்படி என்னை ஒருமுறை சுமந்துகொண்டு சென்றபோது என் கைப்பிடி வழுக்கி ஆற்றில் விழுந்தேன். அந்த நாளை நான் மறக்கவே மாட்டேன். ஆறு என்னை இழுத்துச் சுழற்றியது. அதன் ஓர் ஈரக்கரம் என்னைத் தூக்கிப்பிடித்துச் சுழற்றி இன்னொரு கரத்திற்குத் தள்ளியது. அங்கிருந்து காலுக்கு மாற்றியது. அது ஓர் உதைப்பந்தை லாகவத்துடன் தள்ளுவது போல வெகு வேகத்துடன் நெட்டித்தள்ளியது. குப்புறப் புரட்டியது. நீர்ப்பெருக்கின் இன்னொரு கால் என்னை நீரின் ஆழம் வரை அழுத்திப் பின்பு மேலே கொண்டுவந்தது.

மேலும் கீழுமாய், ஆழத்திலும் உயரத்திலும் பறந்து பறந்து என்னை ஒரு சிறு சருகென மாற்றி அலைபாய வைத்துக் கொண்டிருந்தது. அப்படியே மயங்கிப்போன என்னைப் பலகாதத் தூரம் தள்ளிக்கொண்டு போய் அதுவாகவே கரை சேர்த்தது.

அந்தக் கணத்தை இந்த இரவில் உணர்ந்தேன். எத்தனை பேர் கைப்பாவை நான் என்ற கேள்விதான் உரத்து எழுந்தது. சாபத்தால் எழுதப்பட்ட ஒரு ரத்தச் சரித்திரத்தின் கடைசித் துளிதானா நான். அல்லது சாபம் நீக்கப் புறப்பட்ட இந்த ரத்த நிலத்தின் வித்தாக விளைவதுதான் என் வாழ்க்கைப் பயனா?

சித்தப்பாவின் ஆளுமையைப் பற்றி நான் வைத்திருந்த ஒட்டுமொத்தப் பிம்பமும் சிதறிப்போய் இந்தக் குடும்பத்திலேயே மிகச்சிறந்த மனிதராக உயர்ந்து நிற்கிறார். ஒரு சாபமும், ஒரு தேடலும் அவர் வாழ்வையே மாற்றியிருக்கிறது. ஆனால் அதனை நீர்த்துப்போகச்செய்து அவரை ஒரு பரிபூரணத் தீயவனாகப் புனைய இந்தக் குடும்பம் எப்படி முயற்சி செய்திருக்கிறது? நினைக்க நினைக்க அசூயை பெருகியது.

நன்கு விடிந்த பிறகு கீழிறங்கி வந்தேன். வீடு சாம்பிராணிப்புகை கொண்டு திகழ்ந்தது. மாவிலைத் தோரணங்கள் கட்டப்பட்டிருந்தன. திருவாவடுதுறை நாதஸ்வரம் ஒலிக்கவிடப்பட்டிருந்தது. வெல்ல மணம் சமையலறையிலிருந்து எழுந்தது. அத்தை சிவப்பு மடிசாரோடு வெளிவந்தபோதுதான் இன்று திருவாதிரை என்ற நினைவு வந்தது. மார்கழித் திருவாதிரை. அத்தனை வீட்டுப்பெண்களும் நோன்பு நோற்று, கணவனுக்கு ஆயுளை வேண்டும் நாள். இந்தக் குடும்பத்துப் பெண்கள் அத்தனை பேரையும் நினைத்து ஒருசேர வருத்தமும், கவலையும் சூழ்ந்தது. யாருக்கான நோன்பு? சுயநலமும், மனமெங்கும் காமமும், குரோதமும் கொண்டு வலம் வரும் ஆண்களுக்கு எதற்கு நோன்பு?

இன்னும் ஓரிரு வருடத்தில் நீலாவும் இப்படி மடிசார் கட்டிக்கொண்டு புன்னகை பொங்கும் முகத்தோடு நோன்பு நோற்பாளா? என் மன அழுக்குகளை அவள் அறிந்துகொள்ளும் கணத்தை நான் எப்படி எதிர்கொள்வேன் என்று எண்ணியபோது தலை சுற்றியது. மாடிப்படியினைப் பிடித்துக்கொண்டு நின்று கொண்டேன்.

அம்மா வந்தாள்.

'குளிச்சுட்டு வா. நோன்பு ஆயிடுத்து, சாப்பிடவேண்டியதுதான்' என்றாள்.

அப்பா, மாமா, மணிப்பா யாரும் எதுவும் பேசவில்லை. ஷ்யாமாவையும் கிருஷ்ணய்யரையும் கண்டுபிடிக்கமுடியவில்லை என்ற செய்தி வீட்டில் எல்லோருக்கும் தெரிந்திருந்தது. யாரும் அதைப் பற்றி என்னிடம் சொல்லக்கூடாது என்ற செய்தியை ஒவ்வொருவரும் ரகசியமாகப் பரிமாறிக் கொண்டிருப்பார்கள் என்பதும். ஆனால் இவர்கள் அனைவரையும் நான் அறிவேன். ஒவ்வொருவரின் முகபாவங்களின் மொழிகள் எனக்கு அத்துப்படி.

இலைவிரித்துக் களி பரிமாறப்பட்டது. அரிசியும், வெல்லமும், நெய்யும் பதமாகக் கலக்கப்பட்டது. அல்வா போன்ற பதத்திற்குப் போய்விடாமல், அரிசி உப்புமா பதத்திற்குத் தேங்கிவிடாமல் இரண்டிற்கும் இடையில் கிண்டி எடுப்பதுதான் சூட்சுமம். லேசான கரகரப்பு இல்லையென்றால் களியின் தன்மை நீர்த்துவிடும். ஏலக்காய் மணத்தது. முந்திரிகள் தென்பட்டன.

இனிப்பையும் காரத்தையும் கலப்பது ரஜோகுணம் என்று பொதுவாக விலக்கப்பட்டாலும் திருவாதிரையில் அது அனுமதிக்கப்பட்டது. வாழ்வின் இரண்டு எல்லைகளை உணர்த்தும் குறியீடு அது. இந்த வீட்டின் இயல்பு போல. இரண்டு அதீத எல்லைகளுக்கிடையே ஊடாடும் குறியீடு.

மரத்தில் விளைந்த ஒன்று, கொடியில் கிளைத்த ஒன்று, செடியில் வளர்ந்த ஒன்று, பூமிக்குள் முளைத்த ஒன்று என வகைக்கொன்றாய் ஏழு காய்கறிகள் சேர்த்துச் செய்யப்படும் இந்தக் கூட்டைச் சேர்த்துக்கொண்டால்தான் களி சிறக்கும். ஏழுகறிக்கூட்டு என்றுதான் பெயர். ஆனால் ஒவ்வொரு முறையும் பதினொரு நாட்டுக் காய்கறிகள் சேர்ந்துவிடும். இரவு முழுதும் தவித்த மனத்துக்குக் களியும் கூட்டும் இதம் தந்தன. ஏலக்காய் மணம் சூழ்ந்த களியும், தனியா அரைத்துவிட்ட கூட்டின் சுவையும் இணைந்து தவித்த வயிற்றைத் தணித்தன.

தூக்கம் கண்ணைச் சுழற்றியது. இல்லை இந்தப் பகலில் உறக்கம் கூடாது. மீதமுள்ள புதிர்கள் அவிழ வேண்டும். இனி நான் என்ன செய்யவேண்டும் என்று தீர்மானிக்கவேண்டும். அந்த

முழு இரவுக் கதை சொல்லலுக்குப் பிறகு சித்தப்பா உறங்கிப் போயிருந்தார். இத்தனை நாள் ஏற்றி வைத்திருந்த பாரம் குறைந்த நிம்மதி இருந்திருக்கும் அவருக்கு.

ஆனால் நான் இதனை பாரமாகவே ஏற்றுக் கொள்ளக்கூடாது. இதன் தீர்வை நோக்கி நகர வேண்டும். ராஜபிரதமனின் சூத்திரத்தைக் கண்டுபிடிப்பதுதான் தீர்வு. ஆனால் இருபத்தைந்து வருடங்களுக்கும் மேலாக அவர் தேடித் தீர்ந்த ஒன்று, இது பற்றி இன்று அறிந்துகொண்ட எனக்கு மட்டும் உடனே கிடைத்துவிடுமா? நான் பிறப்பதற்கு முன்னேயே பட்டம்மா பாட்டி என் குணத்தை அறிந்து தீர்க்கமாகப் பேசியதையெல்லாம் நினைத்து ஆச்சர்யமாகவும், வெட்கமாகவும் இருந்தது. இத்தனை வருடங்களாகக் கடந்துவந்த அந்தச் சுவாரசிய இருட்பாதையில் இருந்த அழுக்குகளும், கழிவுகளும் இப்போதுதானே கண்ணுக்குத் தெரிகின்றன.

ஏகப்பட்ட எண்ணங்கள். குழப்பங்கள். மீண்டும் சித்தப்பா அறைக்குச் சென்றேன். அப்போதுதான் கண்விழித்திருந்தார்.

‘தூங்கவே இல்லையா கிட்டா?’ என்றார்

தலையசைத்தேன். ‘குளிச்சுட்டு வா சித்தப்பா. திருவாதிரைக்களி சாப்பிடலாம்’ என்றேன்.

நிமிர்ந்து பார்த்தார். சிரித்தார்.

தட் ‘திருவாதிரைக்கு ஒரு வாய் களி. உண்ணாதவர்க்கு நரகக் குழி. ஸ்டஃப் ரைட்,’ என்றார் ஆங்கிலத்திலும் தமிழிலும் மாற்றி.

பிறகு தலையைச் சிலுப்பிக்கொண்டு ஹம்பக் என்று தனக்குத்தானே சொல்லிக்கொண்டு எழுந்தார். நான் வந்துட்றேன் என்றபடி வெளியில் சென்றார்.

ஏகப்பட்ட புத்தகங்களும், குறிப்பேடுகளும், வரைபடங்களுமாய்க் கிடந்த இந்த அறையைப் பார்த்து மலைத்துப் போயிருந்தேன். என்ன படிக்கிறார், என்ன தேடுகிறார், என்ன செய்கிறார் என்பதற்கெல்லாம் ஒரே விடைதான் இருந்திருக்கிறது. அந்த ஒரே இலக்கிற்குத்தான் அத்தனையும். வியப்பாக இருந்தது. இந்தப் புத்தகக் குவியலுக்கு நடுவே அமர்ந்திருக்கும் நான்தான்

சாபமும், புதிரும் துரத்தும் இந்தக் குடும்பத்திற்கும் மையம். இவை அத்தனையும் என்னையும் அழுத்தவிருக்கின்றன.

எல்லாமே தடிமனான தலையணை அளவுப் புத்தகங்கள். என்னால் இத்தனை புத்தகங்களையும் படிக்கமுடியுமா? படித்துப் புரிந்துகொண்டு சூட்சும எல்லையை அறிந்து தொட்டுவிடத்தான் முடியுமா? அதைத் திறந்து பார்க்கக்கூட மனமில்லாமல் தடவிப்பார்த்தேன்.

அறைக்குள் வந்த சித்தப்பா என் முகத்தின் குழப்பத்தைப் படித்துவிட்டார். விளையாட்டின் முதல் விதி மலைப்பை விடறதுதான் கிட்டா. எதிரே நிக்குற மலை உச்சியைப் பாக்கறதில்ல நம்ம காரியம். அடுத்த அடி எங்க எப்படிங்கறதுதான். இப்படி அடி அடியாச் சேர்ந்து மேல பாக்கும்போதெல்லாம் உச்சி நகராம இருக்குற மாதிரியே இருக்கும். ஆனா அது மாயை.

‘உங்களுக்கு அயர்ச்சியா இல்லையா? நிச்சயம் சூத்திரம் கிடைக்கும்னு நம்புறீங்களா?’ என்றேன்.

பெருமூச்சு விட்டார். ‘என் வாழ்க்கை மொத்தமும் இதுல கொடுத்திருக்கேன் கிட்டா. ஒவ்வொரு முறையும் ஒவ்வொரு வழியும் தவறாப்போகும்போதும் அம்மாவோட சொல்தான் என்னை உருவேத்திருக்கு. இது அம்மாவோட வாக்கு. அன்னைக்கும் அதற்கப்புறமும் பலமுறை அவ எங்கிட்ட பேசிருக்கா. இது இந்தத் தலைமுறைல நிறைவேறும். நாம நிச்சயம் கண்டுபிடிப்போம்’ என்றார்.

‘தரையையே பார்த்துப் பார்த்து அடி எடுத்து வச்சு ஏறும்போது ஏதோ ஓர் அடுத்த அடியில உச்சி வந்துருமில்லையா. அதுதன்னே களி. திருவாதிரைக் களியில்லா. களின்னா குழப்பமும் ஆகும், தீர்வும் ஆகும். விளையாட்டும் ஆகும். நீ எப்படி அதைப் பார்க்குறியோ அப்படி அது மாறும்.

நாம் இன்னு களி தொடங்காம்,’ என்று சொல்லிச் சிரித்தார்.

23. தோட்டக்கள்ளன்

எங்களுக்குப் பூர்வீகம் திருவையாற்றுக்கு அருகில் ஏதோ ஒரு கிராமத்தில் இருந்ததாக ஒரு பழங்கதை உண்டு. சரபோஜி ராஜா ஆண்டுகொண்டிருந்த பதினேழாம் நூற்றாண்டு அது. பல பிராமணர்களை கிராமங்களை அபகரித்துக்கொண்டு அவன் துரத்தி விட்டுவிட்டான் என்பார்கள். ராஜாவுக்கு அருகில் இருக்கக்கூடாது என்று முன்னோர்கள் கும்பகோணத்திற்கு குடிபெயர்ந்து வந்திருக்கிறார்கள்.

இப்படிக் குடிபெயர்ந்தபோது வழியிலும் புது இடத்திலும் பாதுகாப்பு இருப்பதால் நகைகள் அனைத்தையும் பழைய தங்குமிடத்தில் ஆழக் குழிதோண்டி புதைத்து அடையாளம் வைத்துவிட்டு வந்ததாகவும் கதை சொல்லப்பட்டது. பின்னர் மறக்கப்பட்டும் விட்டது.

தாத்தா காலத்தில் தொழில் செழித்து, குடும்பம் மேலே வந்தபோது, யாரோ ஒரு ஜோதிடர் வாக்கு சொல்ல, பழைய வீட்டுப் புதையல் மீது எல்லோருக்கும் கவனம் குவிந்தது. பழைய கிராம நிலத்தை மீட்டு, பழைய அடையாளங்களைக் கொண்டு புதையலைத் தேடும் பணியை சில வருடங்கள் செய்திருக்கிறார்கள்.

நடுவிற்காணாமற்போனதோ, அல்லது கதையே புரட்டோ, அப்படிப் புதையல் ஏதும் கிடைக்கவில்லை. அந்த நிலம்தான்

மிஞ்சியது. அந்த கணபதி அக்ரஹாரத் தோப்பு வீட்டில்தான் இப்போது இந்தச் சித்தர் வீடு அமைந்திருந்தது. முதன்முறை போனபோது இந்த இடத்தைக் கவனிக்கவில்லை. இப்போது இரண்டாவது முறையாகச் செல்லும்போது சித்தப்பா அந்தப் பழங்கதையைச் சொல்லிக்கொண்டு வந்தபோது புரிந்தது.

கூடவே, இந்த ராஜபிரதமன் பற்றிய சிந்தனையும் ஓடிக்கொண்டிருந்தது. ஒருவேளை இதெல்லாமே இந்தப் பழைய புதையல் கதையைப் போலவே ஏதுமின்றிக் கடந்துவிட்டால் என்ன செய்வது? தன் மொத்த வாழ்க்கையையே பணயம் வைத்து ஆடிக்கொண்டிருக்கும் சித்தப்பாவின் விளையாட்டு வெறும் பாம்புகள் மட்டுமே கொண்ட பரமபதமாக இருந்துவிட்டால் என்ன செய்வது. இதில் நானும் வலியச்சென்று ஈடுபடுவது சரியா?

கேள்விகள் இருந்தன. ஆனால் எல்லாவற்றுக்கும் மேலாக ஏதோ ஒரு நம்பிக்கையும், ஆர்வமும் குறையாமல் இருந்தது. சரியான நேரத்தில் சரியான ஒரு செயலை நோக்கி என்னை இயற்கை செலுத்துவதாகவே இதனை எடுத்துக்கொள்கிறேன்.

அந்தத்தோப்பு வீடு அன்று இரவு பார்த்ததை விட இப்போது இன்னும் பளிச்சென்று அழகாக இருந்தது. மாவும், பலாவும் நிறைந்திருந்தன. நாவற்பழ மரத்தின் மேலிருந்து அந்த ஒற்றைப்பறவையின் குரல் கூவிக்கொண்டே இருந்தது, என்னை வரவேற்பது போலிருந்தது. சித்தப்பா முன்செல்ல சற்று நிதானித்து அந்த மரத்தை நிமிர்ந்து பார்த்துக்கொண்டு நின்றிருந்தேன். அது குயிலல்ல. வேறு ஏதோ பறவையின் குரல். என்ன என்று யோசித்தபோது அந்தக்குரல் கேட்டது. சற்று திடுக்கிட்டேன். அன்று அரிசி உப்புமா பரிமாறிய, எதுவும் பேசாமல் உற்றுப்பார்த்துக்கொண்டிருந்த அதே பெண்மணிதான். நிச்சயம் அறுபதுக்கும் மேல் வயதிருக்கும். காவிப்புடைவை, அதே நிறத்தில் ரவிக்கை. ருத்ராக்ஷ மாலைகள். அன்று மனது சொன்ன, இளவயதில் பேரழகியாக இருந்திருக்க வேண்டும் என்ற செய்தியை இந்தப் பகல் தோற்றமும் உறுதி செய்கிறது.

'அதுக்குப் பேரு தோட்டக்கள்ளன் குருவி. இங்கேருந்து வலதுபக்கமா அந்த மாமரத்தை ஒட்டியிருக்குற கிளைல பாரு. தவிட்டு நிறமும் பச்சையும் சேந்தாப்புல இருக்கறதால அவ்வளவு

எளிதாத் தெரியாது' என்று மிக அருகில் வந்து அடையாளம் சொன்னார். அவர் மீது வீபூதி வாசனை பரிபூரணமாக இருந்தது.

மரத்தின் உச்சியில் தோட்டக்கள்ளனைக் கண்டுகொண்டேன். தவிட்டு நிறம். கண்களுக்கு மைபூசியதைப் போல கருப்புத் தீற்றல். இறகுகளில் பச்சை. லேசாகத் துருத்திக்கொண்டிருந்த அந்த வாலில் ஒரு காவிச்சிவப்பு. அழகிய பறவை. மிக மெல்லிய குரல். இப்போதுதான் முதலில் பார்க்கிறேன். பார்த்துக்கொண்டே இருக்கவேண்டும் போல இருந்தது.

'இவன் ஒரு கள்ளன். யார் கண்ணுக்கும் அவ்வளவு சீக்கிரம் தெரியமாட்டான். பறக்கவும் மாட்டான். சோம்பேறி. இன்னைக்கு உனக்கு தரிசனம் தரணும்னுதான் காத்திருந்தான் போல' என்றார். இப்போது அதிசயமாக அவர் முகத்தில் புன்னகை பூத்திருந்தது.

வா, என்று அழைத்தவாறே முன்னால் சென்றார். எனக்கு இன்னும் தோட்டக்கள்ளனின் குரல் கேட்டுக்கொண்டிருந்தது. வீடு இன்னும் குளிர்ந்திருந்தது. அந்த ஒற்றையாடை சித்தரும், சித்தப்பாவும் வழக்கம்போல அவர்களுக்கான குறைந்த ஒலி உரையாடலைத் தொடர்ந்துகொண்டிருந்தார்கள்.

என்னைப் பார்த்ததும் எழுந்து நின்றார். சற்று வேகமாகவே அருகில் வந்தார். நெற்றியில் கைவைத்து மூன்று விரல்களால் திருகுவது போலச்செய்தார். கண்களை மூடச்சொல்லி சொடுக்குப் போட்டுக்கொண்டே கையால் முகத்தைச் சுற்றினார். பிறகு தலை உச்சியில் உள்ளங்கையை வைத்து மூன்று முறை முகத்தைத் தடவினார்.

'எல்லாம் நடக்கும். எல்லாம் நடக்கும். எல்லாம் நடக்கும்' என்று மூன்று முறை சொன்னார். பின்னர் பழையபடி அமர்ந்துகொண்டார். கையை சித்தப்பாவிற்கு அருகே காட்டி அமர்ந்து கொள்ளச் சொன்னார். கண்களை மூடி மூச்சை இழுத்து விட்டுக்கொண்டார். தோட்டக்கள்ளனின் குரல் தாழ்வாரம் தாண்டி வீட்டுக்குள் கேட்டுக்கொண்டிருந்தது. தரையின் குளிர்ச்சி, ஜமுக்காளம் தாண்டியும் மேலெழுந்து வந்துகொண்டிருந்தது. லேசாக நடுக்கமிருந்தது. கண்களைத் திறந்து வெண்விழிகள் மட்டும் தெரியுமாறு, கருவிழிகளை மேல்நோக்கிப் பார்த்தவாறு சில நொடிகள் காத்திருந்தார்.

பிறகு பேசத்தொடங்கினார். அவர் குரல் இயல்பாகவே சராசரி ஒலிக்கும் கீழேதான் இருந்தது. அதைப் புரிந்துகொள்ள இன்னும் அருகில் அமர்ந்ததும் அவரும் சற்றுக் குரலுயர்த்திப் பேச முயற்சி செய்தார்.

'காலம் பொல்லாதது தம்பி. அது ஏற்கெனவே நிர்ணயிக்கப்பட்ட புதிர்ப்பாதைகளில் நம் வாழ்வை அனுப்பிவைக்கிறது. இன்னதென்றே தெரியாத சிற்றின்பத் தூண்டலில் அந்தப் புதிர்ப்பாதையில் லயித்து நாம் நடம் புரிகிறோம். திடீரென்று திருப்பம் வரும்போதெல்லாம் திடுக்கிடுகிறோம். ஆனால் அதுவே நிதர்சனம். திருப்பங்களெல்லாம் படுகுழிகளை நோக்கிச்செல்பவையும் அல்ல. சில நேரங்களில் பூக்குழிகளாகவும் மாறலாம்.

நீ கருவில் உருவாகும் முன்பே தேர்ந்தெடுக்கப்பட்டவன். படில்ஸுக்கு ஆதாரச் செய்தி அனுப்பப்பட்டபோதே அது அடுத்த தலைமுறைக்கும் சென்று சேரப்படவேண்டும் என்றேதான் சொல்லப்பட்டது. அது இந்த நேரத்தில் உனக்கு வந்து சேரவேண்டும் என்பதும் நிர்ணயிக்கப்பட்டது.

இதில் முதற்காரியம், நீ இதை நம்பவேண்டும். சற்று முன்பு இத்தனை வருடத் தேடலில் கிடைக்காத கனி, இனி நான் போனால் வந்துவிடுமா என்று உன் மனத்தால் எண்ணினாய். அது இந்த ஒட்டுமொத்தக் குழுவையும் திடுக்கிடச் செய்தது. இனி ஒருபோதும் அப்படி எண்ணலாகாது.

ராஜபிரதமனின் சூத்திரம் உன் கைகளால் கண்டறியப்படும் என்பது விதி. அது நிச்சயம் நடக்கும். அதை இனி ஒருகணமேனும் நீ குயுக்தியால் நிராகரிக்கக்கூடாது,' என்றார்.

இது வேறு உலகம். இது வேறு க்ருஷ்ணா. இது வேறு சித்தப்பா. இந்தச் சித்தர் வானுலகிலிருந்து வந்து சேர்ந்தவர் என்பது போலிருந்தது. இந்தச் சொற்களையெல்லாம் ஏற்கனவே கேட்டதைப் போல இருந்தது. ஒவ்வொரு வாக்கியமும் மனத்தைச் சென்று தைத்தன. எல்லாமே ஒரு கனவுலகத்தில் நிகழ்வது போல இருந்தது.

ஆனாலும் கவனமாகக் கேட்டுக்கொண்டேன். இதைச் சொன்னபிறகு அவர் வேறு எதுவும் பேசவில்லை. சித்தப்பாவிடம் கையைக் காட்டிவிட்டு கண்களை மூடிக்கொண்டார்.

சித்தப்பா பேச ஆரம்பித்தார்.

பாலக்காட்டுக்குப் போய், சிறுமலைக் குகையில அம்மாவோட குரலைக் கேட்டபிறகு நான் சில வருஷங்கள் திக்குத் தெரியாமத்தான் சுத்தினேன். ஸ்ரீமான் போத்தி பத்தியோ, அவர் எங்க தங்கியிருந்தார்னோ உறுதியான தகவல் எதுவும் தெரியல. கிட்டத்தட்ட அஞ்சாறு வருஷம் போனப்புறம்தான் இதப்பத்தி முறையாப் படிக்காம இறங்கக்கூடாதுன்னு முடிவுபண்ணி பழைய ஓலைச்சுவடிகள், சமஸ்தானத்துக்காரங்க எழுதின புத்தகங்கள்னு தேடிப்போனேன்.

அப்பதான் அந்தச் சமயத்துல அரச சபைல இருந்த பாலராமசாஸ்திரிங்கிற அமைச்சரோட தகவல் கிடைச்சது. இவர்தான் ஸ்ரீமான் போத்தியும், ராஜாவும் மறைஞ்சுட்ட பிறகு தன் வாழ்நாள் மொத்தத்தையும் அவங்க தேடல்ல செலவழிச்சிருக்காரு. அவர் தேடிப்போன வழிகள், ஸ்ரீமான் போத்தியை முதல்ல கூட்டிட்டு வந்த வீரனோட எழுத்து, அவன் போன வழி, அதுக்குப் பிறகு வேற எந்த சாத்தியங்களிலெல்லாம் இது மறைச்சு வைக்கப்பட்டிருக்கலாங்குற குறிப்புகள் அப்படின்னு நிறைய கிடைச்சது. இதெல்லாம் தொகுத்துப்படிச்சு, சேகரிச்சு முடிக்கும்போதுதான், நம்ம பழைய வீட்டுப்பரண்லயே பதினேழாம் நூற்றாண்டுச் சுவடிகள்ளாம் இருக்குன்னு அம்மா குரல் சொன்னது.

அதைக்கேட்டுதான் நானும், அவளும் ஒரு நாளைக்கு கும்பகோணம் வந்தோம். அண்ணாவும், அப்பாவும் பெரிய நாடகமாக்கி எங்களைத் துரத்தி விட்டா.

அந்த மழை மாலை நினைவுக்கு வந்தது. சித்தியின் கண்சிமிட்டலும். இந்த நீண்ட கதையில் பாலக்காட்டுச் சித்தி இடையில் எங்கே போனாள் என்றே தெரியவில்லை. கேட்கவேண்டும்.

அப்பதான் எனக்கு நம்ம கணபதியக்ரஹார சித்தர் அறிமுகம் கிடைச்சது. இவர்கிட்ட வந்ததும் என் தேடல்ல தெளிவும் கிடைச்சது. ராஜபிரதமன் கிடைச்சு அதை உலகுக்கு உபயோகமா மாத்தணும்கிறது அம்மாவோட சுயநல விருப்பம். நம் குடும்ப சாபம் போகணும்கறதுக்காக. ஆனா சித்தர்குழாம் இதைத் தேடிட்டிருக்கறது உலக நன்மைக்காக.

ஆனா எந்த சக்தியாலயும் தொடமுடியாத ஏதோ ஒரு மர்மக்கட்டுல ஸ்ரீமான் போத்தி அதை ஒளிச்சு வச்சுட்டுப் போயிருக்காருங்கறதைத்தான் நாங்க கண்டுகிட்டோம். அது நீ மனம் வருந்தும் நாள் வரைக்கும் மறைஞ்சிருக்கட்டும்னும், மார்கழித் திருவாதிரை அன்னைக்கு அது அவனுக்கே திறக்கும்னும் சொல்லியிருந்தார். இப்ப எல்லாம் அமைஞ்சு போச்சு. நாம கிளம்ப வேண்டிய நேரமும் வந்தாச்சு என்றார்.

எனக்கு நல்ல திடம் வந்திருந்தது. ஒரு பயணம். கும்பகோணமே வாழ்வென்றிருந்த எனக்கு இது ஒரு புதிய உலகத்திறப்பு. குடும்ப சாபத்தை நீக்கும் வழி. உலக நன்மைக்கு என்னாலும் ஒரு கரம் கொடுக்க முடியும் என்ற மகிழ்ச்சி. தயாரானேன்.

'நான் தயார்' என்றேன்

ஆனா முதமுதல்ல எனக்கு நாடியெல்லாம் பிரதமன் மணம் வீசுதுன்னு ஒருத்தர் பெரிய கோவில் வாசல்ல சொன்னார். அவரும் சித்தர் மாதிரிதான் இருந்தார். அதுக்கப்புறம் ஒருமுறை பத்ராச்சாரியார் தெருவுல அவரைப் பார்த்தேன். 'அவர் யாரு?' என்றேன்.

சித்தர் கண்திறந்தார். சிரித்தார்.

'நீ இங்க வந்ததுலேர்ந்து உன் கவனத்தை திசை திருப்பி கூவிக்கிட்டே இருக்கானே தோட்டக்கள்ளன் அவனேதான். மனுஷனாவும் சில நேரம் வருவான்,' என்றார்.

24. புறப்பாடு

தோப்பு வீட்டிலிருந்து கிளம்பியபோது தெரியவில்லை. அம்மாவிடம் பயணத்திற்காகப் பொய் சொன்னபோது தெரியவில்லை. தாத்தாவிடமும் அப்பாவிடமும் தை முதல் முகூர்த்தம் வரையிலும் எங்கேனும் போய்விட்டு வருகிறேன் என்று துணிந்து முடிவெடுத்துக்கொண்டு போய் பேசியபோதும் தெரியவில்லை. ஆனால் நீலாவைப் பார்த்தபோது எல்லாமே உடைந்துபோனது.

பிரகாசத்தின் உச்சியில், கசடுகள் அண்டவே முடியாத தூய ஒரு வெளியில் விளையாடும் சிறுகுழந்தையெனத்தான் அவள் நினைவையும் இருப்பையும் கற்பனை செய்து வைத்திருக்கிறேன். உற்சாகமும், தெளிவும், அதீத அன்புமாய் வளையவரும் அவள், இருள் சூழ்ந்த என்னுலகிற்கு இதமான ஒளி. இத்தனைப் பெண்களையும் கடந்தது இப்படி ஒரு ஜீவனை அடைந்து உய்யத்தான் என்பது என் வாழ்க்கை விதியாக இருந்திருக்கிறது. என்றேனும் ஒருநாள் அவள் என்னியல்பைப் பற்றி அறிந்து கொள்ளும்போது அதை எப்படி எதிர்கொள்வேன் என்று யோசிக்கவே கலக்கமாய் இருக்கிறது.

'ஒரு முக்கியமான விஷயமா நான் வெளியூர் போறேன். இது தொழில் சம்பந்தமானது இல்லை கர்மா சம்பந்தமானது' என்றேன்.

அவளிடம் இவ்வளவு அனர்த்தமாக என் குரல் ஒலிக்கும் என்று நினைத்ததேயில்லை. அவள் அதன் எந்த உள்ளர்த்தத்தையும் யோசிக்காது முகம் கொள்ளா உற்சாகத்துடன், 'நானும் வரவா?' என்கிறாள்.

நிச்சயம் வரமாட்டாள். அவளுக்கென்று ஓர் எல்லை இருக்கிறது. கோவில்கள்தான் எங்கள் சந்திப்புக் களங்கள். கும்பகோணத்தின் எல்லை தாண்டி என் வாகனம் செல்லக்கூடாது என்பதில் கவனமாக இருப்பாள். நேரம் வகுத்துக்கொண்டுதான் சந்திக்க வருவாள். இப்போது கேட்பதும் என் பதிலை எதிர்பார்த்துத்தான்.

ஆனால் ஒன்றும் சொல்லாமல் வெற்றுச் சிரிப்பொன்றைப் பார்த்ததும் ஏதோ சரியில்லை என்று மட்டும் புரிந்துகொண்டாள். லேசாக விரல்களைப்பிடித்து, அதன் வழியே உள்ளங்கை தீண்டி கோத்துக்கொண்டு,

'எதுவானாலும் நீ ஜெயிச்சுடுவே' என்றாள்.

அதுவே எனக்குப் போதுமானதாக இருந்தது. தவழ்ந்துகொண்டிருந்த ஒரு விளையாட்டுக்குழந்தை சட்டென எழுந்து நடந்து வந்து ஒரு பூங்கொத்தை வழங்கியதைப் போன்ற மகிழ்ச்சி.

வீட்டில் இறக்கிவிட்டபோது என்றுமில்லாத திருநாளாய், காதோரமாய் ஏதோ சொல்வது போல வந்து கன்னத்தில் முத்தமிட்டு, 'பத்திரமாப் போயிட்டு வா' என்று சொல்லிவிட்டுப்போனாள்.

அந்த நொடியில்தான் என் பயணம் உறுதியானது.

பாலராம சாஸ்திரிதான் ராஜபிரதமன் தேடலின் பிதாமகர். தன் வாழ்வின் முப்பந்தைந்து வருடங்களை இதற்காகச் செலவழித்து அதனைப் பற்றிப் பல குறிப்புகளைத் தேடித்தேடி எழுதி வைத்திருந்திருந்திருக்கிறார்.

அவையெல்லாம் பலவேறு சந்தர்ப்பங்களில் தொகுக்கப் பட்டிருக்கின்றன. சுவடிகளாகவும், குறிப்புகளாகவும், சுவரெழுத்துக்களாகவும் அவர் எழுதிய அனைத்தையும் சித்தப்பா தொகுத்திருக்கிறார்.

அவர் சென்ற பாதை முழுக்க வரைபடங்களாக மாற்றப்பட்டிருக்கின்றன. அது முழுக்கவே இவரும் சென்று

தேடியிருக்கிறார். அதன் பின்னர், உலக நன்மைக்கென இதைத் தேடிக்கொண்டிருக்கும் சித்தரைக் கண்டடைந்து அவர் அறிவுரையையும் கேட்டு இன்னொரு பாதையையும் உருவாக்கி அது முழுதும் பயணம் செய்திருக்கிறார். ஆனால் எதுவும் பலனளிக்கவில்லை.

'மேற்குத் தொடர்ச்சி மலை முழுவதும் இண்டு இடுக்கு விடாமல் ஒரு சூக்ஷும விஷயத்தைத் தேடுவது என்பது மலைப்பு மட்டுமல்ல, உடனே அவநம்பிக்கையை அளிக்கக்கூடிய விஷயம் கிட்டா' என்றார் பலமணி நேர மௌனத்தைக் கலைத்து.

கோயம்புத்தூர் செல்லும் அந்தப் பகல் நேர ரயில் நிறைய உற்சாக முகங்களைக் கொண்டிருந்தது. ஒவ்வொன்றையும் தரிசித்து தரிசித்து உள்வாங்கிக் கொண்டிருந்தேன். மௌனம் பழகுதல்தான் பயணத்தின் முதல் பாடம் என்று சித்தப்பா சொன்னதை நன்கு பயிற்சி செய்திருந்தேன். மௌனத்தின் ஆழத்தில் மலரும் மலர்களால் மாலை தொடுத்து சூக்ஷும உலகின் மீது போர்த்தி அனுபவித்தேன்.

சித்தப்பா பேசத் தொடங்கியபோது கூர்ந்து கவனித்தேன். 'ஸ்ரீமான் போத்தி திருவிதாங்கூர்லேர்ந்து நீலமலைக்காட்டுக்குப் போனதாதான் பாலராம சாஸ்திரி ஏடுகள் சொல்லின. ஆனா அது இப்ப இருக்குற நீலகிரிக் காடுகள் இல்லேன்னுதான் முதல்ல முடிவுக்கு வந்தோம். ஏன்னா நீலகிரிங்கிற பேரே வெள்ளக்காரன் வந்தப்புறம் வந்ததுதானே.

அதுனால கேரளாவின் உட்பகுதில இருக்குற சஹயாத்ரின்னு சொல்லப்படுற மலைக்காடுகளைத்தான் தேடிப்போனோம். பாலராமரும் இது வழியாத்தான் போயிருக்காருன்னு தெரிஞ்சாலும் அவர் கண்ல படாதது நம்ம கண்ல பட்டுடாதான்னு ஒரு நப்பாசைதான்.

வாரங்கள் போயின. மாசங்கள் போயின. வருஷங்கள் போயின. ஒரு நாள் என்னோட இருந்த ஸ்ரீஜாவும் காணமற்போனா?'

சட்டென நிமிர்ந்தேன்.

'ஸ்ரீஜான்னா பாலக்காட்டுச் சித்தியா?'

ஆமென்பது போல தலையசைத்தார்.

'ரெண்டு நாடோடிகள் வாழ்க்கைல இணையறது ஒரு வரம் கிட்டா. ஒரே மாதிரி சிந்தனையும், சிறகசைத்து இந்த உலகத்தை அளக்க ஆசைப்படற மனசும் கொண்ட எங்க ரெண்டு பேரையும் காலம் சேர்த்து வச்சது. இலக்கு நிர்ணயிக்கப்பட்டது எனக்குத்தான். ஆனா அதுல ஏனோ அவளுக்கும் அதீத ஆர்வம் இருந்தது.

உனக்கு வீடு வேண்டாமான்னு கேட்டிருக்கேன். எனக்கு காடு போதும்னா அப்ப. அதோட உள்ளர்த்தத்தை உணர்ந்து ஆடிப்போயிருக்கேன். அதுக்கப்புறம் அடுத்த பத்து வருஷங்கள் நாங்க இணைபிரியாது காடுகள்ளயும் மலைகள்ளயும் அலைஞ்சிருக்கோம்.

பாலராம சாஸ்திரியின் வழி முழுக்க நான் அலைய மிகப்பெரிய ஊக்கமா இருந்தது அவளோட இருப்புதான். ஒரு நொடி கூட சோர்வடையாம என்னை இழுத்துட்டுப் போயிட்டே இருந்தா. அவளுக்கு நிறையத் தெரிஞ்சிருந்தது மலைக்கிராம மக்களோட நட்பு கிடைச்சது. சூக்ஷ்ம சக்திகளோட தொடர்புகொள்ளும் மனிதர்கள் இவள் மேல ஏனோ அன்பா இருந்தாங்க. அவங்களை அணுகி, எங்களுக்குத் தேவையானது கிடைக்குமான்னு தொடர்ந்து கேட்டுக்கிட்டே இருந்தா.

எல்லாரும் ஏதோ வழிசொன்னாங்க. தொடர்ந்து தேடச் சொன்னாங்க. அதீத நம்பிக்கை இருந்தது. வருஷங்கள் போனாலும் எங்க உற்சாகம் மட்டும் குறையவே இல்லை. ஏதேதோ புதிர்வழிகளைத் தாண்டிப் போயிட்டே இருந்தோம். ஒரு வழி விட்டு இன்னொரு வழி. ஒரு உத்தி கடந்து இன்னொரு உத்தி. எல்லாமே திகைஞ்சு இதோ எட்டிட்டோம்னு தோணும்போது அது ஏமாத்திடும். அதையும் ஜீரணிச்சுட்டு கடந்து வருவோம்.

ஆகஸ்ட் வரைக்கும் எல்லாமே நல்லாருந்தது. பருவமழை தொடங்கியிருந்த காலம். எங்கள் பயணத்தின் விதியே மழைக்காலத்துல பயணிக்கலாமே ஒழிய அடர்காடுகளுக்குள்ள போக வேண்டாம்கறதுதான். அப்போ ஆனைமுடிக்குப் பக்கத்துல ஒரு மலைக்கிராமத்துல தங்கியிருந்தோம். அங்கே ஒரு குறி சொல்ற மூப்பர் இருக்கறதா சொன்னாங்கன்னு அவரைத் தேடி மலையுச்சிக்குப் போலாம்னு சொன்னா. மழைக்காலம்

முடியட்டும்னு சொன்னேன். ஏனோ பிடிவாதமா இருந்தா அன்னைக்கு.

மலையுச்சில அந்த மூப்பர் குடிலுக்கு ரொம்ப சிரமப்பட்டுத்தான் ஏறிப்போனோம். அந்த மூப்பருக்கு நூத்து முப்பது வயசு. நாங்க வந்திருக்கோம்கிற பிரக்ஞைகூட இல்லாம அவர் பாட்டுக்கு தியானத்துல இருந்தார். மௌனமும் பொறுமையும்தான் எங்க ஆயுதம்கறதால நாங்க காத்திருந்தோம். ரெண்டு பகல் ஒரு இரவு கடந்தப்புறமும் அவர் கண் திறக்காதது எங்களுக்கு ஏமாற்றமாதான் இருந்தது.

ஆனா அடுத்த நாள் அதிகாலைல எங்களை அறியாம குடிலோரத்துல தூங்கிட்டிருந்தபோது அவரே எங்களை எழுப்பினாரு. அதிர்ச்சியாகிடுச்சு. ஒரு கோப்பை மூலிகை சுடுநீரை எனக்கு மட்டும் கொடுத்தார். ஸ்ரீஜாவை அங்க இருக்கறதாக்கூட அவர் காட்டிக்கல. அவ வணக்கம் சொன்னா. கால்ல விழுந்தா. எதையுமே அவர் உணரல.

அவதான் முதல்ல பாலராமசாஸ்திரி வழியையும், ராஜபிரதமன் பத்தியும் பேச ஆரம்பிச்சா, இவ பேசும்போதெல்லாம் மிகக்கடுமையான இறுக்கத்தை மூஞ்சில காட்டுனதால, அவ நிறுத்திட்டு பேசாம இருந்துட்டா.

அவர் சில நேர மௌனத்துக்குப் பிறகு ‘உன் இலக்கை நீ அடைவது உறுதி. கூட இருக்கும் இப்பீடையை விலக்கு. அடுத்த வாரிசை இறக்கு’ அப்படின்னு மட்டும் சொல்லிட்டு மீண்டும் ஆழ்ந்த தியானத்துக்குப் போயிட்டாரு. எங்க ரெண்டு பேருக்குமே அதிர்ச்சி. எனக்கு என்ன சொல்றதுன்னே தெரியல. என்னைவிட மூத்தோர் வாக்குகளை மிகவும் மதிக்கறவன்றதால அவளுக்கு ரொம்ப வருத்தமாவும், கவலையாவும் ஆகிடுச்சு.

அன்னைக்கு முழுக்கப் பேசவே இல்லை. மழைவிட்டுக் கீழே இறங்கி பாதி மலை வரும்போதே, சட்டுன்னு, ‘மூப்பர் பறைஞ்சது கேட்டில்லே, இனி படில்ஸ் என்னை விடணும். ஊருக்குப் போகணும்’ அப்படின்னா.

நான் ரொம்பக் கோபமா, ‘யாரோ சொன்னதக் கேட்டெல்லாம் என்னால அப்படி முடிவெடுக்க முடியாது. ஒருவேளை எனக்கு

பிரதமசூத்திரம் கிடைக்கலேன்னாலும் நீ இருக்கேங்குற திருப்தியோட போயிடுவேன்'

அப்படின்னேன். உத்துப்பார்த்தா. எதுவும் சொல்லல. நான் முன்னாடி மலையிறங்கினேன். இவளும் பின்னாடி வருவான்ற எண்ணத்துல ஒரு பதினைந்து நிமிடங்கள் நான் ஏதோ சிந்தனையிலநடந்தேன். நான் பின்னால பார்க்கல. அந்த இடைவெளில என்னை விட்டுப் பிரிஞ்சு போயிட்டா.

அந்த துக்கத்தை இன்னன்னு சொல்லமுடியாது கிட்டா. குழந்தை கையில இருக்குற இனிப்பை வலுக்கட்டாயமாப் பிடுங்கின மாதிரி அழுகையும், ரௌத்திரமும், ஆற்றாமையுமா அந்த மலையெல்லாம் தேடினேன். ஒவ்வொரு மலைக் கிராமத்துக்கும் போனேன். அவ எங்கெல்லாம் போயிருப்பான்னு யோசிச்சேனோ அங்கெல்லாம் அலைஞ்சேன். அவ கிடைக்கல.

அவ கடைசியாச் சொன்ன அந்த வார்த்தையை நான் மதிச்சேன். மூப்பர் சொல்லுக்காகத்தான் அவ போனா. அந்தச் சொல்லை நானும் மதிச்சா அவ திரும்பி வந்துடுவான்னு தோணித்து. உன்னைத் தேடி வந்தேன்,' என்று பெருமூச்சு விட்டார்.

மேட்டுப்பாளையத்தில் இறங்கினோம்.

'பாலராமசாஸ்திரி பாதைல சொல்லியிருக்குற நீலமலை பின்னாள்ள பிரிட்டிஷ்காரன் பேர் வச்ச இதே நீலமலையாயிருந்தா, நம்ம தேடல் இங்க முடியும்' என்றார் எங்கோ வெறித்துப் பார்த்தபடி.

தூரத்து நீலமலைகள் என்னைப் பார்த்துச் சிரித்தன

25. சீதளம்

குளிர் என்ற சொல்லுக்கு இதுவரை எனக்குள் இருந்த பொருள் வேறு. அது மார்கழிக் காலைகளிலும், சில மழை நாள்களிலும் தலைகாட்டிவிட்டுப் போகும் தற்காலிகச் சந்தோஷமாகத்தான் இருந்தது. உடலைத் துளைத்து, அகத்தை அறுத்து, உட்சென்று ஆன்மாவைப் புரட்டியெடுத்து நலம் விசாரித்துவிட்டு மீண்டும் வாய்வழியே வெளியேறும் ஒரு ராட்சசன் என்று இங்கு வந்ததும் தெரிந்துகொண்டேன்.

ஒரே ஒரு ஸ்வெட்டர் மட்டும் எடுத்து வந்திருந்தேன். அதை நீலமலைக்குளிர் பரிகசித்து பின்னர் அதிரடியாகத் தாக்கியது. சித்தப்பா ஓர் அரைக்கைச் சட்டை அணிந்துகொண்டே எதிர்த்தாக்குதல் செய்து, அதை வீழ்த்திக் கொண்டிருந்தார்.

'குளிரலையா சித்தப்பா?' என்றேன் பற்கள் கிட்டிக்க.

'பழகிடுச்சு, உனக்கும் பழகிடும்' என்றார்.

ஒரு கும்பகோணத்தானுக்கு நீலகிரிக் குளிர் இந்த ஜென்மத்தில் பழகாது என்று தோன்றியது. எதுவும் சொல்லவில்லை. ஒரு குளிர் மதியத்தில் பேருந்தில் மலையேறினோம். எப்போதோ பள்ளி நாள்களில் ஊட்டிக்குக் கூட்டி வந்திருக்கிறார்கள். பத்து மலையேற்ற வளைவுகளைத் தாண்டும் முன்னதாகவே

தலைவலித்து, காதுகள் அடைத்து, வயிறு குழப்பி, வாந்தியெடுத்து, நண்பர்களின் கேலிக்கு உள்ளாகி, அந்தப் பயணமே ஒரு கொடும் நினைவான துர்ஞாபகம்தான் மிச்சமிருக்கிறது. இப்போதும் அந்த நினைவு வயிற்றில் உதைக்கும் சிறு பந்தென இம்சித்தது.

தன் கைப்பையிலிருந்து ஒரு கைக்குட்டையை எடுத்துக்கொடுத்தார் சித்தப்பா. அதில் சற்றுப் புளிப்பேறிய மூலிகை வாசனை இருந்தது. ‘அப்படியே விரிச்சுக் காதோட சேர்த்துக்கட்டிக்கோ’ என்றார். கட்டிக்கொண்டவுடன், நாசியும், செவியும் சமாதானமடைந்தன.

ஒரு மணி நேரப் பயணத்திற்குப் பின்னர் நகருக்குள் செல்லாமல் இறங்கி, இன்னொரு சிறு பேருந்தைப் பிடித்து மலைக்கிராமம் ஒன்றிற்குப் போகவேண்டும் என்று சொல்லியிருந்தார். பேருந்தின் உள்ளே அமர்ந்திருந்ததை விட இறங்கியதும் குளிர்ப்படலம் மேலும் பரவிச் சுற்றிக்கொண்டது. ஒரு மலைமுகட்டில் இருந்தது இந்தப் பேருந்து நிறுத்தம். ஒரு பக்கம் பள்ளத்தாக்கு, இன்னொரு பக்கம் நீண்டு உயர்ந்திருந்த மலைகள். இடையில் ஒரு சிறு பறவை போல உணர்ந்தேன்.

தேயிலைத் தோட்டங்களுக்கிடையே அந்தச் சிறு பேருந்து குலுங்கிக் குலுங்கிச் சென்றது. ஒரு சிறு அருவி எதிர்ப்பட்டது. ஒரு பெரிய ஆறு கூடவே வந்தது. வழியெல்லாம் புகை மூட்டமென மேகங்கள் இறங்கி வந்து தரை தொட்டுச் சென்று கொண்டிருந்தன. காட்சித் துணுக்குகள் எதையும் ரசிக்கவிடாமல் குளிர் இம்சித்துக்கொண்டிருந்தது.

பேருந்திலிருந்து இறங்கி, ஒரு சிறு நடைக்குப் பிறகு அந்தக் கிராமத்திற்குள் நுழைந்தோம். மலை முகட்டில் அமைந்திருந்த பறவையின் ஒரு சிறு வெண்மூக்கு போல இருந்தது தூரத்திலிருந்து பார்க்கும்போது. அருகில் வந்த பிறகு, வரிசையாக வீடுகள் புலப்பட்டன. ஒவ்வொரு வீட்டுக்கு இடையிலும் இடைவெளி இல்லாது நெருக்கமாகக் கட்டப்பட்டிருந்தது. அதையெல்லாம் கடந்து தெருமுனையில் இருந்த ஒரு சிறுகுன்றில், ஒற்றையடிப் பாதையென உயர்ந்திருந்த ஒரு சறுக்கலில் ஏறி, அந்தச் சிறுகுடிலை அடைந்தோம். அதற்கு மேல் படிக்கட்டுகள் உயர்ந்து சென்று கொண்டிருந்தன. அங்கே ஒரு கோயில் இருக்க வேண்டும் என்று தோன்றியது.

குடில் வாயிலுக்கே வந்து அந்தப் பெரியவர் புன்னகையோடு வரவேற்றார். ஒரு ஸ்வெட்டர், அதற்கு மேலே சால்வை. தலையையும் காதையும் தழுவிக்கொண்டிருந்த குல்லா என்று குளிருக்கு முற்றிலும் தயாராக இருந்தார். இந்த எல்லாவற்றையும் வாங்கி நானும் சுற்றிக்கொள்ளவேண்டும் என்று நினைத்தேன். இந்த ஊரை விட்டுப் போகும் வரை இந்தத் தாத்தா வேஷம் போட்டுக்கொண்டாலொழிய குளிரை வெல்லமுடியாது என்று தோன்றியது.

என் உடல் நடுக்கத்தையும், குழப்பத்தையும் புரிந்துகொண்டவராக, 'கொஞ்ச நேரம் இருங்க வார்ம் ஹீட்டர் ஆன் பண்ணல. சரியாகிடும்' என்றார். ஏதோ ஒரு ஸ்விட்சைத் தட்டினார். தலைக்கு மேலே தொங்கிக்கொண்டிருந்த அந்த வெள்ளை அமைப்பில் டபுள்யூ வடிவில் இருந்த கறுப்புக் காயில்கள், மெல்ல உயிர்பெற்று ஆரஞ்சு நிறத்திற்கு வந்தன. அதிலிருந்து வெப்பம் வெளியேறுவது தெரிந்தது.

அந்தப் பெரியவர் சால்வையையும், தொப்பியையும் கழற்றிக் கொண்டார். அதற்குள்ளாகச் சித்தப்பா போய் ஒரு குளியல் போட்டுவிட்டு வந்திருந்தார். இந்தக் குளிரில் எதற்குக் குளிக்க வேண்டும் என்று தெரியவில்லை. 'வெந்நீர் இருக்கு கிட்டா, நீயும் குளிக்கலாம்' என்றார். முகம் மட்டும் கழுவிக்கொண்டேன். இந்தக் குளிர் தேசத்திற்கு வெந்நீர்தான் குலதெய்வம் என்று தோன்றியது. சித்தப்பா குளித்ததன் பொருள் புரிந்தது. நன்கு அள்ளி அள்ளி வெந்நீரைத் தெளித்துக்கொண்டேன். உற்சாகமாக இருந்தது.

இப்போது அந்த அறை நன்கு வெப்பமாகியிருந்தது. சற்று முன்பு இருந்த குளிரின் சுவடு காணாமற் போயிருந்தது. சிறிது நேரம் கழிந்ததும் அந்தப் பெரியவர் வந்தார். இந்தச் சூழலுக்கு சம்பந்தமேயில்லாமல் பஞ்சகச்சம் கட்டியிருந்தார். மேலே ஸ்வெட்டர். நீண்ட கருந்தாடி நெஞ்சைத் தொட்டது. குடுமியை உச்சியில் முடிந்திருந்தார். சாமுராய் படங்களின் நினைவு வந்தது. அவர் அணிந்திருந்த கண்ணாடி முகத்திற்கு எடுப்பாய் இருந்தது. புன்னகை பொங்கும் முகம்.

'வா, வா படில்ஸ். ஏன் லேட். மூணு மணி பஸ்ஸுக்கு வந்து காத்திருந்தேன்' என்றார். 'ட்ரெயின் லேட் பத்ரி' என்றார் சித்தப்பா.

பத்ரி என்னருகில் வந்து கைகுலுக்கினார். 'வெல்கம் க்ருஷ்ணா, என்றார். புன்னகைத்தார். நீ பெரிய செஃப்னு கேள்விப்பட்டேன். 'இன்னைக்கு ஒரு புது டிஷ் செர்வ் பண்ணுவேன். நீ வாழ்க்கைல சாப்பிட்டிருக்கமாட்ட' என்றார். இந்தக் குளிருக்கு எனக்கு நல்ல காரத்துடன் மணத்தக்காளி வத்தக்குழம்பும், பூண்டு ரசமும் இருந்தால் பரவாயில்லை என்று தோன்றியது.

உள்ளிருந்து அந்தப் பெரியவர் ஒரு தட்டில் ப்ரவுன் நிறத்தில் பெரிய உருண்டை ஒன்றைக் கொண்டு வந்து வைத்தார். கேப்பைக் களி. இதைத்தானா புது டிஷ் என்றார் என்று சற்று அலட்சியம் வந்தது. இன்னொரு சிறிய வாயகன்ற பாத்திரத்தில் கீரைக்கடைசல் ஒன்றும் வந்தது. வேறு ஏதேனும் வரும் என்ற எதிர்பார்ப்பு பொய்த்தது. சரி, அவரவர்க்கு அவரவர் இல்ல உணவு ஸ்பெஷல் என்று சமாதானப்படுத்திக்கொண்டு முதல் கவளத்தைச் சற்றுச் சிறிய உருண்டையாகத்தான் கிள்ளி வாயில் போட்டுக்கொண்டேன்.

என் அசுவாரசியத்தின் மீது சாட்டை கொண்டு அடித்தது அதன் சுவை. அது வெறுமனே அரிசியும், ராகியும், உப்பும் மட்டும் கொண்டதல்ல. அதன் ஆழத்தில் சற்று இஞ்சி சேர்க்கப்பட்டிருக்கிறது. அதன் சேர்மானம் இதற்கு ஒரு வலுவான வாசனையையும், லேசான உறைப்பையும் கூட்டுகிறது. புதினாவை மிகச்சன்னமாக அரைத்து, உப்போடு சேர்த்துத் தூவியிருக்கிறார். அது ஆங்காங்கே நாவுக்கிடையில் நுழைந்து நான் யாரென்று கண்டுபிடி என்று கண்ணாமூச்சி ஆடுகிறது. கொத்தமல்லி வாசனை மேலெழுகிறது.

வேறெந்தக் கலப்பும் செய்யப்படாத அந்தக் கீரைக் கடைசலைச் சேர்த்துக் கொண்டபோது இதன் சுவை இன்னும் கூடியது. இந்தக் குளிருக்கு வத்தக்குழம்போ, சாம்பாரோ ஜீரணம் செய்யமுடியாமல் குழப்பிவிடலாம். இந்த வாசனையான ராகிக்களி வயிற்றைச் சேதம் செய்யாது, நாவையும் மனத்தையும் ரசிக்க வைத்திருக்கிறது.

என்னையும் அறியாமல், 'வெகு அற்புதம்' என்றேன். அது தாத்தா என்றேனும் அபார ருசியின் தீவிரத்தை உணர்த்தும் விதமாக அபூர்வமாகச் சொல்லும் வார்த்தை. சித்தப்பாவே சற்று நிமிர்ந்து பார்த்துச் சிரித்தார். செஃப் வாயாலேயே பிரம்மரிஷி. ஐம் ப்ளெஸ்ட் என்று சிரித்தார் அந்த உச்சிக் கொண்டைக்கார பத்ரி.

சாப்பிட்ட பிறகு சித்தப்பா, தான் கொண்டுவந்திருந்த அந்த வரைபடத்தை விரித்துக் காட்டினார்.

'கிட்டா இது கேரள எல்லைல இருக்கிற ஊர். இங்கேருந்து நடந்து போனா ஆறு நாள்ள அந்தப் பக்கம் மலையிறங்கி கேரளா போயிடலாம். ஒருவேளை அந்தப் பக்கம் இருக்குற காடுகளுக்குத்தான் பாலச்சந்திரவர்மா வந்திருந்தார்னா அங்கேயிருக்குற சிகரங்கள்ள ஒண்ணுலதான் ஶ்ரீமான் போத்தி இருந்திருக்கணும்னு கணிச்சு இந்த மேப்பை உருவாக்கிருக்கேன். இப்ப நாம இதுல ஒவ்வொண்ணா ஏறிப்போய் பார்க்கறதுதான் ப்ளான்' என்றார்.

பத்ரி அதைத் தன் பக்கமாகத் திருப்பி வைத்து தீவிரமாகப் பார்த்துக் கொண்டிருந்தார்.

'படில்ஸ், முன்னல்லாம் இது ஆதிகுடிகளின் நிலம். எங்க ஊர்க்காடுகள் எங்களுக்கு இன்னொரு தெய்வங்கள். நாங்க துள்ளிக்குதிச்சு விளையாடின விளையாட்டுக் களங்கள். ஆனா இப்பல்லாம் நாங்களே வனத்துறை அனுமதிக்காகப் போய் நிக்க வேண்டியிருக்கு. மாவோயிஸ்ட் அச்சுறுத்தல் ஒருபக்கம். அடர் காட்டுக்குள்ளேர்ந்து வெளில நடமாடுற யானைகளும், புலிகளும் ஒரு பக்கம். அப்பப்ப சிறுத்தை அடிச்சு இறந்துபோற விவசாயிகளின் செய்திகள்னு ஒரு மாதிரி இந்தக் காட்டுப் பாதைகளுக்குள்ள போறதுக்கும், அனுப்பறதுக்கும் ரொம்பத் தயக்கமாதான் இருக்கு.'

சித்தப்பா சிரித்தார்.

'பத்ரி, நீ சஹயாத்ரி காடுகளுக்கு வந்திருக்கதானே. அதைவிட நீலமலைகளும், காடுகளும் நிச்சயம் பொருட்டே இல்லை. அதை நான் பார்த்துக்குவேன்' என்றார்.

நான் எச்சில் விழுங்கினேன்.

'அந்த ஒரே நம்பிக்கைலதான் உனக்கு பெர்மிஷன் வாங்கிருக்கேன். அடர் நிறத்துல ட்ரெஸ் போடவேண்டாம். ஒரு சேஃப்டி ரப்பர் புல்லட் ரைஃபில் மட்டும் எடுத்துக்கோ. ப்ரீகாஷனரி. நாளைக்கு பனியைப் பொருட்படுத்தாம சீக்கிரம் கிளம்பிடு. அப்பர்பவானி வரைக்கும் வண்டி போகும். உன்னை ட்ராப்

பண்ணிட்றேன். அங்கேருந்து நீ மலையேறிடலாம்' என்றார். சித்தப்பா தலையசைத்தார். என்னை நோக்கி,

'கிட்டா, நாம நாளைக்குப் போகப்போறது சிஸ்பாரா கணவாய் அப்படிங்குற குந்தா கணவாய்' என்று அந்த வரைபடத்தின் உச்சியைக் காட்டினார்.

பத்ரி, 'வெள்ளைக்காரனுக்கு எதைக் கண்டாலும் பயம். இந்த மலைகளை அளக்கறதுக்காக சர்வேயர்கள் வந்தப்ப இந்த மலையோட தோற்றத்தையும். அதைக் கடக்கறதுக்கான அபாயகரமான பாதையையும் பார்த்து இதுக்கு, 'டெவில்ஸ் கேப்' அப்படின்னு பேர் வச்சிருக்கான்' என்றார்.

அந்தப் பதம் உடனே ஷ்யாமாவின் தோள்களையும், மார்பகங்களையும் நினைவுபடுத்தியது. அத்தனை நேரம் இல்லாதிருந்த குளிர் இப்போது மீண்டும் உடலைப் பற்றிக் கொண்டது.

26. வேங்கை

காடும் கடலும் ஒன்று என்பதுதான் இந்த ஒரு நாளில் நான் கண்டடைந்த உண்மை. எங்கே தொடங்குகிறது, எங்கே முடிகிறது என்ற இலக்கணமே இல்லாமல் உள்நுழைந்தால் சென்றுகொண்டே இருக்கிறது. இதைப் பற்றிச் சொன்னவுடனேயே, 'அதுனாலதான் இதைப் பச்சைக்கடல்னு கவிஞர்கள் வர்ணிக்கிறாங்க. கடல் நீந்தத் தெரிந்தவனுக்கு மட்டும்தான் இடம் கொடுக்கும். காடு எவன் உள்ளே வந்தாலும், எந்தக் குறையும் பார்க்காம அவன் ரசனையைக் கூட்டித் தன்னுள்ள நீந்த வைக்கும். அழுத்தி உயிரைப் பறிக்காது' என்றார்.

குளிர் எனக்குப் பழகத் தொடங்கியதும் இந்தக் காட்டையும் மலைகளையும் ரசிக்கத் தொடங்கியிருந்தேன். வழியும் பச்சைக்கடல். கண்களின் வழி ஆன்மாவை நீந்தச் செய்யும் பச்சைக்கடல். நகர நகர உயர்ந்து கொண்டே செல்லும் நீள்வாக்கில் நிறுத்தப்பட்ட பச்சைக்கடல். ஒவ்வொரு நகர்தலிலும் அது புதிய காட்சிகளை வழங்கிக்கொண்டே செல்கிறது. ஒவ்வொரு துளியிலும் மகிழ்வைக் கொட்டி வைத்திருக்கிறது.

அன்று அதிகாலையில், பத்ரி எங்களை ஒரு ஜீப்பில் ஏற்றிக்கொண்டு வந்து ஓர் அணைக்கட்டுப்பகுதியில் இறக்கிவிட்டார். அதன் உச்சியில் ஒரு பச்சைக்குன்றின் மேல் வனச்சரக அலுவலகம் இருந்தது. அங்கு சில கையெழுத்துகள் போடச்சொன்னார்கள்.

சிலரைச் சித்தப்பாவிற்குத் தெரிந்திருந்தது. பத்ரிக்கு எல்லோரையும் தெரிந்திருந்தது.

ஒருவர் மட்டும் அருகில் வந்து 'நோக்கிச் செல்லணே' என்றார் கனிவோடு. சித்தப்பா அவர் தோளில் தட்டினார். 'ஸ்ரீஜா சேச்சி....' என்று அவர் தயக்கத்தோடு ஏதோ கேட்க வந்தார். சித்தப்பா உதட்டைப் பிதுக்கித் தலையைக் குலுக்கினார்.

இரண்டு பேரும் ஆளுக்கொரு தோள்பையை எடுத்துக் கொண்டிருந்தோம். தண்ணீர், எளிய உணவுப்பொட்டலம். பைனாகுலர், குளிருடைகள், குறிப்பேடுகள், வரைபடங்கள் எல்லாவற்றையும் அதற்குள் வைத்துக்கொண்டோம். முதலில் சமதளமான பாதைகளே இருந்தன. இயற்கையாக அமைந்த புல்வெளிகள். காலுக்குக் கீழே மெத்தைகள் போல. அடர் பச்சைக் கடலுக்கு வழியமைத்துக் கொடுக்கும் இளம்பச்சைக் கம்பளங்கள்.

எல்லாக் குறிப்புகளையும், வரைபடங்களையும் ஏன் அவர் காகிதக் குறிப்புகளாக மாற்றி வைத்திருக்கிறார் என்ற கேள்விக்கு இங்கு வந்துதான் பதில் கிடைத்தது. இங்கு எங்குமே செல்ஃபோன்களின் சிக்னல் கிடையாது. இயற்கை செயற்கையை ஓர் எல்லை வரைக்கும்தான் அனுமதிக்கிறது. அதற்கு மேலே ஆதிமனிதனின் வழியைத்தான் பின்பற்ற வேண்டும். எங்கும் சாலைகள் கிடையாது. பாதைகள் கிடையாது. நாமே வழிதேடி, அதில் நடந்து பாதை உருவாக்கவேண்டும்.

வழியெங்கும் நீரோசை கேட்டுக்கொண்டிருந்தது. புதிய பறவைகளின் கீச்சுக்கள். சற்று நிதானித்து நின்றால், வண்ண வண்ணமாகப் புதிய பறவைகளைப் பார்த்துவிடமுடியும். ஆனால் இலக்கு இருக்கிறது. நடக்கவேண்டும்.

ஸ்ரீமான் போத்தியும் இந்தப் பாதைகளில் நடந்திருக்கக்கூடும். அமைதி வேண்டி தன்னந்தனியாக மலை உச்சியில் குடில் அமைத்துக்கொண்டு ஒரு வாழ்க்கை வாழ்ந்திருக்கிறான். எது அவனை அப்படி ஒரு முடிவு நோக்கித் தள்ளியிருக்கும்? அரண்மனைக்காரர்கள் கூப்பிட்டபோதுகூட அவனாக விரும்பித்தான் வந்திருப்பானா? விலகியபின் அந்தப் பழைய வலைக்குடிலுக்கு வந்துசேரவில்லை என்கிறார்கள். அன்று தொடங்கிய புதிர் நான்கு நூற்றாண்டுகளாகத் தொடர்கிறது.

உலகிலேயே தலைசிறந்த சமையல்காரன் மலை உச்சிக்குடிலில் என்ன சமைத்திருப்பான்? யாருக்காவது பரிமாறியிருப்பானா? பஞ்சு மெத்தை இருந்திருக்குமா? அவனுக்கு மோகம் இருந்திருக்குமா? ஒரு விஷயத்தைத் தீவிரமாக உணர்ந்தேன். மலையும் காடுகளும் மோகத்தின் தீவிரத் தூண்டுகோல்கள். நான் வந்த நொடியிலிருந்து மனம் அலைபாய்ந்துகொண்டே இருப்பதைக் கவனிக்கிறேன். நான் பழைய நானில்லை என்பதைத் திரும்பத் திரும்பச் சொல்லிக்கொண்டாலும், அகத் தூண்டல்களை இழுத்துக்கட்டும் கண்ணியைத் தேடித் தேடித் தோற்கிறேன்.

சிறுவயதில் குறிஞ்சி நிலத்தைக் கூடலும் கூடல் சார்ந்த நிமித்தங்களுக்கான நிலமாகப் படித்தது பற்றிய சிந்தனை திரும்பத் திரும்ப வந்து கொண்டிருந்தது. எது எப்படியோ என்னால் ஒருக்காலும் இப்படித் தனிமையில் வந்து இருக்கமுடியாது. எப்போதும் மனிதர் சூழ இருப்பதுதான் என் இயல்பாக இருந்திருக்கிறது. அறைக்குள்ளே தனித்திருந்தாலும் வெளியே எனக்கான மனிதர்கள் காத்திருக்கிறார்கள் என்ற நிம்மதிதான் என்னை இயங்க வைத்தது. இந்தக் காட்டின் தனிமை அச்சம் தருவது. ஒருக்கால் சித்தப்பா இல்லையென்றால் இந்தப் பயணத்தை நான் முன்னெடுத்திருப்பேனா?

மெல்ல மெல்ல மலையேற்றம் தொடங்கியிருந்தது. ஆரம்பத்தில் சிறிய ஏற்றங்கள்தான். சிரமமேதும் இருக்கவில்லை. சில புதர்களை வெட்டி அதற்குள் புகுந்து சித்தப்பா போனபோது திடுக்கிடலாக இருந்தது. ஆனால் இருள்செறிந்த அந்தச் சிறிய பகுதிக்குள் புகுந்து வெளிச்ச வெளிக்கு வரும்போது ஒருவித மகிழ்ச்சியை உணரமுடிந்தது. தொடர்ந்து அது போன்ற புதர்கள் எப்போது வரும் என்று எதிர்பார்த்திருந்தேன்.

இதைச் சொன்னபோது சித்தப்பா சிரித்தார். ‘புதர்கள் மாதிரியும் குகைகள் மாதிரியும் ஆபத்தானது ஏதுமில்லை கிட்டா. அது வனவிலங்குகளோட மறைவிடம். எந்நேரமும் அதுக்குள்ளேர்ந்து எது வேணாலும் பாயும்ங்குற ஜாக்கிரதை உணர்வோடதான் அணுகணும்’ என்றார். அந்தச் சிலகண மகிழ்வு உடனே மாறி அச்சம் உண்டானது.

அதைப் புரிந்துகொண்டு உடனே சொன்னார். ‘வன விலங்குகள் எல்லாமே நமக்கு நண்பர்கள்தான். அது வாழுற இடத்துல நமக்கு

எந்த வேலையும் இல்லை. என் இடத்துக்கு ஏண்டா வந்த, என்னைத் துன்புறுத்திடாதேங்குற பயம்தான் பெரும்பாலான வன விலங்குகள் மனிதர்களைத் தாக்கறதுக்குக் காரணம். நான் உன்னைத் துன்புறுத்த வரல, என் வழில நான் போறேன், உன் வழில நீ போன்னு அதுக்குப் புரிய வச்சுட்டா அப்புறம் நண்பர்களாகிடலாம்' என்றார்.

'அப்படின்னா நீங்க புலி, சிங்கமெல்லாம் பார்த்திருக்கீங்களா' என்றேன். கேள்வியை முடிக்கும் முன்னரே அதன் அபத்தம் புரிந்தவனாய், ஏன் கேட்டோம் என்று நினைத்துக்கொண்டேன். 'சிங்கம் இந்தப் பக்கம் கிடையாது. ஆனா புலி உண்டு. ஒரு புலியை சினேகம் பண்ணி வச்சுக்கிட்டு, அது எனக்கும் ஸ்ரீஜாக்கும் வழித்துணையா ஒரு வாரம் வந்ததுன்னு சொன்னா நீ நம்பவா போற' என்றார்.

நம்புவதற்குக் கடினமாகத்தான் இருந்தது. தொழில் ரீதியாக எப்போதும் பல விஷயங்களை மிகையாகப் பேசும் இயல்பு எனக்குண்டு. இங்கிருந்து பாதுகாப்பாகத் திரும்பிப் போனால் சமையற்குழுவிடம், நான் காட்டுல புலியோட சண்டை போட்டு வந்தேன் தெரியுமா என்று சொல்லுமளவுக்குக் கதைகளைத் தயார் செய்துவிடுவேன். ஆனால், இந்தச் சில வாரங்களில் சித்தப்பாவின் இயல்பை அறிந்திருந்ததால், இதை மிகைப்படுத்தலில்லாத உண்மையாகவே எடுத்துக்கொண்டேன்.

எப்போதும் மனத்தைப் படிக்கக்கூடிய இயல்பு அவருக்கு இருந்தது. 'இந்தப் புலிப்பெருமைக் கதை முழுக்க என் சார்ந்ததல்ல. அது ஸ்ரீஜாவைச் சார்ந்தது. வனம் அவள் வளர்ந்த தொட்டில். உள்ளே அவளால் எதையும் வளைக்க முடிந்தது. இருபத்தைந்து வருடங்களுக்கும் மேலாக அவளுடன் இருந்தும் அதில் ஐம்பது சதவீதத்தை மட்டும்தான் எடுத்துக்கொண்டிருக்கிறேன்' என்றார். சித்தியைப் பற்றிப் பேசும்போதெல்லாம் அவர் முகத்தில் ஈடு இணையற்ற காதலும், பெருமிதமும், அவரை இழந்த சோகமும் தொனிக்கும்.

நான் வந்ததனால்தான் அவர் வெளியே போனார் என்ற கசப்பான உண்மையும் என்னைச் சுட்டது. அவளை இழந்த பின்னரும், சித்தப்பா கொண்ட கொள்கையை எப்படி திடத்தோடு

முன்னெடுத்துச் செல்கிறார் என்பதைத்தான் நான் எனக்கான உரமாக எடுத்துக்கொள்கிறேன்.

சிறு ஏற்றத்திற்குப் பின்னர் மீண்டும் சமதளம் வந்தது. இங்கே நீரோசை தெளிவாகவே கேட்டது. சட்டென்ற அந்தத் திருப்பத்தில் அந்த ஆற்றைக் கண்டோம். காவேரியைத்தான் ஆறு என்று சொல்லவேண்டும். இது சற்றே பெரிய ஓடை. ஆனால் எத்தனை தெளிந்த நீர். மெல்லிய சூரிய ஒளிபட்டு அது எதிரொளித்து அந்தப் பகுதியின் வெண்மையை இன்னும் சற்று ஏற்றிவிட்டிருந்தது. இந்தச் சிற்றாறு ஒரு சிறிய பாறைத்தொகுப்பைக் கடந்தபோது ஒரு சிற்றருவியை உருவாக்குகிறது, பின்பு வேகமெடுத்துப் பள்ளத்தை நோக்கி விரைகிறது.

சித்தப்பா அந்தத் தருணத்தில் வேறு மனிதரானார். தோளில் மாட்டியிருந்த பையைச் சடாரென புல்வெளியில் உதறினார். நீண்டு கிடக்கும் புடலங்காயின் உள்ளே கத்தியைச் சொருகுவதைப் போல நீருக்குள் பாய்ந்தார். நீரை அள்ளிக்குடித்தார். தலையில் அள்ளித் தெளித்துக்கொண்டார். ஹோவென்று கத்தினார். என்னையும் மீறிப் புன்னகைத்தேன்.

இவர் மனத்திலிருந்த அந்த இளைஞன் என்னை விட உற்சாகமானவன் என்று நினைத்தேன்.

'கிட்டா ஜம்ப்' என்றார் உரக்க.

அவரளவிற்கு என்னை இந்த மலையாறு ஈர்க்கவில்லை. திருவையாற்றிலும், தில்லைஸ்தானத்திலும், பழமார்நேரியிலும் பாய்ந்து வரும் காவேரியில் குதித்துக் கும்மாளமிட்ட மனதிற்கு இதன் தீவிரம் ஒரு பொருட்டாயிருக்கவில்லை. ஆனால் சித்தப்பாவின் மகிழ்ச்சி என்னையும் பீடித்தது.

தோள்பைகளை ஒரு பாறையோரத்தில் வைத்தேன். மேல்சட்டையைக் கழற்றினேன். நடப்பதற்குத் தயாரானபோது எதிர்த்திசையில் ஏதோ ஈர்க்கத் திரும்பிப் பார்த்தேன். இந்த ஓடை சென்று வளைந்து திரும்பும் அந்த முனையில் அவள் ஈர உடையோடு கரையேறினாள். அவள் கண்கள் என்னை ஆழத் துளைத்து நோக்கின. வெண்ணிறச் சருமம். ஓர் ஒற்றை வெள்ளையாடையை உலகிற்காக உடுத்தியிருந்தாள். அது கண்ணாடியென அவள்

அங்கங்களைத் தெளிவாகக் காட்டியது. அவள் கழுத்தில் சிறு ஊதா மலர்களாலான ஒரு மாலை இருந்தது. அது அவள் மார்பகங்களை மறைப்பதற்காகப் போடப்பட்டிருக்கலாம் என்று ஊகிக்கிறேன். அதையும் மீறி நீர் தன் தந்திரத்தைச் செலுத்தி அதன் அழகைப் புடம்போட்டிருந்தது. ஓர் ஓவியம் தண்ணீரிலிருந்து நீர் சொட்டச் சொட்டக் கரையேறுவது போல ஏறிக்கொண்டிருந்தாள். அவள் பார்வை இன்னும் என்னை விட்டு அகலவில்லை.

கரையேறியபோதுதான் கவனித்தேன். அவளருகில் ஒரு பெரிய ஆரஞ்சுப்படகென அந்தப் புலி காத்திருந்தது. என் நெஞ்சுக்குள் சிலீரென்றது. அவள் இடுப்புக்கும் சற்று அதிக உயரத்திலிருந்த அதன் மேல் ஒரு பூனையைத் தடவும் லாகவத்துடன் தடவினாள். திரும்பும் முன்பு என்னை நோக்கிப் புன்னகைத்தாள். அதில் நீ வருவாய் என்று தெரியும் என்ற அலட்சியமும், வரவேற்பும் இருந்தன.

புலியும் அவளும் போன பாதையைப் பார்த்துக்கொண்டு நின்றிருந்தபோது, சித்தப்பாவின் குரல் கேட்டது.

‘இன்னமும் அந்தப் புலியைப் பத்திதான் நினைச்சுட்டிருக்கியா?’

27. சம்பகவெளி

ஆற்றைக்கடந்து போவதற்குப் புல்வெளி பெரிய பச்சைக் கம்பளம் விரித்திருந்தது. உள்ளே செல்லச் செல்லக் காடு மிகுந்த தழை மணத்தோடு விரிந்தது. ஈரமண் வாசனையும், தைல மரங்களின் நறுமணமும் அதோடு கூட்டணி போட்டுக் கொண்டது. அந்த வேங்கைப் பெண்ணைப் பற்றி சித்தப்பாவிடம் கேட்டேன்.

'காடு மாயைகளின் பிறப்பிடம் கிட்டா. நாம போறது ஒரு அருஞ்செயலை நிறைவு செய்யுற பயணம். இதன் வழியில நம் கண்ணுக்குத் தெரியாத ஒரே எதிரி மாயை மட்டும்தான். அது காமத்தின் உடையணிந்து, கன்னியின் உருக்கொண்டுதான் வரும். அதைக் கடந்து போறது உன் கடமை. என் கடமை. இத்தனை நாள் ஸ்ரீமான் போத்தியோட ராஜபிரதமன் ரகசியம் நம் குடும்பத்தால உடைபடக் காத்திருக்கிறது உண்மைன்னா, இதைக் கடக்கறதுதான் நம்ம முதற்கடமை' என்றார்.

அந்தப் பெண்ணைப் பார்த்தது மாயை என்று அதற்குப் பிறகும் நம்ப மனம் வரவில்லை. அத்தனை உயிரோடும், உயிர்ப்போடும் கடந்து சென்ற அவள் பின்னழகின் வனப்பு இன்னும் கண்ணை விட்டுக் கரையவில்லை. தலையைச் சிலுப்பிக்கொண்டேன். இப்பொழுது பயணம் செய்யும் நான் வேறு. நான் செயல்வீரன். திடமானவன். அதைத் தொழிலில் பலமுறை நிரூபித்திருக்கிறேன். இப்போது நான் செல்வது அதைத்தாண்டி இன்னும் ஒரு பெரிய இலக்கு. அல்லல்பட்டு ஆற்றாது அழுத கண்ணீர் என்

தலைமுறைகளைத் தாக்கக் காத்திருக்கிறது. அதைத் தடுத்து நிறுத்த தன் வாழ்க்கையையே சித்தப்பா தியாகம் செய்திருக்கிறார். என் வாழ்க்கை இனிமேல்தான் தொடங்கப்போகிறது. அது தொடங்கும் முன்பு நிச்சயம் இந்தக் கட்டுக்களை இன்னும் இறுக்கமாகப் போட்டுக்கொள்ளவேண்டும். மூக்கணாங்கயிறு போல அங்குமிங்கும் அசையாத மனக்கயிறு.

இருபுறமும் புதர்களடர்ந்த ஓர் ஒற்றையடிப் பாதையின்வழியே தன் கையில் வைத்திருந்த அரிவாளால் வழியிலிருந்த முட்செடிகளையும், கொடிகளையும் வெட்டியபடி சித்தப்பா முன்னால் சென்றார்.

காட்டில் கண்களை விடச் செவிகள் முக்கியம் என்று சொல்லியிருந்தார். எங்கும் நிறைந்திருக்கும் அமைதியின் நடுவே எந்தப் பரபரப்பும் ஆபத்து. பறவைக் கூட்டங்களின் கூக்குரலாயினும், இலைகளின் அசைவாயினும் அது வனவிலங்குகளின் வரவைக் குறிக்கும் ஆபத்து. ஆகவே கண்களுக்கீடாக செவிகளையும் கூர்மையாக்கி அவருடன் நடந்துகொண்டிருந்தேன்.

ஆற்றின் சலசலப்புக்குரல் கூடவே வந்தது. சில்வண்டுகளின் உரையாடல். விதவிதமான பறவைகளின் ஒலி. எங்கள் காலடிச் சத்தம். இலை தழைகள் எங்களை உரசும் ஓசை. இதைத்தாண்டி வேறேதும் இல்லை. தழை, தைல மணத்தோடு இந்த ஓசைகளைக் கேட்டுக்கொண்டே நடத்தல் ஒரு தியானம். சிறிது தூரம் நடந்ததும் இதோடு மூச்சொலியும் சேர்ந்து கொண்டிருந்தது.

இந்தத் தியானத்தை முறிக்கும் விதமாகத்தான் அந்தக் கொலுசொலிகள் கேட்டன. நான் கவனித்துக் கேட்கும்போது அதன் ஓசை நின்று போகிறது. பின்பு கற்பனைதானென்று கடந்துபோகும்போது ஓசை பெருகுகிறது. ஒரு சில கணங்கள் அதைக் கவனித்து அக்கம் பக்கம் தேடி, மேலும் கீழும் நோக்கியபிறகே சித்தப்பாவிடம் சொன்னேன்.

‘கிட்டா, கான்சண்ட்ரேட் பட் நாட் டூ மச்’ என்றார் ஆங்கிலத்தில். சற்று எரிச்சலாகவோ கோபமாகவோ இருக்கும்போது அவர் ஆங்கிலம் பேசுபவராக மாறிவிடுகிறார் என்று தெரிந்தது. இப்போது அத்துடன் நன்றாகவே அரவம் பெருகிற்று. இது வேறு ஓசை. இலைகள் தழைகள் வேகமாக அசையும் ஓசை. நடமாட்டம் பெருகும் ஓசை.

இப்போது அவரே நின்று கைகளைப் பின்னால் மறித்தார். எல்லாப்புலன்களும் அதீத எச்சரிக்கை நிலைக்குச்சென்றன. சித்தப்பா காலடிகளை மிக வேகமாகப் பின்னால் வைத்து நகர்ந்தார். என்னைத் தனக்கு வெகு அருகில் நிறுத்திக்கொண்டே ஹோல்ட் மை ஷோல்டர்ஸ் என்றார். அவர் தோள்களை நான் பிடித்திருக்க வெகு வேகமாகப் பின்னால் நகர்ந்தார்.

எங்களுக்கு ஐந்நூறு மீட்டர்களுக்கு முன்னே அந்தப் புலி வந்து குதித்தது. நிச்சயம் ஆற்றுக்கு அந்தப் புறம் பார்த்த அதே புலிதான். இந்தப் பச்சைக்குவியலுக்கு நடுவே வீழ்ந்த ஆரஞ்சு அருவி. நெடிய படகு. முதுகெங்கும் காவி நிறம் அதன் மேலே கறுப்புக்கோடுகள். கழுத்திலிருந்து கீழ்ப்பகுதி முழுவதும் வெண்ணுடலாக மாறி அதில் கறுப்புக்கோடுகள் அமைந்திருந்தன.

வீழ்ந்த வேகத்தில் அது அடுத்த நொடி எங்கள் மீது பாயப்போகிறது என்றுதான் நினைத்தேன். நீலாவின் முகமும், அம்மாவின் முகமும் உடனே நினைவுக்கு வந்தன. சித்தப்பாவின் தோளும், புஜமும் துடித்தன. ஆனால் எதிர்பார்த்ததற்கு மாறாக அது வழியை மறித்துப் படுத்துக்கொண்டது. அதன் வால் ஆடிக்கொண்டிருந்தது. வயிற்று மேடு மேலும் கீழுமாய்த் துடித்துக் கொண்டிருந்தது. செதியாகச் சாய்ந்து அமர்ந்துகொண்டு தலையைத் தூக்கி எங்களைப் பார்த்துக்கொண்டிருந்தது. நாசியின் கீழே வெண்முடிகள் மீசையைப் போல நெடிது வளர்ந்திருந்தன. அதுவும் நகர்ந்து கொண்டிருந்தது.

சித்தப்பா மெதுவாக, ‘கண்களைப் பார்க்காதே’ என்று எச்சரித்தார் ஆங்கிலத்திலேயே. பார்வையைத் தாழ்த்திக்கொள். ஆடாது அசையாது நகராது நிற்க வேண்டும் என்று சொன்னார். இம்மியளவும் நகராது காத்திருந்தோம். அதுவும் எனக்கும் உங்களுக்கும் எந்தச் சம்பந்தமும் இல்லையென்றும், இந்த உலகத்திலேயே நான்தான் பரமசாது என்ற பாவனையிலும் படுத்திருந்தது.

சிறிது நேரக் காத்திருப்புக்குப் பின் சித்தப்பா குத்தவைத்து அமர்ந்தார். அவரைப் பின்பற்றி நானும். பின்னர் மெல்லிய குரலில் ஏதோ சொன்னார். என்னிடம்தான் ஏதோ சொல்கிறார் என்று அவருக்கு மிக நெருக்கமாகச் சென்றேன்.

ஆங்கிலத்தில்தான் பேசுகிறார். ஆனால் அது என்னிடம் இல்லை. ஓரிரண்டு வாக்கியங்கள் கடந்த பின்னர்தான் அவர் புலியிடம் பேசிக்கொண்டிருக்கிறார் என்றே புரிந்தது. புலிக்கெப்படி ஆங்கிலம் தெரியும் என்பதுதான் என் முதற்கேள்வியாக இருந்தது. அவர் சொன்னதன் சாரம் இப்படி இருந்தது. 'நாங்கள் பயணிகள். காட்டிற்குப் புதியவர்கள். நிச்சயம் உன்னையும் உன் சகாக்களையும் துன்புறுத்த வரவில்லை. இங்கே காத்திருப்போம். உன் அனுமதி கிடைக்கும்வரை நகரமாட்டோம்' இதையெல்லாம் கேட்டு அந்தச் சூழலிலும் சிரிப்புத்தான் வந்தது.

இவருக்கென்ன பைத்தியமா. எப்படி புலி இவ்வளவு தீர்க்கமான ஆங்கிலத்தைப் புரிந்துகொள்ளும் என்று நம்புகிறார். அது உண்ட களைப்போ ஏதோ படுத்துக்கொண்டுவிட்டது. இனிமேலும் ஒன்றும் செய்யாது என்றுதான் மனது சொல்கிறது. இப்போது பேச்சுவார்த்தை நடத்தினால் மட்டும் முற்றிலும் சைவப்புலியாகி விட்டுவிட்டுப் போய்விடவா போகிறது என்று நினைத்தேன்.

இன்னும் சற்று நேரம் சென்றவுடன், அதே தாழ்ந்த குரலில் 'உன் அனுமதியுடன் இப்போது ஒவ்வொரு அடியாகப் பின்னால் வைப்பேன். உன் அனுமதியுடன், உன் அனுமதியுடன்' என்று திரும்பத் திரும்பச் சொல்லிக்கொண்டே வெகு நிதானமாக எழுந்தார். என்னைப் பின்நோக்கி நடக்கச்சொன்னார். மிக மெதுவாக. ஒவ்வொரு காலடியாக எடுத்து பின்னால் வைக்கத் தொடங்கினோம். பத்துப் பதினைந்து காலடிகள் எடுத்து வைத்த பிறகு, அத்தனை நேரம் தலைதூக்கிப் பார்த்துக்கொண்டிருந்த அந்தப் புலி, இப்போது தூங்கும் பாவனையில் காலடியில் முகத்தைப் புதைத்துக்கொண்டது.

இப்போது சித்தப்பா சற்று உரக்கவே சொன்னார். 'இதைத்தான் எதிர்பார்த்திருக்கிறது. அந்த வழியில் நாம் போகக்கூடாது என்று சொல்லவே வந்திருக்கிறது' என்றார்.

அது பார்வையிலிருந்து மறையும் வரை பின்னோக்கியே நடந்துகொண்டிருந்தோம். மிகச்சரியாக அது மறைந்த பிறகு சற்று விரைந்து சித்தப்பா இடதுபுறம் நகர்ந்து சென்றார். நாங்கள் வருவோம் என்று தெரிந்தே அங்கு ஓர் ஒற்றையடிப்பாதை காத்திருந்தது. இதைக் கடந்துசென்றபோது அப்படி ஒரு வழியை அங்கு பார்த்த நினைவிருக்கவில்லை.

'இதுவழி போகணும்னுதான் அது நம்மை மறிச்சுதோ' என்றார் சித்தப்பா தனக்குள்ளேயே. சரி போலாம். என்று நகர்ந்தார். எந்தக் கணமும் அந்தப் புலி மீண்டும் முன்னே வந்து குதிக்கப்போகிறது என்ற ஜாக்கிரதை உணர்வு சொல்லிக்கொண்டே இருந்தது.

பதினைந்து நிமிட நடைக்குப் பின்னர் அந்தச் சமவெளிப்பகுதியை அடைந்தோம். அது மலர்களால் நிறைந்திருந்தது. மஞ்சள் மலர்களின் தோட்டம். அதைப் பார்த்தவுடனேயே சித்தப்பாவின் முகத்தில் புன்னகை மலர்ந்தது. 'சம்பக வெளி' என்றார். நாசி முழுவதும் பால் பிரதமன் வாசனை வீசியது. 'நீ இங்கே வரும்போது என்ன நினைச்ச' என்று கேட்டார். நினைவு மொத்தமும் அப்போது ராஜபிரதமன் பற்றிய சிந்தனை மட்டுமே நிறைந்திருந்தது. 'அப்போ உனக்கு ஒரு பிரதமன் மாதிரி ஒரு மணம் வந்திருக்கணும் இல்லையா' என்றார். ஆமென்பது போல் தலையசைத்தேன்.

'இந்த வெளிக்கு அந்தச் சக்தி உண்டு. நீ என்ன நினைக்கிறியோ அந்த மணத்தை உன் நாசிக்குக் கொண்டு போகும். இது பத்தி பாலராம சாஸ்திரி தன்னோட குறிப்புகள்ள எழுதிருக்கார்' என்றார்.

கண்ணுக்கும், நாசிக்கும் குளிரூட்டியிருந்த அந்த மஞ்சள் வனத்தைக் குளிரக் குளிர ரசித்துக்கொண்டிருந்தேன். ஒரே ஒரு மலரைக்கொய்து அதை நாசிக்கு அருகில் கொண்டு சென்றபோது அதில் கஸ்தூரி மஞ்சளின் வாசனை இருந்தது. திடுக்கிட்டேன். தூரத்தில் மஞ்சள் வெளிகளுக்கப்பால் ஒரு வெள்ளை அருவியென, அந்த ஆற்றில் குளித்த பெண் நின்றிருந்தாள். அவளருகில் ஷ்யாமாவும்.

28. கயிற்றரவு

அவள் மைவிழித் தடாகத்தில் நீந்தும் மீன் நான். அத்தனை பெரிய விழி நீர் கொண்டு எத்தனை நாள் என் துயர் கழுவித் தீர்த்திருக்கிறாள். எங்கள் சங்கமங்களில் ஒளியாய் நின்றது அது. கூடலின் உச்சத்தில் சுடரெழுப்பித் திகழ்ந்தது. மையிருட்டு வெளியில் கைகளைப் பிடித்து இழுத்துச் சென்றது. இன்று தூரத்தில் ஒளிர்ந்து என்னைக் கொல்வது.

ஷ்யாமாவை நானறிவேன். அவள் விழிகளை. உடலை. நாசிக் காற்றை. வாசனையை. இயக்கத்தை. வேகத்தை, கற்பனையை, மொழியை, சூட்சமங்களை மொத்தமாய் அறிவேன். என்னை விட வேறொருவன் அவளை அறிகிலான் என்ற திமிர் எனக்குண்டு. திடீரென விட்டு விலகியபோது அவள் மேல் பரவியிருந்த கசப்பும் வெறுப்பும் கொண்ட அந்தப் படலம் இந்த நொடி விலகியதை எண்ணி ஆச்சரியமடைந்தேன். இந்தப் பயணம் அவள் விலகலின்றிச் சாத்தியப்பட்டிருக்காது என்ற ஆழ்மன உத்தேசமே காரணமாக இருக்கவேண்டும். அல்லது அவளின் இந்தத் தூரம்.

இந்த முறை இது நிச்சயம் மாயை இல்லை. சித்தப்பாவுக்கும் இந்தக் காட்சியைக் காட்டிவிட்டால் அவர் என்னை நம்பாமல் இருக்க வாய்ப்பில்லாமல் போகும். சித்தப்பா என்று மென்மையாக அழைத்தேன்.

அவரின் அண்மை இல்லாமல் போனதை அறிந்து திடுக்கிட்டுத் திரும்பினேன். அவரைக் காணவில்லை. இந்த வெட்டவெளியில் இத்தனை விரைவாக எப்படிக் காணாமல் போக இயலும். கண்ணுக்கெட்டிய தூரம் வரை சம்பக வெளியின் மஞ்சள் பூக்கள் மட்டுமே தெரிந்தன. அதோ அதன் இறுதியில் இந்த இரு மங்கையரின் ஒளி. அந்த வெள்ளையாடைப் பெண் சிரிக்கிறாள். ஷ்யாமா சிரிக்கவில்லை. முறைக்கவில்லை. கழிவிரக்கம் கொண்ட கண்களால் என்னை உனக்குத் தெரியாதா என்ற பாவனையில் பார்த்துக் கொண்டிருக்கிறாள். இது மாயையில்லை.

சித்தப்பா என்று பெருங்குரலெடுத்துக் கத்தினேன். அது எனக்குள் ஆழமாகச் சென்று என் நெஞ்சக்கனலைத் தொட்டு மீண்டும் என் தொண்டைக்குள்ளேயே எதிரொலித்தது. குரல் வெளியே போகவே இல்லையா என்ன? மீண்டும் பெருங்குரலெடுத்துக் கத்த முயன்றேன். இந்த முறை குரல் வெளியே போனது. நாற்புறமும் எழுந்து நின்று சிகரங்களின் சுவர்களில் பட்டு எதிரொலித்தது. இந்த வெளியெங்கும் என் குரலால் நிறைந்தது.

இப்போது எதிர்முனையில் நின்றிருந்த இரு பெண்களையும் காணவில்லை. கிட்டத்தட்ட மயங்கி விழப்போன என்னைச் சித்தப்பா தாங்கிக் கொண்டிருந்தார். 'கொஞ்ச நேரம் முன்னாடி நீங்க இல்லை சித்தப்பா' என்றேன். 'நீயும்' என்றார். அமர வைத்துத் தண்ணீர் குடிக்க வைத்தார். 'இன்னும் மாயையை அதன் பொருள் பொதிந்து நீ உணரவில்லை' என்று சொன்னார். இல்லை என்று மறுத்தேன். ஷ்யாமாவை எத்தனை தீவிரத்துடன் நான் அணுகியிருந்தேன் என்றும், முற்றிலும் அக்னியெனத் திகழ்ந்த அவளது ஸ்தூலத்தை நிச்சயம் மாயை என்று மறுதலிக்க முடியாதென்றேன்.

இன்னும் கொஞ்சம் நீர் குடிக்கச் செய்தார். ஒரு சிறிய குப்பியில் வைத்திருந்த மூலிகைச் சாற்றில், எலுமிச்சை பிழிந்து அதனோடு நீர் கலக்கிக் கொடுத்தார். பத்து நிமிடங்களுக்குப் பிறகு சம்பக வெளியில் மீண்டும் பிரதமன் வாசனையை உணர்ந்தேன். இன்னும் அந்தக் காட்சியை மாயை என்பதற்குள் வகைப்படுத்த முடியாமல் தவித்தேன்.

சித்தப்பா அந்தப் புல்வெளியில் டெண்ட் கட்டினார். 'இங்க தங்கறோமா' என்றேன். 'ஆமாம்' என்றார். 'சில விஷயங்களைத் தெளிவுபடுத்திட்டு நாம தொடர்ந்தா நல்லாருக்கும்னு நினைக்கிறேன்' என்றார். அவர் முகத்தில் என் குறித்தான அவநம்பிக்கை படர்ந்திருப்பதாக நினைத்தேன். அவர் டெண்ட் கட்ட உதவி செய்தேன். உள்ளே கம்பளியாலான தரைவிரிப்பைப் போட்டார். என்னை அமரச்செய்தார். டெண்ட்டின் அறையை மூடினார்.

'இனிமே நாம நகரப்போற ஒவ்வொரு நொடியும் ரொம்ப தீவிரமானதும், ஆபத்துமானதும்கூட கிட்டா. நான் இன்னைக்குச் சம்பக வெளியைப் பார்த்த சந்தோஷத்தை எப்படிக் கொண்டாடணும் தெரியுமா? பாலராம சாஸ்திரியின் வழிகள்ள பல காடுகள் மலைகள்ள சுத்திருக்கேன். ஆனா எந்தப் பிடியும் கிட்டாது பலமுறை திரும்பிருக்கோம். மஞ்சள் வனங்களைப் பார்த்தபோதெல்லாம் ரொம்ப மகிழ்வோட அணுகி ஏமாந்து போயிருக்கேன். ஏன்னா அவரோட குறிப்புகளின் படி, சம்பகவெளியைக் கண்டுபிடிச்சிட்டோம்னா, அதன்வழி போத்தியின் சூத்திரவழியைக் கண்டடையறது அங்கேருந்து ரொம்ப எளிதுங்கறதுதான்.

குகைக்கிழத்தியோட வாக்கும் அதுதான். சம்பக வெளியைக் கண்டறிவதுதான் என்னோட பங்களிப்புன்னும், அதுக்குப்பிறகு குடும்ப வாரிசுகள் வழியா அது புலப்படும்னும் சொல்லிருக்கா. ஆகவே இதுவரைக்கும் என்னைத் தொடர்ந்து வான்னு சொன்னதோட என் கடமை நிறையுது. இனிமே இதை நீ தெரிஞ்சு என்னை வழிநடத்திப்போகணும்' என்றார்.

புரிந்தும் புரியாதது போல இருந்தது. அவர் சுவடிகளை, காகிதக் குறிப்புகளை, வரைபடங்களை விரித்து, ஒவ்வொன்றாக விவரித்தார். இதற்குப் பிறகு போகவேண்டிய வழிகளை, எதிர்கொள்ள வேண்டிய இடர்களை, இந்த வரைபடத்திலேயே இல்லாத அந்த இறுதிச் சாத்தியங்களைச் சொல்லிக்கொண்டே போனார். 'இவை எல்லாமே உத்தேச வழிகள்தான். நமக்கு இதுதான் இடம்னு எதுவுமே சொல்லப்படல. இந்தத் தேடல்ல சம்பகவெளி ஒரு ஆரம்ப மைல்கல்தான். இலக்கு எட்ட இன்னும் வெகு தூரம் பயணிக்கவேண்டியிருக்கு. இன்னைக்கு முழுக்க உனக்கு இதுல

பயிற்சி வேணும். ஒவ்வொண்ணா நிதானமாப் படி. இன்னைக்கு ராத்திரி நாம இங்க தங்குறோம். அவசரப் பிரயாணமாக் கிளம்பினா, ஒருவேளை நாம பெரிய இழப்புகளைச் சந்திக்க நேரிடலாம்' என்றார்.

அப்புறம், 'என் துணை இல்லாம நீ இந்த டெண்ட் விட்டு வெளியே வரக்கூடாது' என்றார்.

'கிட்டா, உன்னை எனக்குத் தெரியும். நீ அருஞ்செயல்கள் புரியப் பிறந்தவன். உன் தொழில், உன் குடும்பம் மாதிரியே இந்தக் கடமையும் உனக்குப் பெரிது. இதை இந்த இரவு நீ உணரணும். உன்னை எதிர்த்து வர்ற மாயைகளைத் திடமோட, அறத்தோட நீ எதிர்கொள்ளணும். காமம் உன்னோட சாபம்னு தெளியணும். அதை விலக்கி உன்னைக் காக்குற ஏதோ ஓர் உருவை நீ தியானம் செய்யணும். இந்த இரவு கடந்த பிறகு நாம பயணத்தைத் தொடங்குறபோது அந்த தியானத்தின் வித்து உன் மனசுல விளைஞ்சிருக்கணும். அது விளைஞ்சாலொழிய நம் இலக்கை நாம எட்டலாகாது' என்றார். டெண்ட்டின் ஓர் ஓரமாக சாய்ந்து கண்களை மூடிக்கொண்டார்.

சுவடிகள் எனக்குப் புரியவில்லை. அவை ஆதாரக்கட்டுகள் என்றும், அவை அழிந்து போகாமல் பாதுகாப்பதே என் கடமை என்றும் சொன்னார். காகிதங்களில் அவை அனைத்துமே மாற்றி எழுதப்பட்டுவிட்டன என்றார். அந்தப் பெரிய நோட்டுப்புத்தகத்தை ஒவ்வொரு பக்கமாகப் படிக்க ஆரம்பித்தேன். ஒவ்வொரு வரியாக மனப்பாடம் செய்தேன். வேண்டுமான அளவுக்குக் குறிப்புகளை மனத்திற்குள் போட்டுக்கொண்டேன்.

என்னையறியாமலேயே மைண்ட் மேப் என்னும் உத்தி என்னைப் பற்றிக் கொண்டிருந்தது. ஒன்றிலிருந்து ஒன்றை இணைக்கும் கண்ணிகளாக விஷயங்களைக் கோவையாக நினைவில் வைத்துக்கொள்ளும் உத்தி. என் பரபரப்பான தினசரிகளுக்கு அது பெரிதும் உதவும். எந்தக் குறிப்புகளும் எழுதிக்கொள்ளாமலே மூளை, இதற்கடுத்து அது, அதற்கடுத்து இது. இது இல்லையேல் இன்னொன்று, அது இல்லையேல் பிறிதொன்று என்று தானாகவே நகர்ந்து நகர்ந்து முடிவெடுக்கும். அந்த உத்தியை இந்தக் காகிதக் குறிப்புகளுக்கும் உபயோகித்தேன்.

ஏன் இத்தனை நாள் அதைச் செய்யவில்லை என்று என்னை நொந்துகொண்டேன். இப்போது சித்தப்பா இதைத் தீவிரமாகச் சொல்லும் காரணத்தை யோசித்தேன். அதைப் புறந்தள்ளினேன். கருமமே கண்ணாயினேன். அந்த நோட்டுப்புத்தகம் முழுதையும் இரண்டு முறை மூன்று முறை கிட்டத்தட்ட மனனம் செய்து முடித்தபோது பொழுது சாய்ந்தது புரிந்தது.

சித்தப்பா கொண்டு வந்திருந்த ரொட்டிகளையும், பழங்களையும் பகிர்ந்து கொடுத்தார். உண்டோம். படித்த குறிப்புகளைப் பார்த்து ஒருமுறையும் பார்க்காது ஒருமுறையும் அவரிடம் வரிசைக்கிரமமாகச் சொன்னேன். அவரது முகத்தில் திருப்தி தெரிந்தது. 'டார்ச் லைட்டை எடுத்துக்கொண்டு நான் ஓதுங்கிட்டு வந்துட்றேன். நீ திரும்பவும் க்ளோஸ் பண்ணி வச்சுக்கோ' என்று சொல்லிவிட்டுச் சென்றார்.

அவர் சென்றபிறகு இருள் கவிழ்ந்தது. கண்களை மூடி குறிப்புகளை வரிசைக் கிரமமாகக் கொண்டு வந்தேன். கவனத்தை மொத்தமாகக் குவிப்பதற்கு அது நல்ல பயிற்சியாக இருந்தது. ஒவ்வொரு இடங்களின் பெயர், தடங்களின் பெயர், மலைகளின் வடிவம், மலர்கள், பறவைகள், ஸ்ரீமான் போத்தியின் குடில் அமைப்பு, ஏறும் வழி எல்லாம் வரிசையாக வந்தன. அவற்றை என் கற்பனையால் ஓர் இளம் பச்சைக் கயிறு கொண்டு கட்டினேன். எல்லாமே ஒரே நேர்கோட்டில் அமைய அந்தக் கயிறு உதவியது.

அந்தப் பச்சை நூலை நீட்டித்து நீட்டித்து மனத்தால் நிரடி ஒவ்வொரு எல்லையையும் கடந்து கொண்டிருந்தேன். அங்கே காடு கடந்தது. அருவி கடந்தது. பறவையொலிகள் நீந்தின. நீரோடை கால் தடவியது. வனவிலங்குகள் வழிவிட்டன. ஓசைகள், ஒலிகள், கால்தடங்கள், மலர்கள், பிரதமன் வாசனை. அத்தோடு....

'க்ருஷ்ணா' என்றது ஷ்யாமாவின் குரல்.

நினைவில் பச்சைக்கயிறு அறுந்தது. டெண்ட்டிற்கு வெளியே நடமாட்டம் தெரிந்தது.

29. நீலவெளிச்சம்

வந்திருப்பது மாயை. இதில் மனத்தடுமாற்றம் கொள்ள ஏதுமில்லை. என்ன செய்வதென்பதை சித்தப்பா கோடிட்டுக் காட்டிவிட்டுச் சென்றிருக்கிறார். எப்படிச் செய்யவேண்டும் என்பதை முடிவு செய்ய வேண்டியது நான். என் சுயஒழுக்கத்திற்கும் என் மனத்திற்கும் நடக்கும் போட்டியில் தோற்பது நானாக இருக்கக்கூடாது. நான் ஜெயிக்கப் பிறந்தவன். ஓர் இக்கட்டான காலகட்டத்தின் முனையில் நின்றுகொண்டிருக்கும் எனக்குத் தேவை ஒரு தியானம். ஒரு சுடர். அதன் திரியைத் தூண்டி மனத்திற்குள் ஏற்ற வேண்டும். அதன் வழி உள்ளொளியைக் கூட்டவேண்டும். ஒவ்வொரு அடுக்காய் உச்சியை அடைந்து, ஆவியெங்கும் நிறைந்து, நானே ஒளியாய்த் திகழ வேண்டும்.

நான், க்ருஷ்ணா. குத்ஸ முனிவனின் வழி வந்த கோத்ரம். ஆபத்ஸம்பன் என்ற முனிவனின் ஸூத்திரத்தில் வளர்ந்த குலம். ராமச்சந்திரனின் பேரன், ராமசாமியின் மகனாகிய நான் என்று சொல்லிச்சொல்லி வளர்ந்த நான், இதோ இந்த மலை முகட்டில் காத்திருப்பது அதன் முழுப் பொருளையும் உணர்ந்து கொண்டு செயலாற்றவேண்டும் என்பதற்காகத்தான். அல்லல்பட்டு, ஆற்றாது அழுத ஒரு பெண்ணின் கண்ணீரும் சாபமும் என் குடும்பத்தை மேலும் துன்புறுத்தாது என் சந்ததி மேலும் சிறந்து வளர்க்கப் போராட வேண்டும். அதற்கு மாயையை விரட்ட வேண்டும். உள்ளொளியைத் தேடவேண்டும். உள்ளே சென்று

தேடு. நினைவுகளை அகற்று. குரல்களை ஒடுக்கி வை. உணர். ஆழ்ந்து செல்.

திருவாதிரை அன்று என் வீட்டுப் பெண்கள் திரிந்துகொண்டிருந்த கூடத்தில் இன்னும் ஓரிரு வருடங்களில் இதே போன்று நீல மடிசார் கட்டிக்கொண்டு தனிஷ்டா என்கிற நீலாவும் வலம் வருவாள் என்று நினைத்தேனே. அலைபாய்தல்களில் இக்காட்சி வந்தவுடன் அங்கே நிறுத்தினேன். ஆம் அதுவே சுடர். நீலச்சுடரின் நுனி தெரிந்தது பற்றினேன்.

சற்றே தூக்கிச் சீவிய அந்தக் குழலின் குடுக்கை வடிவில் சற்று இறங்கிப்பார்க்கிறேன். சிறிய கூந்தலை மூன்றாக்கிப் பிரித்து அதனை ஒற்றை ஜடையாக்கிப் பின்னி பாந்தமாகக் கோத்திருக்கிறாள். பிறையெனப் பரந்த சிறுநெற்றியில் ஒரு சிறு சந்தனக்கீற்று. உடலாலும் மனத்தாலும் உணர்வாலும் நான் எப்போதும் குளுமையானவள் என்பதைப் பறைசாற்றுகிறது. நீளவாக்கில் அதன்கீழே நேர்த்தியாக வைக்கப்பட்ட சிறு சிவப்புப் பொட்டு. ஒரு நேர்கோட்டை படுக்கப்போட்டு கீழே இன்னொரு நேர்கோட்டை நிற்கவைத்து, இரண்டிற்கும் சீரான இடைவெளி கொடுத்தது அவள் ஒழுங்கைச் சொல்கிறது.

அந்தக் கண்கள். அவை ஷ்யாமாவின் கண்களைப் போல மோகத்தைத் தூண்டுவன அல்ல. பார்க்கும்போதே ஈர்த்துக் கூடவா என்று அழைப்பன அல்ல. செந்தாமரையின் கண்கள் போல தந்திரம் மிக்கவை அல்ல. போலியான பாவத்தை அளிப்பன அல்ல. அவை குழந்தைக் கண்கள். ஆழ்ந்த கருணையும், புன்னகையும், ஈரமனத்தின் பிரதிபலிப்பும் சேர்ந்து செய்யப்பட்ட இரட்டைக் காவியங்கள். அதன் ஒவ்வொரு நகர்விலும் எனக்கான அன்பை அனுதினமும் கண்டுகொள்கிறேன். ஆழ்ந்து கண்களை நோக்குவதன் வழி தைத்துச்சென்று மனத்தை ஆள்பவை. அதன் ஒளியில் ஆழ்ந்து போய் அமிழ்கிறேன். சுடர் பற்றியது.

அவள் கன்னங்களை என் கரங்களில் ஏந்திக்கொள்கிறேன். அவள் நாசியின் மென்மணத்தை உணர்கிறேன். மோகமூச்சுகளில் வெந்துகொண்டிருந்த எனக்கு அந்தக் குழந்தை மணம்தான் எத்தனை ஆறுதலளிக்கிறது. அந்தக் கண்களும், கூர்நாசியும் சொல்லும் மொழி இனிமையானது. அந்தச் சிறிய இதழ்களின்

இனிமையைக் கண்களால் வாசிக்கிறேன். அதிர்ந்து போய் இன்னும் ரசம் எடுக்கவா என்று அழைப்பவை அல்ல. சற்றுத் தள்ளியிருந்து ரசிக்கவைக்கிற சிறிய அந்திமந்தாரை மொக்குகள். பற்களை வெளிக்காட்டாது, சிறிய நகர்த்தலிலேயே பிரியத்தைக்கொட்டும் செந்தடாகங்கள்.

எத்தனை கருணை. எத்தனை அழகு. எத்தனை ஒளி. சுடர் மேலும் பற்றியது. அவளின் நீல உடையின் நிழல் முகத்தில் விழ, சுடரின் நிறமும் நீலமாகிக் குளிர்விக்கிறது. கன்னங்களில் வைத்த கரங்களை அவள் நீள்கழுத்துகளுக்கு நகர்த்தி ஆதரவாய்த் தோள்சாய்கிறேன். கழுத்தில் நகர்த்திய கரங்களின் மீது தன் சிரத்தை வைத்து, அவள் கரங்களின் இனிமையை என் தோளுக்குப் பாய்ச்சுகிறாள். அதன் வெம்மையில் சுடர் மேலும் கனிகிறது. ஒளியை ஒவ்வொரு அடுக்காக நகர்த்துகிறது.

அவளின் கனிவான நெற்றி முத்தம் சுடரை உச்சிக்குத் தள்ளுகிறது. ஸ்வயம் பிரகாசமென மாறியது. எரிவது நெருப்பல்ல. உள்ளொளி பற்றித் தூக்கிய என் மனவெழுச்சி. என்னை அது இனி காக்கும். தன் சிரிப்பின் வல்லமையில். மொழியின் காந்தத்தில் ஒளி என்னை விட்டு விலகாது. ஒளி வந்தபின் கவனம் குவிந்தது.

மனத்துக்குள் கட்டிக் கொண்டிருந்து அவிழ்ந்துபோன பச்சைக் கயிற்றை இப்போது நீலமாக்கிக் கொண்டேன். நடுவில் மறந்து போயிருந்த பாடபேதங்களை மனத்துக்குள்ளேயே உருவேற்றிக் கற்கிறேன். மீண்டும் இடங்களை, பதங்களை, மலர்களை, மலைகளை, பெயர்களைச் சொல்லிப் பார்க்கிறேன். வரிசையை மனனம் செய்கிறேன். காகிதக் கட்டுக்களை ஓரம் வைத்துவிட்டு உள்ளத்தில் எந்த வரிசையில் அதை எழுதி வைத்திருக்கிறேன் என்று கவனித்து நோக்குகிறேன். இடைவெளிகளை நிரப்புகிறேன். மீண்டும் மனனம் செய்கிறேன். உள்ளொளி துணை நிற்கிறது. ‘எதுவானாலும் நீ ஜெயிச்சுடுவ’ என்ற அவளின் கனிவு கலந்த கடைசிச் சொற்கள் இப்போது நினைவுக்கு வந்து உத்வேகத்தை மேலும் பொங்கவைக்கிறது. எங்கெங்கு காணினும் நீலவெளிச்சத்தில் அவள் முகம் நிறைந்து மகிழ்விக்கிறது.

தீர்க்கமாக, உறுதியாகக் கற்கிறேன். இனி ஒவ்வொன்றையும் மன அடுக்கில் இருத்திக் கொள்வேன். நினைவடுக்குகளில் சேர்த்துக்

கொள்வேன். என்ன வேண்டுமோ, எப்போது வேண்டுமோ உருவி எடுத்துக் கொள்வேன். கல்வி பெருகிற்று. கேள்வி பெருகிற்று. ஒளி பெருகிற்று. ஆனந்தமய உலகத்தில் தனித்திருந்தேன்.

சில நிமிடங்களில் தொடுகை உணர்ந்து கண் திறந்தேன்.

'கிட்டா, பொழுது விடிஞ்சாச்சு, லெட்ஸ் கெட் ரெடி' என்றார்.

இரவை நீலவெளியில் வென்ற பெருமிதத்தில் புன்னகையோடு எழுந்தேன். தூரத்து எதிர்மலையில் ஆரஞ்சு வெளிச்சம் பெருகிவந்தது. பனிமூட்டம் அதன் பாதியை மறைத்தது. குளிரைத் தாங்கும் இயல்பு மனத்திடத்தால் கூடியிருந்தது. சர்க்கரையும் பாலுமில்லாது கருஞ்சிவப்பு நிறத்தில் ஒரு டீ தயாரித்தார் சித்தப்பா. இந்தக் குளிர்ச் சூழலுக்கு அது பெரும் இதமாக இருந்தது. பாலில்லாத டீயும், காஃபியும் எனக்கு ஒவ்வாதது. இதையும் பெருகிய உள்ளொளிதான் ஏற்றுக்கொண்டிருக்கும் என்று நம்பினேன்.

டெண்ட்டை அவிழ்த்துக் கட்டினோம். சித்தப்பா வித்தியாசமாய் ஒன்று செய்தார். அவரின் தோள்பையின் ஜிப்புகளை விடுவித்து அதனை இன்னும் பெரிதாக்கினார். என் பையிலிருந்த விஷயங்களையும் அதிலேயே அடுக்கினார். சுவடி, காகிதக்குறிப்புகளையெல்லாம், உள்ளே பாதுகாப்பான ஒரு நீர்புகாத பையில் போட்டு நடுவில் அடுக்கினார். மொத்த தோள்பையையும் நீர் தாக்காத ரெயின் கோட் கவரைக் கொண்டு மூடினார். இந்தக் கணத்துலேர்ந்து இந்த ஒட்டுமொத்தமும் உன்னோட பொறுப்பு என்று என் தோளில் அவரே மாட்டிவிட்டார். ஏனோ அருகில் வந்து அணைத்துக் கொண்டார். நெற்றியில் முத்தமிட்டார்.

நேத்து இரவு உனக்கு வச்ச தேர்வுல நீ எப்படித் தேறிவந்தேன்னு அருகிலேர்ந்து பார்த்தேன். உனக்கான உள்ளொளி பெருகிப் பெருகி நீ உச்சத்துக்குப் போனதை உன் முகபாவங்கள்ளேர்ந்து கண்டுகிட்டேன். இனிமே அது நிரந்தரமா உங்கிட்ட இருக்கணும் என்றார். அவர் கண்களில் நீர் திரண்டிருந்தது. துடைத்துக்கொண்டார். வேறொரு தருணமென்றால் நானும் நிச்சயம் கலங்கியிருப்பேன். ஏதோ ஓர் உறுதி எனக்குள் ஏறியிருந்தது. நான் அவர் தோளணைத்துக்கொண்டேன்.

'சித்தப்பா இது எத்தனை முக்கியமான பயணம்னு முழுமையா உணர்ந்திருக்கேன். ஒருக்காலும் இதோட எல்லையை அறியாம, அடையாம விடமாட்டேன்.' என்றேன். ஒரு பெருமூச்சை உள்ளிழுத்து அதனை உள்வாங்கிக்கொண்டார்.

சிரித்தார். 'போகலாம்' என்றார்.

சம்பகவெளிக்குப் பிறகு ஒரு பெரிய சரிவு இருக்கிறது. அதில் மிக மிகக் கவனமாக இறங்க வேண்டும். இறங்கிய முனையிலேயே ஆறு ஓடிக்கொண்டிருக்கும். அதன் வேகத்தை அங்கு கணிக்கமுடியாது. அதன் அருகிலேயே ஒரு பெரிய பாறைச்சரிவில் அது அருவியாக இறங்குகிறது. ஆகவே வேகமாக இறங்கினால் ஆற்றில் வீழ்ந்து அருவியில் சரிய நேரிடலாம்.

மிகக் கவனமாக அடிகளை எடுத்து வைத்து நகர்ந்தோம். ஒரு மணி நேரமாக சித்தப்பா வாய் ஓயாமல் ஏகப்பட்ட விஷயங்களைச் சொல்லிக்கொண்டே வந்தார். பெரும்பாலும் அவர் ஏற்கனவே சொன்ன விஷயங்கள்தான். இருந்தாலும் இந்தப்பயணம் எங்கே தொடங்கியது. என்னென்ன சோதனைகளைக் கடந்திருக்கிறார். என்னவெல்லாம் இழந்தார். என்னவெல்லாம் பெற்றார். எங்கே போகவேண்டும். என்ன செய்யவேண்டும். அவர் இயல்புக்கு மாறாக நிறுத்தாத பேச்சு. எனக்கே என்னவோ போல இருந்தது. ஆனாலும் ஏதும் சொல்லாமல் எல்லாவற்றையும் கவனமாகக் கேட்டுக்கொண்டேன். என் நினைவடுக்குகளில் ஏதேனும் விடுபட்டிருந்தால் அதைக் குறித்து ஏற்றுக்கொண்டேன்.

சற்று நேரத்தில் நீரின் ஓசை கேட்கத்தொடங்கி அது பெருகியது. நான் முன்னால் மிகக் கவனமாக நகர்ந்தேன். பின்னால் சித்தப்பா வந்து கொண்டிருந்தார். திடீரென்று அவர் காலடிச் சரசரப்புச் சத்தம் நின்றது. நானும் நின்று திரும்பிப் பார்த்தேன். அவர் பார்வை தூரத்தில் நிலைத்திருந்தது. அவர் கன்னங்கள் துடித்துக்கொண்டிருந்தன. கண்களில் நீர் வழிந்துகொண்டிருந்தது. உதடுகள் எதையோ சொல்லவந்து சொல்லவியலாமல் அதுவும் துடித்தன.

அவர் கரம் பற்றி 'சித்தப்பா...' என்றேன் கேள்விக்குறிகளோடு

'கண்டா' என்றார்.

நடுங்கிய கரத்தின் சுட்டு விரல் அருவியின் பக்கமாக நீண்டது. அங்கே அக்கரையில் ஒரு கடமான் நீர் குடித்துக்கொண்டிருந்தது.

'ஆமாம் மான்' என்றேன்.

'அல்லா. ஸ்ரீஜேயாணு'

என்றார். அத்தனை துல்லியமாக அவர் என்னிடம் மலையாளம் பேசியதே இல்லை. பேசுவது அவரே இல்லை என்று தோன்றியது.

'ஆ தீரத்தில் நின்னு அவளென்னை விளிக்கின்னு' என்றார்.

எனக்கு ஏதோ புரிந்தது. சித்தப்பாவின் கரங்களைப் பிடிக்க முனைந்தேன். அது என் கட்டுப்பாட்டில் அடங்கவில்லை.

'ஞான் வரட்டே கிட்டா' என்றபடி காலடிகளை அகலமாக, மிக அகலமாக வைத்து கிட்டத்தட்ட பறப்பது போல் கீழிறங்கி, ஆற்றில் இறங்கி, அருவியின் தடத்தில் ஓடி, ஹோவென்ற ஓசையுடன் பாறைகளில் நீர் போல கீழே வீழ்ந்தார்.

30. வழித்துணை

எங்கள் குடும்பத்தில் கொள்ளுப்பாட்டி காலத்துக் கதை ஒன்று இருக்கிறது. அப்போது அவர்கள் கணபதி அக்ரஹாரத்தில் குடிசை வீட்டில் வசித்திருந்திருக்கிறார்கள். தொழிலெல்லாம் ஆரம்பித்திராத காலம். வறுமை கொன்று தின்றுகொண்டிருந்த கொடும் பருவம். ஒரு நாளில் ஒரு வேளை உணவுக்கே அல்லாடிக் கொண்டிருந்திருக்கிறார்கள். சொல்லவொண்ணாத் துயரில் மூழ்கியிருந்த நேரம். அதைப் பன்மடங்காகும் விதமாக இன்னொரு சம்பவமும் நிகழ்ந்திருக்கிறது. அந்தப் பருவமழைக்காலத்தில் கொல்லையில் இருந்த தென்னை மரத்தில் இடி விழுந்து அது பற்றிக்கொண்டு எரிந்து, அந்த நெருப்பு குடிசையிலும் பற்றியிருக்கிறது. உணவு, உடைக்கு அல்லாடிய பொழுதுகள் போய் இருப்பிடத்திற்கும் அந்த மழைக்காலம் அலைய வைத்திருக்கிறது. அந்த இடிவிழுந்த இரவை தாத்தா பலவிதமாகச் சொல்லுவார். அந்த இரவில் அந்த இடி விழுந்திருக்காட்டா இவ்வளவு வைராக்கியமா நான் எழுந்திருக்க மாட்டேண்டா என்றும்.

சற்றுமுன் சித்தப்பா இந்த அருவியில் வீழ்ந்ததை என் மேல் விழுந்த இடியாகத்தான் நினைத்தேன். சில நொடிப்பொழுதுகள்தான். அதுவரையில் என்னிடம் ரத்தமும் சதையுமாக என்னுடன் பேசிக்கொண்டிருந்தவர். மாயையைப் பற்றி கணம் கணமும் எனக்குப் பாடம் நடத்திக்கொண்டிருந்தவர். அதே மாயைக்கு வீழ்ந்த மாயம் என்ன? இல்லை ஒருவேளை இந்தக் கணமே

மாயைதானா? கனவுதானா? கிட்டா எழுந்திரு போலாம் என்ற குரலோடு என்னை எழுப்பிவிடுவாரா? அழ வேண்டுமா? கதற வேண்டுமா? இங்கேயே விக்கித்து அமர வேண்டுமா? இல்லை இதே அருவியில்...

எதுவும் தோன்றவில்லை. இடி விழுந்தாலும் எழுந்து ஓடும் வல்லமையைக் கொள்ளுத் தாத்தா குடும்பத்திற்குக் கொடுத்த அதே இயற்கைதான் என்னையும் திடத்தோடு நிற்க வைத்திருக்கிறது. சற்றும் கலக்கமின்றி அடுத்த கணத்தைத் திட்டத்தை யோசிக்கவைக்கிறது. உள்ளொளி பெருகியிருந்த மனமும், மூளையும் கண்மூடி சில நிமிடம் தியானிக்கச் சொன்னது.

இதை நோக்கித்தான் என்னைச் செலுத்திக்கொண்டு வந்திருக்கிறது. சித்தியைப் பீடை என்று சொல்லி விலக்கிய அந்த மலை மூப்பர், அடுத்த தலைமுறையை இறக்கு என்று சொல்லியபோதே இது முடிவுசெய்யப்பட்டிருக்கிறது. ஸ்தூலங்கள் போனாலும் சூக்ஷும ஸ்வரூபங்கள் நம்முடனே வருகின்றன என்பது உண்மையானால் நான் கலங்க ஏதுமில்லை. என்ன செய்யவேண்டும் என்று கற்பிக்கப்பட்டிருக்கிறது. என்ன செய்ய வேண்டும் என்ற தீர்மானமிருக்கிறது. இனி கலங்கி நிற்பதில் பயனில்லை என்று முடிவு செய்தேன். எழுந்துகொண்டேன்.

எதிர்த்திசையில் நடக்கத் தொடங்கினேன். இப்போதிருக்கும் நான் வேறு. திடமேற்றி ஒளிபெருக்கி உரமேற்றப்பட்ட இந்த உடல் அதன் பாதையைக் கண்டுகொண்டுவிட்டது. கலக்கமின்றிக் கடந்து போகவேண்டும். மனத்தில் எழுதி வைத்திருந்த பாதை வரிசையை இன்னொருமுறை சொல்லிப் பார்த்துக் கொண்டேன்.

ஆற்றைச் சுற்றிக்கொண்டு இன்னொரு பாறை மேட்டில் ஏறி எதிர்க்கரைக்கு வந்து சேர்ந்தேன். இன்னொரு முறை அருவி வீழும் இடத்தைப் பார்த்துவிட்டு வந்தால் என்ன என்று தோன்றியது. தூரத்தில் நீர் குடித்துக்கொண்டிருந்த கடமான் அங்கே நின்று கொண்டிருந்தது. அதன் அருகிலேயே இன்னொரு கடமானும் இப்போது சேர்ந்து நீரருந்திக்கொண்டிருந்தது. எனக்குள் ஏதோ பூத்தது. என்னவோ ஒரு பேருவகை பெருகி வந்தது. சூக்ஷும ரூபங்கள் பற்றி சற்று முன்பு நினைத்துக்கொண்டதை எண்ணி மகிழ்ந்தேன்.

இனி திரும்பலாம் என்று யோசித்தபோது எங்கிருந்தோ தோளில் அந்தக்குருவி வந்து அமர்ந்தது. தோளில் அதன் சிறுகால்கள் உரசியபோது திடுக்கிட்டேன். பின்னர் ஆச்சர்யப்பட்டேன். தோட்டக்கள்ளன் குருவி. கணபதியக்ரஹார நாவல் மரத்தில் பார்த்த அதே குருவிதானா? என்று யோசித்தபோதே 'ஆம்' என்றது. பின்னர் போகலாம் என்றது.

ஆச்சர்யங்களுக்கு அளவே இல்லாத காலம் இது. எதெல்லாம் கதையாகச் சொல்லப்பட்டதோ, எதெல்லாம் ஒருவேளை கட்டுக்கதையாக இருக்குமோ என்று சந்தேகப்பட்டேனோ அதெல்லாம் எனக்கே நிகழ்கிற காலம். பாலக்காட்டு மலைக் குகை கிழத்தியின் குரலில் பாட்டி வந்து இறங்கியது. சித்தப்பா அருவியில் வீழ்ந்த பின் கடமானுக்கு இணை சேர்ந்தது. இரண்டையும் ஒரே நேர்கோட்டில் வைத்து யோசிக்க யோசிக்க ஏகப்பட்ட புரிதல்கள் வந்தன. இதோ, இப்போது வந்து சேர்ந்திருக்கும் இந்தப் பேசும் குருவி அவை எல்லாவற்றிற்கும் மகுடம் வைத்து வந்து சேர்ந்திருக்கிறது.

சில நேரம் தோள்களில் அமர்ந்திருக்கிறது. சில நேரம் சற்று முன் பறந்து சென்று ஒரு சுற்று சுற்றிவிட்டு வருகிறது. சில நேரம் தலைக்கு மேல் சிறகுகளை அசைத்துத் தலைமுடியைக் கலைத்து விளையாடுகிறது. அதன் இருப்பு சித்தப்பா இல்லாத குறையைப் போக்கியிருக்கிறது. ஆரம்பத்தில் அதிர்ச்சியும் ஆச்சர்யமுமாய் இருந்த நான் இயல்புக்கு வந்து உரையாட ஆரம்பித்தேன்.

சித்தர் குருவி உன்னை... இல்லேன்னா உங்களை எப்படிக் கூப்பிடறதாம்? என்றேன்

'நீதான் கள்ளன்னுட்டியே அப்படியே கூப்பிடு.'

'நீ தோட்டக்கள்ளனில்லையோ'

'அது சரீரம் மட்டும்'

சரி கள்ளா. அப்படியே ஆகட்டும் என்றேன்.

சம்பக வெளிக்குப் பின்பு கீழிறங்கி மலையாறு. பாறைகளைக் கடந்து எதிர்க்கரை வழியாகப் பெரும் இறக்கம். அதைக் கடக்கச் சிலமணி நேரங்கள் ஆகும். ஒரு நாள் கூட ஆகலாம். அடுத்த

அருவியைக் கண்டறியலாம். அதுதான் நேமக்கூட அருவி. ஒருவேளை அது தென்பட்டால், அதைப் பார்க்கமுடிந்தால் அங்கிருந்துதான் உண்மையான சூத்திரவழி தொடங்குகிறது என்கிறது பாலராம சாஸ்திரியின் ஏடு.

எங்கும் நிற்காமல் வேகமாக நடந்து இறக்கத்தைக் கடந்து கொண்டிருந்தேன். ஏனோ எனக்குள் உத்வேகம் பெருகியிருந்தது. இனி தாமதிக்க எந்தக் காரணமும் இல்லை. அடுத்தடுத்து நிகழும் சம்பவங்கள் ஏதோ ஒரு செய்தியைத் தொடர்ந்து சொல்லிக் கொண்டேயிருக்கின்றன. எத்தனை வேகமாக இந்தப் பாதைகளைக் கடக்கமுடியுமோ அத்தனை வேகமாகச் செல்லவேண்டும்.

கள்ளன் எனக்கு முன்னர் பறந்து சென்றுவிட்டுத் திரும்பி வந்தது.

செல்லும் பாதை சரிதான் ஆறு வருகிறது என்றது.

அடுத்த பதினைந்து நிமிடத்தில் பெருகி ஓடும் அந்தக் காட்டாற்றைக் கண்டேன். சித்தப்பாவுடன் பார்த்த அந்த அமைதியான ஓடை போன்ற அந்தச் சிற்றாறு போலில்லை இது. வேகம் அதிகம். ஆழமும் அதிகமாகத்தான் இருக்கவேண்டும். கரை வழியே அருகில் சென்று பார்த்தேன். இருபுறமும் அடர்ந்த காடுகள். நிச்சயம் இங்கே கடக்க முடியாது. சற்றுத் தொலைவு நடந்து செல்லவேண்டும் வலதா இடதா என்பதே கேள்வி.

மேற்கு நோக்கிச் செல்வோம் என்றது கள்ளன்.

ரைட்டா லெஃப்ட்டா சொல்லு என்றேன்.

உனக்கு ரைட் எனக்கு லெஃப்ட் என்றது.

சிரித்தேன். பொல்லாத குருவி.

வலது புறம் திரும்பி காட்டுக்குள் புகுந்து அரிவாள் கொண்டு ஒவ்வொரு தடையையும் வெட்டி விலக்கி பாதை அமைத்துக்கொண்டே சென்று கொண்டிருந்தேன்.

உன்னால் ஒரு பயனுண்டா? இந்தப் பாதையைச் செப்பனிட உன்னால் ஆகுமா? என்றேன் விளையாட்டாக.

எனக்குக் காடுகளைச் செப்பனிடும் ஆற்றல் இல்லை தம்பி. ஆனால் ஏடுகளைச் செப்பனிடுவேன் என்றது பெருமையாக.

அடுக்குமொழிக்கு ஒன்றும் குறைச்சலில்லை என்றேன்.

பேச்சுத்துணைக்கு ஒரு குருவி. எடுக்காகவும், தத்துவார்த்தமாகவும் பேசும் பறவை. மகிழ்வாகத்தான் இருக்கிறது. காட்டுக்குள் பறவைகளின் ஒலிகள் பெருகியிருக்கின்றன. நீர்த்துறைக்கு அருகில் ஓசைகள் எப்போதுமே இருக்கும் என்று சித்தப்பா சொல்லியிருக்கிறார். ஆனால் பெருகி ஓடும் இந்த ஆற்றின் ஒலி அது அனைத்தையும் வென்றிருக்கிறது.

இன்னும் சற்று தூரம் கடந்த பிறகு அந்தப் பாறை மேட்டைக் கண்டோம். அங்கேதான் ஆறு வீழ்கிறது. இன்னும் சற்று மேடேறிச் சென்றால் வேகம் குறைந்த கடக்க ஏதுவாக இருக்கலாம். காட்டைச் செப்பனிட்டு மேலே ஏறினேன். அப்போதுதான் அந்தக் குரல் கேட்டது. அது பறவைகளின் குரலல்ல. விலங்குகளின் குரலல்ல. சர்வ நிச்சயமாய் மனிதக் குரல். பெண்குரல்.

‘ஹெல்ப்ப்ப்ப்ப்ப்...’

திடுக்கிட்டேன். அந்தக் குரலை எனக்கு நன்கு தெரியும். எங்கே கேட்டிருக்கிறேன். யோசித்தபடியே காட்டை வெட்டி விலக்கி பாறை மேட்டை அணுகிச்சென்றேன்.

கள்ளன் திரும்பிவந்தது.

‘என்னைக் கேட்டால் அங்கே போகாதே என்பேன். ஆனால் அங்கே போவதுதான் உன் விதி’

என்றது. ஏனோ அந்தச் சமயத்தில் அதன் குரலை நிராகரித்தேன். இன்னும் நெருங்கிச் சென்றபோது கதறிய அந்தப் பெண்குரலை அடையாளம் கண்டுகொண்டேன்.

‘செந்தாமரை’

31. போதகம்

ஒரு காட்டாற்றின் வேகம் என்ன என்பதை வெகு அருகில் கண்டேன். அது மரங்களை, மண்ணை, வழியெங்கும் காணும் எல்லா திடப்பொருள்களையும் வேரோடு, அடியோடு பிடுங்கி தன் வழிக்குத் திருப்பிக் கொண்டிருந்தது. செவ்வண்ணத்தில் அதிவேகமும், பேரொலியும் கொண்டு வீழும் அதன் வனப்பை ரசிக்கும்போதே அதன் ஆபத்தையும் உணர்ந்தேயிருக்கிறது மனம். இன்னும் சில அடிகள் வைத்தால் போதும். இழுத்துக்கொண்டு போய் அடுத்த சில நொடிகளில் அடிவாரத்தில் வீழ்த்திவிடும்.

அகலாது அணுகாது கவனிக்கத்தக்க தொலைவில் நின்று அந்த நீரோட்டத்தின் எல்லாப் பக்கங்களிலும் மிகக் கவனமாகப் பார்வையைச் செலுத்தினேன். நான் குரல் கேட்டது நிச்சயம். ஒரு முறை அல்ல, மூன்று முறை அந்த அலறல் கேட்டது. ஹெல்ப் என்ற ஒரே வார்த்தைதான். மூன்றாவது முறைதான் அது செந்தாமரையின் குரல் என்றே அறிந்தேன். நேரில் ஒருமுறைதான் சந்தித்திருந்தேன் என்றாலும், தொலைபேசியில் சிலமுறை உரையாடியிருக்கிறேன். சில வாய்ஸ் நோட்டுகளை அனுப்பியிருக்கிறாள். ஆகவே அவள் தோற்றத்தை விட குரல் நன்கு மனத்தில் பதிந்திருக்கிறது. நிச்சயம் என் செவி தவறு செய்யாது.

அல்லது இதுவும் சித்தப்பா சொன்ன மாயைதானா? சட்டென நிதானித்து யோசித்தேன். இருக்கலாம். நான் இங்கு வேகமாக நகர்ந்து வரும்போது தோட்டக்கள்ளன் என்னவோ சொன்னதே. 'என்னைக் கேட்டால் அங்கே போகாதே என்பேன். ஆனால் அங்கே போவதுதான் உன் விதி.'

எங்கே கள்ளன்?

அதற்குப் பிறகு என்னுடன்தானே பறந்து வந்தது?

ஒன்று முடிவு செய்துகொண்டேன். நானாக வலியச்சென்று எந்தச் செயலிலும் இனி கால் வைப்பதாய் இல்லை. தவிர இப்போது குரலும் நின்றுவிட்டது. இந்தக் காட்டாற்றினை மீறிச்செயல்படும் சக்தியும் எனக்கு இல்லை.

யோசித்துக்கொண்டே வந்தவழியில் திரும்பி, செப்பனிட்டுக்கொண்டிருந்த பாதையை மீண்டும் சரிசெய்துகொண்டே முன்னால் சென்றேன்.

எனினும் செவியைக் கூர்மையாக்கி வைத்திருந்தேன். எது மாயை எது நிதர்சனம் என்பதைக் கண்டுணரும் பக்குவம் எனக்கு இல்லை. இவ்வளவு உணர்ச்சிவசப்படல் தேவையில்லை. தவிர தோட்டக்கள்ளன் என்ற இந்த குருவிச்சித்தன் என்னுடன் வருவது வழித்துணையாக மட்டுமல்ல, ஆலோசகனாகவும்தான் என்பதை ஆழ்ந்து மனதில் இருத்திக்கொண்டேன்.

மெல்லிய ட்வீக் ஒலியோடு எதிரில் பறந்து வந்து தோளில் அமர்ந்துகொண்டது குருவி.

'குழப்பமா இருக்கும்போது தனியா விட்டுப்போறதுதான் அழகாப்பா?' என்றேன் கோபமாகச் சொல்வதைப் போல.

'உன் விதி வலியது என்று சொன்னேனே' என்றது.

'அதுவும் மாயையா?' என்றேன் இப்போது தீவிரமாகக் குரலை மாற்றிக்கொண்டு.

'தம்பி விதிக்கும் மாயைக்கும் மெல்லிய கோடு ஒன்றுதான் இழையோடிக்கொண்டிருக்கும். இரண்டுமே நம் சிந்தையால், கையால் கணித்துச் செயலாற்ற வல்ல திறனுக்கும் மேலே திகழ்வன. அதை வெல்வதோ, அதனிடத்து வீழ்வதோ உன் கர்மமும், ஆசியும் எப்படிப்பட்டன என்பதைப் பொறுத்தே அமைகிறது. உனக்கு கர்மா சரியில்லைதான். ஆனால் ஆசிகள் உண்டு. ஆகவே நீ பிழைத்துக்கொண்டாய். என்றாலும் விதி விடாது' என்றார்.

சிறிது யோசித்தேன். ஏதோ புரிந்தது. பின்னர் 'நீ இதற்குப் பேசாமலே இருந்திருக்கலாம்' என்றேன்.

'ட்வீக்' என்று ஓசை எழுப்பிவிட்டு மீண்டும் முன்னே பறந்து சென்றது.

செல்லச்செல்ல காடு அடர்ந்துகொண்டே வந்தது. கழிகளை அகற்றி, தழைகளைச் செதுக்கி நடந்து செல்லும் அளவிற்கு ஒற்றையடிப் பாதையை அமைத்துக்கொண்டே சென்றேன். வழியில் ஒரு யானைக்கூட்டம் நீர் குடிக்கக் கடந்தபோது கள்ளன் முன்கூட்டியே வந்து சொன்னது. முன்னோக்கிச் செல்லாது காத்திருந்தேன். ஏழு யானைகள் இரண்டு கன்றுகளோடு கூட்டமாய்ச் சென்றன. அவை கடந்து சென்ற காட்சியை மறக்கவே முடியவில்லை. அதன் கையில் அரிவாளோ, கழியோ இல்லை. ஆனால் கடக்குமிடத்தையெல்லாம் தன் ஆகிருதியாலேயே தடவித் தள்ளி தானாகப் பாதை உருவாகுமாறு அமைத்துக்கொண்டே சென்றது. பாதம் படுமிடமெல்லாம் பாதை அமைகிறது.

மேனியெங்கும் மண், தழை, மலர்கள் என கடக்கும் வழியில் வீழ்பவற்றையெல்லாம் ஆடையாக அமைத்துக் கொண்டிருந்தது. கம்பீரமும், கனிவும் ஒருங்கே அமைந்த தோற்றம். அந்த யானைக்கூட்டத்தில் என்னை மிகவும் கவர்ந்தது அந்தச் சிறு கன்றுகள்தான். விளையாட்டுத்தனம் மிக்கதாய் பாதையிலிருந்து மாற முயற்சி செய்கின்றன. பின்னால் வரும் பெரிய யானை ஒன்று அது விலகும்போதெல்லாம் தன் ஒற்றைக்காலைத் தூக்கி அதனைப் பாதைக்குள் இழுக்கிறது. இன்னொரு குட்டி யானை விலகிப்போய், பாதைக்குள் இழுத்துவிடப்பட்ட தன் குட்டித் தோழனை, அத்தனை நேரம் காணாத தவிப்பை ஒரு செல்ல முட்டலின் வழி காட்டுகிறது. இரண்டும் விளையாடுகின்றன. பெரிய யானைக்கால்களுக்கிடையே இரண்டு சிறு குட்டிகளின் விளையாட்டு. ஒரு கருங்குகைக்குக்கீழே பாதுகாப்பு பற்றிய கவலையற்ற, விளையாட்டுகளும், குதூகலமும் நிறைந்த வாழ்க்கை. தான் கடந்து செல்வது ஆபத்து நிறைந்த காடென்றாலும் தங்களின் விளையாட்டுகளின் மூலமும், பாதுகாப்பு நிறைந்த பெரிய யானைகளின் பலத்துடனும் அவற்றைக் கடக்கின்றன.

நானும் யானைக்கன்றுதானே. என் முன்னோர்கள் என்னைப் பாதுகாத்து வழிநடத்தியிருக்கிறார்கள். அவர்களின் கர்மா என்னை வீழ்த்திவிடக்கூடாது என்பதில் கவனமாயிருக்கும் பெரியவர்கள். எந்தக் குறையுமில்லாது யானைக்கன்றென என்னை வளர்த்தவர்கள்.

சில நாழிகைகள் முன்பு வரை என்னுடன் ரத்தமும் சதையுமாக உரையாடிக்கொண்டிருந்த சித்தப்பாவிற்கு என் மீது எத்தனை அன்பு. வாழும் காலத்தின்போது மட்டுமல்லாமல், வாழ்ந்த பின்னரும், என் பெயர் நிலைப்பதற்கான வழியைச் சொல்லிக் கொடுத்துவிட்டுப்போயிருக்கிறார்.

ஒருவேளை எனக்கு போத்தியின் சூத்திரம் கிடைத்து, சாபம் நீங்கினால், என் சந்ததிகள் என்னைப் பற்றிக் காலகாலத்திற்கும் பேசும். இன்று காலை இடி விழுந்த பின்னரும் வைராக்கியமாக எழுந்த கொள்ளுத்தாத்தாவை நான் நினைத்துக்கொண்டது போல. கடும் பிரயத்தனத்திற்குப் பிறகு காடும் மலையும் கடந்து நான் சூத்திரத்தைக் கண்டடைந்த கதையைத் தலைமுறைகளும் பேச ஒரு வாய்ப்பு. ஆசிர்வதிக்கப்பட்ட யானைக்கன்று நான். அப்படித்தான் தோன்றுகிறது.

அதோ கடந்து செல்லும் அந்தச் சிறு கன்றுகளுக்குப் பேருருவாகப் பெரிய யானைகள் காவலிருப்பதைப் போல, எனக்கு முன்னோர்களின் ஆசிகள் இருக்கிறது. அந்தக் கிழத்தியின் குரலில் இறங்கிய பாட்டி இதோ இங்கே ஆகாசத்திலோ, அந்த வனமரங்களில் ஒன்றிலோ என்னைப் பார்த்துக்கொண்டிருக்கக் கூடும். மாயையில் வீழ்ந்த சித்தப்பா கடமான் உருவில் வந்ததாக நினைத்தேனே? இருக்கலாம். மானின் வடிவிலோ, இந்தக் காட்டாற்றில் மீனின் வடிவிலோ அவரும் என்னை நோக்கிக்கொண்டிருக்கலாம். யாரென்றே அறியாது குருவியாகவும் சித்தராகவும் உருமாறக்கூடிய இந்தக் கள்ளன் எனக்கு வழித்துணையாக வருவது கூட முன்னோர்கள் எனக்கு அமைத்துக்கொடுக்கும் பாதுகாப்பான கூரைதான்.

இத்தனைக்கும் நான் செய்யக்கூடிய ஒரே பிரதியுபகாரம், அவர்கள் போட்டுக்கொடுத்த பாதையில் பிறழாது செல்வது மட்டும்தான். அந்தக் கன்றுகளை வழியில் சேர்க்க யானைகளின் கால்கள் இருந்தன. எனக்கு இதோ கள்ளன் இருக்கிறது என்று நினைத்துக்கொண்டேன். யானைக்கூட்டம் நகர்ந்து ஒரு மணி நேரம் காத்திருந்த பிறகு, பாதை அமைக்கத் தேவையில்லாமல் அவை நகர்ந்த பாதையிலேயே நடந்து சென்றோம்.

யானைப்பாதை மிகத் தெளிவாக அமைக்கப்பட்டு, எந்தத் தடையுமில்லாமல் ஒரு சரிவு ஆற்றங்கரைக்குச் சென்றது. அந்த

இடத்தில் வேகம் நன்கு குறைந்திருந்தது. முழங்காலுக்கும் சற்று மேலே நீர் சென்று கொண்டிருக்கும் பாதை தெரிந்தது. கள்ளன் மீண்டும் முன்னே பறந்து சென்று அக்கரைக்குச்சென்று பார்த்துவிட்டு 'இறங்கலாம்' என்றது.

நீரில் கால் வைத்தபோது குளிர்ச்சி நேரே சென்று உச்சியைத் தாக்கியது. ஆனால் செல்லச்செல்ல அந்தக் குளிர்ச்சி பழகி அதனுள்ளே ஆழ்ந்து இருந்த ஒரு சிறு அக்கினியைத் தரிசிக்கவும் முடிந்தது. சற்றுத்தொலைவில் அணுகவே முடியாத வேகத்துடன் இருந்த அதன் போக்கை இப்போது நினைத்துப்பார்க்கையில் ஆச்சர்யமாக இருந்தது. நடந்தும் நீந்தியும் கரையேறினேன்.

தோள்பையை நீரிலிருந்து காக்கும் மேலுறையினால் மூடியிருந்தேன் என்றாலும் கரையில் வைத்து அதை உருவித் தனியே எடுத்துக் காய வைத்து, உள்ளே அனைத்தும் பாதுகாப்பாக இருக்கிறதா என்று உறுதி செய்துகொண்டேன். சித்தப்பா உள்ளே அவற்றிற்கு மட்டும் தனியே இன்னொரு உறை போட்ட காரணம் புரிந்தது.

ஈரம் காயும் வரை காத்திருந்தோம். மலைமரப் பழம் ஒன்றின் சிறுதுண்டினைக் கள்ளன் எடுத்துக்கொண்டு வந்து கையில் கொடுத்தது. அது நன்கு இனித்தது. இப்படிக் கொடுக்காமல் சாப்பிட்டால் வயிறு வலிக்கும் என்று உன் இனத்தில் யாரும் சொல்வதில்லையா என்றேன்.

ட்வீக் என்றது.

அதற்குப் பிறகுதான் அதன் பின்னால் பச்சையும், இளஞ்சிவப்புமாய் ஒரு சிறிய மாங்காய் வடிவத்தில் இருந்த நான்கைந்து பழங்களைப் பார்த்தேன். புளிப்பும் துவர்ப்புமாய் மிக நன்றாக இருந்தது. அத்தனை நேரம் வயிறு பசித்திருந்ததே அது உள்ளே போன பிறகுதான் தெரிந்தது.

கள்ளன் இப்போது பாறை முனையில் அமர்ந்திருந்தது. கழுத்தைத் திருப்பிப்பார்த்து, 'விதிக்கும் மாயைக்கும் மெல்லிய கோடு ஒன்றுதான் இழையோடிக்கொண்டிருக்கும்' என்றது மீண்டும். குழப்பத்தோடு அருகில் சென்று பார்த்தேன். பாறைகளின் இடையே ஆற்றின் வீழ்ச்சிக்கு அருகே, செந்நிற ஆடையோடு ஒரு பெண்ணின் உடல் கிடந்தது.

32. ஆற்றிடைபவளம்

மலை மேலிருந்து பார்க்கும்போது அவள் ஒரு சிவப்புக் கந்தல் துணிபோலக் கிடந்தாள். அப்படியே கடந்து போகவேண்டும் என்று தோன்றவில்லை. கள்ளன் முன் பறந்து செல்ல, கவனமாக ஆற்றின் ஓட்டம் குறைவாக இருந்த பகுதியில் பாறைகளைப் பிடித்துக்கொண்டு இறங்கினேன். எல்லா இடங்களும் வழுக்கின. தொடர்ச்சியான நீரோட்டம் இறங்கிய பாறைகள் எல்லாம் திட வடிவில் உள்ள நீரினமே. ஒவ்வொன்றிற்குள்ளும் குளிர்ச்சிதான் உள்ளுறை உயிர். கால் வைத்தவுடனேயே வழுக்கியது. மிகக்கவனமாக இறங்க வேண்டியிருந்தது.

கள்ளன் திரும்பவந்து மூச்சிருக்கிறது. பேச்சுதான் இல்லை என்று சொல்லிவிட்டுத் திரும்பச் சென்றது. இறங்கும்போதே யோசனைகள் பலவாறு சென்றன. இவ்வளவு தேடிக் கண்டுபிடித்து வந்து சேர்ந்திருக்கும் இடத்திற்கு இவள் எதற்கு வந்திருக்கப் போகிறாள். மலையேற்றம் முதலான இயற்கை சம்பந்தப்பட்ட விஷயங்களுக்கு முற்றிலும் எதிரானது அவள் குணம். அப்படியே போயிருந்தாலும் பிரபல வாசஸ்தலங்களுக்குத்தானே சென்றிருக்க வேண்டும். கேள்விகள்.

இறங்கி அருகில் சென்றேன். எப்போதும் ஒரு சீமாட்டியின் பூச்சுடனேயே இருக்கும் அவள் முகம் முற்றிலும் வாடியிருந்தது. மலையேற்றத்துக்கான ட்ராக் உடை. நிறைய இடங்களில் கிழிந்து இலைகளும் தழைகளும் சேறும் திட்டு திட்டாய்ப் படிந்திருந்தது.

கன்னங்களைத் தொட்டு எழுப்பிப்பார்த்தேன். தோள்களை உலுப்பினேன். மூக்கில் விரல் வைத்து சுவாசம் வருவதை உறுதிசெய்தேன். கள்ளன் தோளில் அமர்ந்துகொண்டு, ‘உன் கைப்பையில் மூலிகை மருந்துகள் கொண்ட தோள் பை ஒன்று இருக்கும். அதில், பச்சையும் சிவப்புமாய் ஒரு பொடிக்கப்பட்ட இலைத்தொகுப்பு இருக்கும் அதை எடு’ என்றது.

ஈரமில்லாத இடமாய்ப் பார்த்து சற்றுத்தள்ளி தோள் பையைத் திறந்து மிகக்கவனமாக மருந்துப் பையைப் பிரித்து டெஸ்ட்யூப் அமைப்பில் இருந்த அந்தச் சிறிய போத்தலை எடுத்தேன்.

இரண்டே விரல் நுனியளவு போதும். தேனில் குழைத்துப் புகட்டவேண்டும் என்றது. ஒரு பெரிய இலையை எடுத்துச் சிறு தொன்னை செய்து கொண்டேன். மூலிகை இலைப்பொடியையும் சிறிதளவு தேனையும் எடுத்துக் குழைத்தேன். ஆச்சர்யமாக இந்தச் சிறிதளவு இலைப்பொடி தேன் குழைத்தவுடன் பெருகிப் பெருகி வந்தது. கிட்டத்தட்ட பாதி தொன்னையளவு வந்தவுடன், ‘போதும், புகட்டலாம்’ என்றது கள்ளன்.

அவளைத் தூக்கிக்கொண்டு சற்று நடந்து போய் மேடேறிப் புல்வெளியில் கிடத்தினேன். சாய்த்து மடி மீது வைத்துக்கொண்டேன். சிவப்புச்சாயம் பூசப்பட்டிருக்கும் அவள் கூந்தலிழைகள் இத்தனை ஈரத்திற்குப் பிறகும் இன்னும் அப்படியே இருந்தன. அவற்றை விலக்கினேன். காய்ந்து போயிருந்த உதட்டில் சிறிது குழைவைத் தடவியதும் அது சற்று விலகிக் கொடுத்தது. இயற்கை அளப்பரியது. இன்னும் ஒரு விரலளவு எடுத்து மேலுதட்டில் தடவியதும் இன்னும் சற்று நகர்ந்து ஒரு குழிவான இடைவெளியை உருவாக்கியது. மிகக்கவனமாக இந்தச் சாற்றை முதலில் விரலில் எடுத்தே சொட்டி ஊட்டினேன்.

மெல்ல மெல்ல இடைவெளி பெருக தொன்னையிலிருந்தே நேராக வாயில் ஊற்றினேன். ஒரு சொட்டுக்கூட வெளியில் வீழாது மொத்தமாக உள்வாங்கிக் கொண்டது உடல். ஏனோ திருப்தியாக இருந்தது.

கள்ளன் ‘ஒரு நாழிகை ஆகும் கண்விழிக்க’ என்றது.

‘இது விதியா மாயையா?’ என்று கேட்டேன்.

மாயைக்கு ஸ்தூலம் கிடையாது என்றது வெறுமனே.

'விதியை ஏன் வலியச் சுமக்கவேண்டும். ஆபத்து ஒன்றும் இல்லையென்றால் போகலாமா' என்றேன். சொல்வது நிச்சயம் நீயில்லையே என்றது உள்ளுறை மனது. நான் ஏன் அந்தத் தருணம் அப்படிச் சிந்தித்தேன் என்று தெரியவில்லை. ஒரு நாழிகை என்பது நெடுநேரம். செல்லவேண்டிய தூரம் இன்னும் அதிகமிருக்கிறது. தவிர, வழியில் எதிர்ப்படும் எதையும் நம்ப முழுமையாக மனம் வரவில்லை. எல்லாவற்றிலும் விலகல் இருக்கிறது. பாறையிடையினில் கிடந்தது செந்தாமரை என்று உணர்ந்தபோது ஓர் அதிர்வு இருந்தது உண்மைதான்.

இவள் என்னைக் கேட்டுக்கொண்டு வரவில்லை. நான் அவளைச் சந்தித்தது விபத்து. இதோ மருந்து புகட்டி அவளைக் காக்கும் வரையில் என் மனிதநேயக் கடமை முடிந்தது என்று நினைத்தேன்.

கள்ளன் ஒன்றும் சொல்லவில்லை.

தோள்பையைத் தயார் செய்தேன். ஆற்றில் நீரள்ளிக் குடித்தேன். முகத்தைக் கழுவிக்கொண்டேன். மீண்டும் புல்வெளியில் அமர்ந்து கொண்டேன். அடுத்த ஐந்து நிமிடங்களில் கிளம்பவேண்டும் என்று முடிவு செய்துகொண்டேன்.

கண்கள் மூடிப் படுத்திருக்கும் செந்தாமரையைச் சில கணங்கள் உற்றுப் பார்த்தேன். எத்தனை பெரிய கனவுகள் இருக்கின்றன இவளுக்கு. ஒவ்வொரு முறை பேசும்போதும் உச்சத்தை எட்டி அதில் அமர்ந்துகொள்வது பற்றிய சிந்தனை ஒன்றைத்தவிர வேறு பிறிதொரு சிந்தனையே இருக்காது. எப்போதும் தொழில் சாதனை என்ற ஒன்றைத் தவிர வேறு முழக்கமே கிடையாது. எத்தகைய தந்திரமானாலும், எப்பேர்ப்பட்ட தியாகமென்றாலும், எவ்வளவு கடினமான பணியென்றாலும் எடுத்துச்செய்யத் தயாராக இருந்த செயல் வல்லமை பொருந்திய பெண். ஒருவேளை நான் வராவிட்டால் இந்த மலைக்காட்டில் யாரும் பார்க்காமலேயே இறந்து போயிருப்பாளா? அவளின் விதி என்ன? அவளின் கர்மா என்ன? ஒருவேளை எனக்குத் தூரத்துச் சொந்தமென்பதால் எங்கள் குடும்ப வல்வினை இவளையும் சேர்த்தே துரத்துகிறதோ. ஒருவேளை...

இப்போது கள்ளன் அருகில் வந்தது. இப்போது வரைக்கும் நீ யோசித்தது எல்லாமே சரி. இனி யோசிக்கப்போவதும் சரி. அதற்காகத்தான் அதை உறுதி செய்து கொண்டு போக காத்திருக்கிறேன். எந்த எச்சமாயினும் அதை முழுக்க கழுவிக் கவிழ்த்துவிட்டுத்தான் போகவேண்டும். இதுதான் விதியென்றால், நீ கிளம்பிப்போனாலும் உன்னைத் துரத்தும். நேர் நின்று சந்திப்பது நல்லது என்றது.

ஏதோ புரிந்தது. காத்திருந்தேன்.

திடீரென்று தூரத்தில் பறவைகளின் கூட்டு ஆரவார ஒலி கேட்டது. சில நூறு பறவைகளாவது தூரத்தில் மரக்கிளைகளிலிருந்து மேலெழுந்து பறந்தது தெரிந்தது. அந்தக் குறிப்பிட்ட இடத்திலிருந்து மேலே சில அடிகள் தூரத்திற்குப் புழுதி பறந்ததும் தெரிந்தது. திடுக்கிட்டு எழுந்தேன். கள்ளன் பறந்து சென்றது. காட்டில் ஆரவாரம் ஆபத்து. வனவிலங்குகளின் வருகைக்கு அது கட்டியம் என்று சித்தப்பா சொன்னது நினைவில் இருந்தது.

ஆனால் இப்போது பார்ப்பதும் கேட்பதும் முற்றிலும் வேறு. அதே நேரத்தில் செந்தாமரையிடமிருந்து முனகலொலிகள் கேட்டன. அவள் விழித்தவுடனேயே தண்ணீர் கொடுக்காது மூலிகை நீரைக் கொடுக்கவேண்டுமெனக் கள்ளன் சொல்லியிருந்தது. இன்னொரு தொன்னையில் கரைத்து வைத்திருந்த நீரை ஊற்றிய பிறகு லேசாகக் கண் திறந்தாள். ஏதோ பேச முயன்று தோற்றாள். அவளை அமரவைத்து நீர் கொடுத்த பின் கைகளை ஊன்றியும், என்னைப் பிடித்துக்கொண்டும் எழ முயன்றாள்.

நான் வலுக்கட்டாயமாக அவளை அமர்த்தினேன். அவள் ஏதோ சொல்லிக்கொண்டே மீண்டும் எழ முயன்றாள். ஒருவேளை மருந்து மயக்கமாக இருக்குமோ என்றுதான் நினைத்தேன். அவள் குரல் குழப்பமாக இப்போது வெளியில் வந்தது. நான் மீண்டும் அவளை மிக அழுத்தமாகப் பிடித்து அமரவைத்தபோது அவள் கைகளைத் தட்டிவிட்டு தன் சக்தியனைத்தையும் திரட்டி ‘டேஞ்சர்’ என்ற ஒற்றை வார்த்தையை மட்டும் வெளிப்படுத்தினாள். வேகமாகப் பறந்து வந்த ஒற்றைக்கள்ளனும் அதையே சொன்னது.

‘ஆபத்து, ஓடு...’

33. யானைப்போர்

அந்தப் பச்சை வனத்திற்கு மேலே திடீரெனப் புழுதி கிளம்பியது கண்டு அதிர்ந்தோம். கள்ளன் சொன்ன ஆபத்து என்ற வார்த்தை மேலும் பரபரப்பைக் கூட்டியது. கைப்பையைச் செந்தாமரையின் முதுகுக்குக் கொடுத்தேன். அவளைப் பின்புறமாகத் தூக்கிக் கொண்டேன். என் தோள்களை இறுகப்பற்றி, கால்களை இடையில் இறுக்கிக் கொண்டாள். கள்ளன், ‘நேராகச்செல். ஐந்து நிமிட ஓட்டத்தொலைவில் இடதுபுறம் திரும்பு. அங்கே ஒரு சிறு பாறை அடைவு இருக்கிறது’ என்று சொல்லிக்கூடவே பறந்து வந்தது. பாதி மயக்கத்தில் இருந்த செந்தாமரை தோளில் சாய்ந்து விழுந்தாள். அந்தப் பாறை இடுக்கில் நுழைந்து சிறிய குகை போன்ற அந்த அமைப்பிற்குள் நுழைந்தேன். இரண்டு பேர் அமரும் அளவிற்கு ஒரு சிறிய இடம் அது. செந்தாமரையைச் சாய்த்து அமர வைத்து நான் கிட்டத்தட்ட குத்த வைத்து அமர்ந்து கொண்டேன்.

அந்த இடைவெளியின் வழியே அந்த ஓசைக்கான அர்த்தம் என்னவென்று பார்க்கும் ஆவல் பெருகிவந்தது. கள்ளன் அங்குமிங்கும் பறந்துகொண்டிருந்தது. ஓசை பெருகிவந்தது. மரக்கிளைகள் ஒடியும் ஓசை. நீர்பெருகிக் கொந்தளிக்கும் ஓசை. காடே நடுங்கிக் கவிழப்போகிறதோ என்ற பயம் கொடுக்கும் தரை அதிர்வு.

அப்போதுதான் அந்தக் கொடூரக் காட்சியைக் கண்டேன். சற்று முன்பு ஆற்றுக்கு அந்தப் பக்கம் அமைதியாகக் கடந்து சென்று

யானைக் கூட்டத்திலிருந்த இரு யானைகள் மட்டும் ஒன்றை ஒன்று துதிக்கையால் சுற்றிக்கொண்டு வேகமாகத் தாக்கிக்கொண்டும் பிளிறிக்கொண்டும் வந்தன. இரண்டு பெரிய மலைகள் உயிர் கொண்டு பேரோசையுடன் எழுந்து வந்தது போல இருந்தது அந்தக் காட்சி. என்ன நடக்கிறது என்று புரியவில்லை. இரண்டும் அதீத கோபத்துடன் ஒன்றுடன் ஒன்று மோதிக்கொள்கின்றன. இவற்றின் உடல் பட்டு பல மரங்கள் தரையில் வீழ்ந்தன. சில நேரங்களில் இரண்டு யானைகளுமே தங்கள் சுற்றத்திலிருந்த தாவரங்களை முற்றிலும் வீழ்த்தின.

இரண்டும் மோதி நீரில் வீழ்ந்தன. அங்கேயே எழுந்து போரிட்டன. நீரில் வீழும்போது மொத்த ஆறுமே வான் நோக்கிச் சென்றது போல ஒரு காட்சி தெரிந்தது. நீர் ஒரு பெரிய சுவற்றை உருவாக்கியது. பின்பு பூமியிலிருந்து வானுக்குச் செல்லும் மழைபோல் பொங்கியது. இரண்டு யானைகளும் ஆற்றோடு அடித்துச் சென்றுவிடுமோ என்று பதற்றம் கொண்டபோது அவை சரேலென ஆற்றிலிருந்து மேலெழுந்தன. மீண்டும் நீர் கொந்தளித்துத் தரையைத் தாக்கியது.

இந்தப் பாறையிடுக்கிற்கு வெகுஅருகில் வந்துகூட இரண்டுமுறை மோதியது. பாறை பிளந்து மேலே வீழ்ந்துவிடுமோ என்றுகூட பயந்தேன். அவற்றின் ஆகிருதியை அருகில் காணமுடியாமல் அதிர்ந்து போய் இருந்தேன். கள்ளனைக் காணவில்லை. எது நடந்தாலும் இந்தப் பாறை இடுக்கிலிருந்து வெளியே வந்து விடாதே என்று சொல்லிச் சென்றிருந்தது. ஓசையும், அதிர்வும் மிக மிக அதிகமாக இருந்தது. எல்லாவற்றையும் பார்த்துக் கொண்டும், பார்க்காமலும் கிட்டத்தட்ட அரை மணி நேரம் அமர்ந்திருந்தேன். பிறகு ஓசைகள் மட்டும் கேட்டுக்கொண்டிருந்தன. சற்று நேரத்தில் எல்லாமே அடங்கிப்போயின.

செந்தாமரை சில நேரம் கண்விழித்து நன்றாகப் பேசினாள். அடுத்த நிமிடமே மயங்கினாள். மருந்து வேலை செய்யச் சில நாழிகைகள் ஆகும் என்றுதான் கள்ளன் சொல்லியிருந்தது. ஓசைகள் முற்றிலும் அடங்கிவிட்டன என்று தெரிந்தவுடன் அந்தப் பாறையிடுக்கை விடுத்து வெளியில் வந்தேன். சற்று முன்பு பார்த்த அடர்ந்த காடு மொத்தமும் யானைகளின் போரில், முற்றிலும் கலைந்து கிடந்தது. இடைவெளிகள் அதிகமாகி நெடுந்தூரம் வரை பாதை காணக்கிடைத்தது.

‘யானைச்சமரால் உனக்கு ஒரு நல்ல விஷயம் தம்பி. நீ பாதை உருவாக்காமல் நடந்து செல்லலாம்’ சட்டென்று எங்கிருந்தோ பறந்து வந்த கள்ளன் பேசியது.

‘என்னாச்சு. என்ன நடந்தது இப்ப’ என்றேன்.

‘ஒற்றை யானைக்கு மதம் பிடித்தாலே காடும் நாடும் தாங்காது தம்பி. இங்கே இந்த இரண்டு யானைகளுக்கும் மதம் பிடித்திருக்கிறது போலும். ஆகவே நெடுந்தொலைவிலிருந்து செய்வது தெரியாது யுத்தம் செய்துகொண்டு வருகின்றன’ என்றது.

பார்க்கவே பயங்கரமாக இருந்தது. இந்தப் பாறையிடுக்கில் போய் ஒளிந்துகொண்டிருக்காவிட்டால், இந்நேரம் என்னையும் செந்தாமரையும் தூக்கி வீசியிருக்கும். அல்லது காலில் போட்டுக் கூழாக்கியிருக்கலாம். நினைத்துப் பார்க்கவே பயமாக இருந்தது.

செந்தாமரைக்கு இப்போது முற்றிலும் நினைவு வந்திருந்தது. அவள் தட்டுத்தடுமாறி பாறையிடுக்கில் எழுந்து நிற்பது தெரிந்தது. உள்ளே சென்று அவளுக்குத் தோள் கொடுத்தேன். ‘இப்போ பரவால்லயா’ என்றேன்.

தலையைச் சிலிப்பிக்கொண்டு ‘பெட்டர்... பெட்டர் நவ்’ என்றாள் குழப்பமாக.

‘நீ எங்க இங்க வந்த? ஏதாவது ட்ரெக்கிங்கா?’ என்றேன்.

‘எல்லாமே சொல்றேன். எனக்கு இன்னொருமுறை அந்தப் பொடியும் தேனும் கலந்த மருந்து வேணும்’ என்றாள்.

கள்ளன் வந்து தோளில் அமர்ந்தது. ‘இந்த முறை, அதே மருந்து வேணாம். ரோஜாப்பூ நிறத்துல இலைப்பொடி ஒண்ணை ஒரு பெரிய குடுவைல போட்டு வச்சிருப்பாரு பாரு. அதை எடுத்துத் தேன்ல குழைச்சுக் குடு’ என்றது.

எடுத்தவுடனேயே கேட்டாள். ‘எதுக்கு ரோஜாப்பூப் பொடி?’

கள்ளன் உடனே சொன்னது, ‘உடம்பு சூடும் ரத்தக்கொதிப்பும் இந்தப் பெண்ணுக்கு உச்சத்துல இருக்கு. கொஞ்சம் குறையும். ட்வீட்’ என்றது.

நான் அதனைப் பொடித்து எடுத்து தேனைக் குழைத்துக் கொண்டிருந்தேன்.

'கேக்குறேன் ஒண்ணும் சொல்ல மாட்டேங்குற? எதுக்கு ரோஜாப்பூ பொடி?'

அப்போதுதான் எனக்குப் புரிந்தது. கள்ளன் இருப்பதோ, பேசுவதோ எனக்கு மட்டும் தெரிகிறது. கேட்கிறது. அவளுக்கு அது சொன்னது கேட்டிருக்கவில்லை.

கள்ளனும் 'நீ நினைப்பது சரி' என்றது.

கள்ளன் சொன்னதை அவளிடம் திரும்பச்சொன்னேன். உனக்கு ரத்தக்கொதிப்பும் உடல்சூடும் இருக்கலாம். ஆகவே இதுவே உன்னை நிதானமாக்கும் என்றேன். சுருங்கிய முகத்துடன் மீண்டும் பாறையில் சாய்ந்துகொண்டாள்.

மருந்தைக் குடித்தவுடன் மீண்டும் சோர்ந்து சாய்ந்து படுத்துக் கொண்டாள். ஆனால் கண்கள் திறந்திருந்தன.

மீண்டும் நீ கேட்ட கேள்வியைக் கேள். அந்தப் பெண் பேசவேண்டும் என்றது கள்ளன்.

'நீ எங்க இங்க வந்த? ஏதாவது ட்ரெக்கிங்கா?' என்றேன் மீண்டும்.

'அப்ப உனக்கு உண்மையிலேயே என்னைப் பாத்ததுமே நான் ஏன் வந்திருப்பேன்னு தோணலையா' என்றாள்.

குழப்பத்தோடு பார்த்தேன்.

'நீ ரொம்ப ஸ்மார்ட்டுன்னு நினைச்சேன். பட் யூ ஆர் ஆவரேஜ் ஓன்லி' என்றாள்.

எனக்கு சுர்ரென்று ரத்தம் தலைக்கேறியது.

என்ன சொல்ற?

'ஃபூல். நானும் ராஜபிரதமன் ரகசியத்தைத் தேடித்தான் வந்திருக்கேன்' என்றாள்.

இப்போது ரோஜாப்பூப்பொடி எனக்கு வேண்டும் எனும் அளவிற்கு ரத்தக்கொதிப்பு அதிகரித்திருந்தது. அதிர்ச்சி பெருகியிருந்தது.

கள்ளன், 'உண்மையான யானைப்போர் இப்போதுதான் தொடங்கியிருக்கிறது தம்பி, நான் குன்றில் ஏறி அமர்ந்து கொள்கிறேன்' என்றது.

34. பித்து

உச்சிச் சிகரங்களை மேகக்கூட்டங்கள் தழுவ ஆரம்பித்திருந்தன. குளிர்காற்றின் தீவிரம் அதிகரித்திருந்தது. பின் மதியத்திலேயே மாலை போன்ற இருள் சூழத் தொடங்கியிருந்தது. குளிர் தந்த நடுக்கம் பாதியும், இவள் குரல் தந்தது மீதமுமாய் குழப்பங்கள் சூழ அமர்ந்திருந்தேன்.

அவள் சற்றுமுன்பு சாகக்கிடந்த பாவனைகள் ஏதுமின்றி வழக்கமான ஆளுமை முகத்தை அணிந்துகொண்டு அமர்ந்திருக்கிறாள். குரலில் எரிச்சலும் கோபமும் மிகுந்திருக்கிறது. எனக்கு வந்த கோபத்தை நீலவெளிச்சத்தில் தோய்த்து அமைதியாக இருக்கிறேன். யோசிக்கவேண்டும். சொற்களைக் கொட்டுவதில் பயனில்லை. இவள் என்ன சொல்லவருகிறாள், என்ன நடந்தது என்பதை முழுமையாகத் தெரிந்துகொள்ளவேண்டும். கிளம்பவேண்டும். நெடுந்தொலைவு நடக்கவேண்டும். உச்சியில் காத்திருக்கும் என் வாழ்விற்கான விடையைக் கண்டடைய வேண்டும். அதற்கு முன்பு இவள் என்ன சொல்லவந்திருக்கிறாள், செய்ய வந்திருக்கிறாள் என்று யோசிக்கவேண்டும்.

கள்ளன் தோளுக்கருகில் வந்து அமர்ந்திருந்தது. விதிக்கும் மாயைக்கும் நடுவே ஒரு சிறிய கோடுதான் என்று சொன்னேனே தம்பி. அதில் உன் மனிதாபிமானம்தான் விதியின் நண்பன். மாயையைக் கடந்த நீ, மனிதாபிமானத்தைக் கடக்கமுடியவில்லை.

ஏனெனில் அதுவே விதி. டிவீட். என்றது. ஒவ்வொரு ட்வீட்டுக்கும் அதன் புன்னகை. ஒவ்வொரு சமயத்திலும் ஏதோ தத்துவ விசாரத்தைக்கொட்டும்போது நன்றாகத்தான் இருந்தது. இப்போது எரிச்சல் வந்தது.

'என்மீது கோபப்படாதே. இவள் சொல்லுவதைக் கேட்போம்' என்றது.

'உனக்கும் இப்படி தானா பேசிக்கிற நோய் உண்டா? படில்ஸ்க்கும் இப்படி இருந்ததாமே' என்றாள். அவள் எரிச்சல் குரலில் எள்ளலும் சேர்ந்திருந்தது.

என் எல்லாக் கோபங்களையும் விழுங்கிவிட்டு, நிதானத்துக்கு வந்தேன். இந்தச் சமயத்தில் யானைப்போர் ஆபத்து. கோபப்பட்டு சண்டை செய்தல் காட்டில் வாழும் யானைகளுக்குச் சரி. புரியாத புதிர்வழியின் நடுவில் எதிர்ப்படும் எவரையும் சண்டைக்கு அழைத்தல் சரியல்ல, என்று யோசித்தேன்.

'நீ யோசிப்பது சரி' என்றது கள்ளன்.

'செந்தாமரை, புதிரா பேசறதுல எந்தப் பிரயோஜனமும் இல்லை. காட்டு நெடுவழில போயிட்டிருந்த நான் உன்னோட கூக்குரல் கேட்டு வந்து காப்பாத்தினது நீங்கறதால மட்டுமில்ல. அங்க யாருக்கு ஆபத்துன்னாலும் இறங்கிருப்பேன்' என்றேன்.

அவள் நிதானத்திற்கு வருவதாகத் தெரியவில்லை. மீண்டும் குரலை உயர்த்திப் பேசினாள்.

கள்ளன் அவள் பக்கமாய்ப் பறந்தது. அவள் நாசிக்கருகே சென்று சில வினாடிகள் சிறகசைத்துவிட்டு மீண்டும் என் பக்கம் பறந்தது. அவள் சில முறை தும்மினாள். குடுவையிலிருந்து நீரெடுத்து அருந்தினாள். கண்களில் தும்மலால் வழிந்த தண்ணீரைத் துடைத்துக் கொண்டாள். சற்று நிதானப்படுத்திக்கொண்டு அமர்ந்தாள்.

கள்ளன் என்னிடம் இன்னும் ஒரு ரோஜாப்பூ குளிகன் தேவை அவளுக்கு என்றது. மீண்டும் தேன்குழைத்துத் தயாரித்துக் கொடுத்தேன். எதிர்பார்த்திருந்தது போல அதை அருந்தினாள். பின்பு சுருண்டு படுத்துக்கொண்டாள்.

தலைவலியைத் தேடிப்போய் வாங்கிக்கொண்டோமே என்று தோன்றியது. இப்படியே விட்டுவிட்டுக் கிளம்பிப்போனால் என்னவென்று ஒரு சிந்தனை ஓடியது. ஏற்கனவே குடும்பத்திற்கு கர்மாவினால் நிகழ்ந்துகொண்டிருக்கும் சோதனைகள் போதாதா என்று மற்றொரு சிந்தனை. நிச்சயம் கர்மா பற்றிய பயமெல்லாம் இல்லை, இவளைக் காப்பாற்றும்போது. யாராயிருந்தாலும் இறங்கியிருப்பேன் என்றுதான் மனது சொல்கிறது.

கள்ளன் சொன்னது, ‘குழம்பாதே தம்பி. இவளை விட்டுவிட்டுக் கிளம்பினாலும், இந்த இருட்டில் எங்கே போவாய்’ என்றது. ஆம். இருள் மெல்லச் சூழ்ந்து மாலைக்கு இரவு வரவு வைத்துக்கொண்டிருந்தது. முற்றிலும் மேகங்கள் இறங்கி எதிர்மலைகளை முற்றிலுமாய் மறைத்திருந்தன.

நான் சற்று மேடேறிச்சென்று சமதளமாயிருந்த புல்வெளியில் டெண்ட் தயாரித்துக் கொண்டிருந்தேன். ஏதேதோ சிந்தனைகள் ஆக்கிரமித்திருந்தன. சித்தப்பாவின் துணை இல்லாதது எவ்வளவு பிசகாயிருக்கிறது. அவர் இருந்திருந்தால் தாமதங்களின்றி ஒருவேளை இன்னேரம் மலை உச்சிக்கே சென்றிருக்கலாமோ என்னவோ என்று தோன்றிக்கொண்டே இருந்தது. ஆயினும் கள்ளன் கூட இருப்பது ஒருவிதத்தில் அதை ஆற்றுப்படுத்திக்கொண்டுதான் இருக்கிறது. பித்து போலவும், கடுமையான எரிச்சலுடனும் கோபத்துடனும் பேசும் இந்தப் பெண்ணை எப்படி சமாளிப்பது? நடந்தவரைக்கும் சரி இனிமே உன் பாடு என்று கிளம்பிவிடலாம் என்றால், கடைசியாக நானும் பிரதமனைத் தேடித்தான் வந்திருக்கிறேன் என்று குண்டு போடுகிறாள்.

யோசித்துக்கொண்டிருக்கும்போதே கள்ளன் டெண்ட்டில் மேலே வந்து அமர்ந்தது. ‘ஏன் ஸ்வாமி நீதான் எல்லாம் தெரிஞ்சவராச்சே, இந்தப் பெண் சொல்ற புதிரைக் கொஞ்சம் அவிழுமே’ என்றேன். ‘ஆனது ஆச்சு தம்பி, இதோ இன்னும் கொஞ்ச நேரத்தில் விழித்துக்கொள்ளும். நாம் இருவருமே சேர்ந்து கேட்போமே’ என்றது.

இந்த சூட்சுமப்பேச்சாளர்களை வைத்துக்கொண்டு செய்வதற்கொன்றுமில்லை என்று தோன்றியது. முழுவதுமாக டெண்ட்டை அமைத்துக்கொண்டேன். சேகரித்திருந்த பழங்களை

உண்டேன். ஆற்றில் நீரெடுத்துக் குடித்துவிட்டு மீண்டும் சேந்திக்கொண்டு வந்து வைத்தேன். மெல்லிய ஒளியைக் குகைக்குள் செலுத்திக்கொண்டு சென்று அங்கே உறங்கிக்கொண்டிருந்த அவளைச் சோதித்தேன்.

விழிப்பு வந்திருந்தது.

ஒளி தெரிந்தவுடனேயே 'ஓ இருக்கியா, இங்கயே விட்டுட்டுப் போயிட்டேன்னு நினைச்சேன்' என்றாள். அவள் குரலில் எள்ளல் இருந்ததே ஒழிய நிதானம் சேர்ந்திருந்தது.

இப்போது உரையாடலாம் என்று தோன்றியது.

பழங்களையும் நீரையும் வைத்தவுடனேயே. வேக வேகமாகச் சாப்பிட்டாள். நீரள்ளிக் குடித்தாள். மிகவும் வசதியாக வளர்ந்த பெண். இந்தக் காட்டில் தனியே மாண்டிருந்தால் எவ்வளவு பெரிய இழப்பு என்று தோன்றியது.

உண்டவுடன், அந்த நிதானத்தில் இன்னும் கொஞ்சம் கூடியிருந்தது தெரிந்தது. கண்களை மூடியபின் 'தேங்க்ஸ், நீ வரலேன்னா, நான் அந்த அருவியின் அடியிலேயே அடிச்சுட்டுப்போய் என் உடல் கூட கிடைக்காமப் போயிருக்கும். நீ இல்லேன்னா நான் இல்லை' என்றவாறு என் கைகளை எடுத்து முத்தமிட்டாள். நெருங்கி வந்து அணைத்துக் கொண்டாள்.

அவள் உடலின் வாசனையாக நான் எப்போதும் மனதில் இருத்தி வைத்திருந்த அந்தப் பன்னீர் மணம் ரோஜாப்பூவின் கலவையோடு சேர்ந்து நாசியைச் செலுத்தியது.

தூரத்தில் கள்ளன் எங்கேயோ டூவீட் என்றது மிகவும் சத்தமாக.

35. மலைப்பிரசங்கம்

குளிருக்கு இதமாகச் சுள்ளிகளைப் பொறுக்கிக்கொண்டு வந்து தீ மூட்டியிருந்தேன். அந்தக் கடைசிச் சொல்லுக்குப் பிறகு அவள் நன்கு தூங்கினாள். தூங்குவது அவள் ரத்தக் கொதிப்பிற்கும் உனக்கும் நல்லது என்று சொன்னது கூ்ளன். காய்ந்த ரொட்டிகள் சிலவற்றைச் சூடு செய்து எடுத்துக் கொண்டேன். வெண்ணெயை லேசாக உருக்கி அதன் மீது தடவி வைத்துக் கொண்டிருக்கும்போது வந்தாள். உரிமையோடு அதைப் பறித்துச் சாப்பிட்டாள்.

புன்னகையோடு மீதமிருந்த ரொட்டிக் கட்டுகளை அவிழ்த்து வரிசையாக வெண்ணெயையும், ஜாமையும் தடவிக்கொடுக்க வேக வேகமாகச் சாப்பிட்டாள். நல்ல பசியாயிருந்திருக்கும். கடைசியா எப்ப சாப்பிட்ட என்றேன் நினைவுக்கு வந்தவனாய்.

‘அதான் நீ ஃப்ரூட்ஸ் கொடுத்தியே’

அதுக்கு முன்னாடி?

‘நேத்திக்கு ராத்திரி’ என்றாள். அவள் கண்கள் லேசாகக் கலங்கியிருந்தது போல இருந்தது.

எனக்கு இருந்த பங்கையும் சேர்த்து அவளுக்கே கொடுத்தேன். அதில் பாதியையும் எடுத்துக்கொண்டு மீதியை என்னிடம் கொடுத்தாள். அவள் உண்டு முடிந்த பின், என் பங்கு ரொட்டிகளைத் தீயில்

வாட்டிக் கொடுத்தாள். சுடுநீர் காய்ச்ச வைத்திருந்த குடுவையை எடுத்து, மூலிகை தேயிலைத்தூளை எடுத்துக் கொட்டினாள்.

கிட்டத்தட்ட சித்தப்பாவின் பையிலிருக்கும் அனைத்து மூலிகைகளும், மருந்துகளும், டீப்பொடி முதலிய சமாச்சாரங்களும் எந்த வரிசையில் எப்படி அடுக்கி வைத்திருக்கிறது என்பது வரை தெளிவாகத் தெரிந்து வைத்திருக்கிறாள். ஏதோ அவளிடமிருந்து தெரிந்து கொள்ளக்கூடிய பெரிய விஷயம் ஒன்று மீதமிருக்கிறது என்பது மட்டும் அப்போதைக்குப் புரிந்தது.

அவள் போட்டுக் கொடுத்த டீ அத்தனை சுவையாயிருந்தது. இதே பொடிதான். அதே பாலில்லாத கடுஞ்சாயாதான். ஆனாலும் ஏதோ ஒன்று கூடியிருந்தது. தடித்த நாக்கிற்கு அந்தச் சுவை தேவையாயிருந்தது. உடலைக் குத்திக்கிழித்து உட்சென்று நடனமாடிக் கொண்டிருந்த குளிருக்கு அந்தச் சூட்டின் லயம் பெரிதும் உதவியது. என்னையறியாமல் கண்களை மூடி அதை ரசித்தேன். கணநேரம் என் பிரச்னைகள் என்னை விட்டு விலகி ஓடின. அம்மாவின் மடி கிடைத்தது. நீலாவின் கைகோத்தல் கிடைத்தது. வீட்டில் என் அறையின் வாசம் வந்தது. ஒரு மிடறு தேநீர் அத்தனை நல் நினைவுகளையும் மீட்டுக் கொண்டுவந்தது. மிகவும் மகிழ்ச்சியாக இருந்தது.

என்னையறியாமல் ‘அபாரம்’ என்றேன். லேசாகச் சிரித்தாள். கள்ளன் மேலிருந்து ட்வீக் என்றது.

செந்தாமரைக்குக் கள்ளனின் இருப்போ, அது அவ்வப்போது வெளிப்படுத்தும் இந்த ட்வீக் சத்தமோ எதுவும் கேட்கவில்லை. தெரியவில்லை. அவ்வப்போது நான் கள்ளனிடம் பேசுவதைப் பார்த்தபோது நான் தானாகப் பேசிக்கொள்ளும் பழக்கமுள்ளவன்தானா என்பதை ஒருமுறை சொல்லிக் காட்டினாள்.

‘டீ ரொம்பப் பிரமாதமா இருக்கு’ என்று சொன்னேன்.

அதைக் காதில் வாங்கிக்கொண்டாளே ஒழிய பதில் ஒன்றும் சொல்லவில்லை. தணலை நன்கு மூட்டி வைத்துவிட்டு ஒரு சால்வையை எடுத்துப் போர்த்திக்கொண்டு அருகில் வந்து அமர்ந்தாள். ‘உன் குளுருடுப்பு ஒண்ணை எடுத்துக்கிட்டேன்,

உனக்கு ஓகேதானே' என்றாள். ஓகே சொல்லு என்ற அதிகார தொனி எப்போதும் போல இருந்தது.

இலேசாகச் சிரித்ததைப் பார்த்து, 'ஏன் சிரிக்கிற?' என்றாள்.

'இல்ல இந்த மாதிரி அதிகாரமும் ஆளுமையும் நீ பொறந்தப்பவே வந்துதா, இல்ல வளத்துண்டியான்னு யோசிச்சேன், சிரிச்சேன்.'

பெருமூச்சு ஒன்றை விட்டாள்.

யோசிச்சுப்பாத்தா அப்படியே இருந்திருக்கலாம்தான். பக்கிங்ஹாம் பத்மநாபனுக்கு பதிமூணு பேரன் பேத்திகள் பொண்ணு வழிலயும், பையன் வழிலயும். எல்லாருமே சந்தோஷமா, கும்மோணத்துலயும், சீர்காழிலயும், தஞ்சாவூர்லயும் குடியும் குடித்தனமுமா இருக்காங்க. அவங்களோட சின்ன கேட்டரிங் உலகத்துக்குள்ள அவங்களே ராஜா, அவங்களே ராணி. பெரிய சிந்தனைகள் ஏதுமில்லை. பெரிய சேலஞ்ச் ஏதும் இல்லை. சந்தோஷமாவும், நிம்மதியாவும்தான் இருக்காங்க.

எனக்குத்தான் சின்ன வயசுலேர்ந்தே இந்த ஆளுமைக்கிறுக்கு. சிவப்பா சட்டை போட்டுண்டு கூட்டத்துக்கு நடுவுல தனியாத் தெரியணும்னு ஆசை. மேடைன்னு ஒண்ணு இருந்தா அதுல நான் ஏறி நின்னுடணும் எப்படியாவதுன்னு சின்ன வயசுலேர்ந்தே வெறி. ஒவ்வொரு மேடைலயும் எனக்குத்தான் கைதட்டல் கிடைக்கணும்னு ஆவல். அதை ஒவ்வொரு தருணமும் செயல்படுத்தினேன்.

எங்க போனாலும் ஜெயிச்சேன். எது வேணும்னாலும் ஒண்ணு தட்டி வாங்கினேன். இல்லை உடைச்சுப் பறிச்சேன். எனக்கு அது புடிச்சிருந்தது. அதுலதான் என்னோட சந்தோஷம் இருந்தது. வெற்றி ஒண்ணுதான் என்னை வாழ்க்கை முழுக்க அப்படி வச்சிருக்கும்னு தோணித்து.

சிற்றூர் வழக்கப்படி சாஸ்த்ராலயோ, எஸ்ஸார்ஸிலயோ, செங்கமலத்தாயார்லயோ, குந்தவை நாச்சியார்லயோ பிகாம், பி எஸ்ஸின்னு ஏதோ ஒண்ணைச் சேர்த்து வைக்கறதுக்குத்தான் எங்காத்துலயும் ஆசைப்பட்டா. ஆஃப்டர் ஆல் அதுக்கப்புறம் எப்படியும் எவனாவது இன்னொரு சமையக்காரங்கிட்ட கொடுத்துடலாம்கறதுதானே சம்பிரதாயமான குடும்ப ப்ளான்.

எனக்கு அது புடிக்கல. கேட்டரிங்க்ல உலகளாவிய அளவுல எவன் ஸ்காலர்ஷிப் தருவான்னு தேடினேன். நியு ஜெர்சில ஒண்ணும், நியூ சவுத் வேல்ஸ்ல ஒண்ணும், மேன்செஸ்டர்ல ஒண்ணும் இருந்தது. எடுத்துட்டு நேரா தாத்தாகிட்ட போனேன். வீட்ல ஒரு உருப்படியும், எங்க அப்பா அம்மா உட்பட அவர் முன்னால நிக்காது.

எனக்கு இது படிக்கணும். நாப்பது லட்சம் செலவாகும். செலவழிச்சுக் கொடுத்தா திரும்ப வந்த நாலே வருஷத்துல மொத்த பிசினஸ் டர்ன் ஓவரையும் நாலாப் பெருக்கிடுவேன்னேன். கொஞ்ச நேரம் யோசிச்சார். அப்புறம் மூணுல நடுவாப்புல இருக்குற அப்ளிகேஷனை உருவிப்பார்த்தார். இதுல போய்ச் சேர்ந்துடு. செலவு நான் பார்த்துக்குறேன்னார். அது நம்பிக்கையா, சேர்க்கலேன்னா இவ வீடை ரெண்டு பண்ணிடுவாளேங்குற பயமா, பக்கத்துல இருந்து கொடுக்குற டார்ச்சருக்கும் எங்கேனும் தூர தேசத்துக்குப் போறது பெட்டர்னு நினைச்சாரான்னு தெரியல. எனக்கு அனுமதி கிடைச்சது.

அங்கயும் போய் முழுமையான ஆராய்ச்சி செஞ்சேன். இங்க என்னல்லாம் கேட்டரிங் இருக்கு. எந்தப் புதுமையை, எந்த உத்தியைப் புகுத்தினா போட்டியே இல்லாத நிறுவனமா குடும்ப நிறுவனத்தை வளக்கலாம்னு யோசிச்சேன். வாரா வாரம் ஒவ்வொரு ஃபங்ஷன் நிலவரத்தையும், ஒவ்வொரு ப்ராஜக்ட் ஸ்டேட்டஸையும் வாங்கினேன். கேட்டரிங்க்ல புதுசா நிறைய கத்துக்கிட்டேன்.

திரும்ப வந்தவுடனேயே, மறுநாளே அதிரடியா எல்லா மெனுவையும் மாத்தினேன். ஒவ்வொரு கஸ்டமரையும் நேரே போய் சந்திச்சு காலத்துக்குத் தகுந்த மாதிரி கல்யாணங்கள் மாற வேண்டிய அவசியத்தைப் பத்திப் பேசினேன். விஐபி வீடுகள் எல்லார்ட்டையும் விடாம அப்பாயிண்ட்மென்ட் கேட்டு ஓடினேன். நிறைய லாபம். என் பேச்சும், திறனும், ஏற்கனவே சேர்த்து வச்சிருந்த குட்வில்லும் எல்லாமும் சேர்ந்து அமோகமாப் போச்சு.

போட்டிக்குன்னு இருக்கறவா நீங்களும், இன்னொரு சென்னை கேட்டரிங்கும் மட்டும்தான்னு தெரிஞ்சது. அவங்களைத்

தாண்டிப்போக எனக்குச் சில மாதங்கள் ஆனது. ஆனா உங்களை வெல்ல சில ஆண்டுகளாவது காத்திருக்கணும்னு தெரிஞ்சது. அதுக்கு முக்கியக் காரணம் உன்னோட மூளைன்னும் புரிஞ்சது.

அன்னைலேர்ந்து உன்னையும், உங்க ஸ்டேரடிஜியையும், நீங்க என்னவெல்லாம் செய்றீங்கங்றதையும் ஒரு ப்ரைவேட் ஏஜென்சி வச்சுக் கண்காணிச்சு ஒவ்வொரு ப்ராஜக்ட்டுக்கும் ரிப்போர்ட் கலெக்ட் பண்ணேன்.

ரெண்டு வருஷத்துக்கு முன்னாடிதான் உங்க சித்தப்பாவைப் பத்தி விவரம் தெரிய வந்தது. அதன் வழியே பாலக்காட்டுச் சித்தி விஷயமும். ஆனா என்னோட ஏஜென்சி ஆள் புதுமையா ஒரு விஷயம் சொன்னான். இந்த படில்ஸ் எங்கயோ காடு மேடெல்லாம் அலைஞ்சு வேற ஏதோ விஷயத்துக்கான தேடல்ல இருக்கறதா. இயல்பாவே எனக்குள்ள இருந்த குறுகுறுப்பு உறுத்த அவரைப் பத்தியும் டீடெயில் தேடி வாங்கிண்டேன்.

எல்லாமே அரைகுறையாத்தான் தெரிஞ்சிருந்தது எனக்கு. ஏதோ முழுமையா அமையல. அப்பதான் படில்ஸ் திரும்ப வந்த விஷயம் தெரிஞ்சது. நிச்சயம் ஏதோ ஒண்ணு நடக்கப்போகுதுன்னு தெரிஞ்சுகிட்டேன். அப்பதான் கேஷுவலா உன்னைச் சந்திக்கற மாதிரி ட்ரெயின்ல காத்திருந்து சந்திச்சேன். 'என்னைக் கல்யாணம் பண்ணிக்கிறியான்னு' நான் கேட்டு நீ அசந்த வேளைல உன் போன்ல மைக்ரோ ரெக்கார்டர் ஆப்பை இன்ஸ்டால் பண்ணினேன்.

அந்த நிமிஷத்துலேர்ந்து நீ பேசின எல்லா விஷயங்களும் எனக்கு அப்பப்போ அப்டேட் ஆகிட்டே வந்தது. நீ கிளம்பினதும் நானும் என் டிடெக்டிவ் பரிவாரங்களுமா ஏழு பேர் உன்னைத் தொடர்ந்து வந்தோம். எல்லாம் மலையேறி வர்ற வரைக்கும் சரியாத்தான் நடந்தது.

மாயை, அமானுஷ்யம், என்னை மீறிய ஒரு சக்தி எதையுமே நான் நம்பல. ஆனா என்னோட வந்த மத்த ஆறு பேரும் நம்பினாங்க. என்ன நடந்ததோ தெரியல. ஒவ்வொருத்தரா காணாமப் போக ஆரம்பிச்சாங்க. ரொம்ப கேர்ஃபுல்லா இருந்தும் ஒருத்தன் மலைல சறுக்கி, பாதாளத்துல விழுந்தான். இத்தனைக்கும் அவன் ஒரு

ட்ரெக் எக்ஸ்பெர்ட். ஒருத்தனை புலி இழுத்துட்டுப்போறத ஒளிஞ்சிருந்து பார்த்தோம். ஒருத்தன் விஷ மூலிகை தின்னு இறந்து போனான்.

நானும் டிடெக்டிவ் சீனியர் ஒருத்தரும்தான் நேத்து ராத்திரி மிஞ்சினோம். சொன்னா நம்ப மாட்ட. எங்க ரெண்டு பேரையும் ரெண்டு பெரிய கடமான்கள்தான் அருவில தள்ளிவிட்டது.

அத்தனை நேரம் இருளில் எங்கோ கரைந்திருந்த கள்ளன் ட்வீக் என்றது.

36. இருமை

வாழ்வின் புதிர்களுக்கு எல்லையே இல்லை. செந்தாமரையை நான் முதலில் ரயிலில் சந்தித்தபோது அது எதேச்சையான சந்திப்புதான் என்று இத்தனை நாள் நினைத்திருந்தேன். அது அவள் திட்டமிட்டு நிகழ்த்திய நாடகம் என்று தெரிந்தபோது அதிர்ச்சியாக இருந்தது. என்னுடைய அலைபேசியில் ஏதோ ஓர் உளவுக்கருவி உட்கார்ந்து கொண்டிருந்தது என்பதையெல்லாம் நம்பவே முடியவில்லை. இவள் ஒவ்வொன்றாக முடிச்சுகளை அவிழ்த்து அவிழ்த்துச் சொல்லச்சொல்ல வியப்பும் கொதிப்புமாய்க் கேட்டுக் கொண்டிருந்தேன். இவள் முழுமையாகப் பேச வேண்டும் என்று காத்திருந்தேன்.

மருந்து செய்த விந்தையா தெரியவில்லை. இந்த மொத்தச் சம்பவங்களை அவள் சொல்லும்போதும் அவள் முகத்தில் எந்த பாவனை மாற்றமும் ஏற்படவில்லை. அமைதியாகவும், மிக நேர்த்தியாகவும் ஒவ்வொரு சம்பவத்தையும் விவரித்துக் கொண்டே வந்தாள். எப்போதும் இருக்கும் ஓர் ஆணவப்பூச்சு அந்த வாக்கியங்களில் இல்லை.

ஒவ்வொரு சொல்லையும் மிகக் கவனமாகத் தேர்ந்தெடுத்துச் சொல்வது புரிந்தது. மிகத்தீவிரமான ஒன்றைத் தேடி நான் அலைவது ஒரு மாதமாகத்தான். இது என் குடும்பப் பாரம்பரியத் தொடர்ச்சி. ஆனால் இந்தத் தேவைகள் ஏதுமில்லாத இவள்

இதனைச் சில வருடங்களாகவே தொடர்ந்து கொண்டிருக்கிறாள் என்பதை இந்த நொடி வரை நம்பவே முடியவில்லை.

அவள் சொன்ன கடைசி வாக்கியம்தான் எல்லாவற்றையும் புரட்டிப்போட்டுவிட்டது.

‘சொன்னா நம்ப மாட்ட. எங்க ரெண்டு பேரையும் ரெண்டு பெரிய கடமான்கள்தான் அருவில தள்ளிவிட்டது.’

என்ற வாக்கியத்தை உள்வாங்கிக்கொள்ளச் சிரமப்பட்டு மீண்டும் கேட்டுக்கொண்டேன். அவள் அதனை நிறுத்தி நிதானமாகச் சொன்னாள்.

‘ஆமாம் ரெண்டு கடமான். ஒவ்வொண்ணும் என் தோளளவு வளர்ந்திருந்தது. பெரிய கொம்புகள் என் தலையைத் தொடுமளவுக்கு பெருசா இருந்தது. வந்து நின்னப்ப மிரண்டு போயிட்டேன். எனக்கு இடது பக்கமா நின்னுட்டு இருந்த என் டிடெக்டிவ் சீனியரை ஏதோ ஒருவிரல்ல ஒரு கோலியைத் தள்ளி விடறதைப்போல லேசா ஒரு தட்டு தட்டு விட்டது. அவர் காத்துல பறந்து போய் ஒரு பாறைல மோதிக் கீழ விழுந்ததைப் பார்த்ததெல்லாம் ஒரு சில நொடிகள்ள முடிஞ்சுடுச்சு.

நடந்தத யோசிச்சு சுதாரிக்கறதுக்குள்ள எனக்குப் பின்னாடி இன்னொரு மான் நின்னுட்டு இருக்குங்கறதையே நான் கவனிக்கல. ஆனா ஏனோ ஒரு பக்கமா நகர்ந்தேன். நானும் கீழ விழுந்தேன். ஆனா விழுந்த நேரத்துல செடி கொடிகளும், வலுவான புற்களும் என் கைக்குக் கிடைச்சது. ஒவ்வொண்ணையா புடிச்சு மேல ஏற முயற்சி செஞ்சுகிட்டே இருந்தேன். ஒவ்வொரு முறையும் ஒவ்வொரு பிடி. கிட்டத்தட்ட ஏழெட்டு மணி நேரம் இப்படி மாறி மாறித் தொங்கிக்கிட்டே இருந்தேன். பிடியின் வலு குறைஞ்சு கீழ விழும்போதுதான் கத்தினேன். நிச்சயம் நீ இங்கேருந்து கடந்து போயிருப்பேன்னுதான் தோணுச்சு. அந்தக் கடைசி நம்பிக்கை போனப்புறம்தான் பிடிலேர்ந்து கையை விட்டேன்.

ஆனா எங்கிருந்தோ நீ வந்துட்ட.’

அவள் சொல்லச்சொல்ல பிரமை பிடித்ததுபோல பார்த்துக் கொண்டிருந்தேன். சித்தப்பா நீரில் விழும்போது எதிர்க்கரையில் நின்றிருந்த ஒற்றைக் கடமான். அவர் காணாமற் போனபின்பு

எதிர்க்கரையில் அதோடு சேர்ந்து நின்றிருந்த இன்னொரு மான். இரண்டையும் பார்த்தபொழுதே ஏதோவொன்று மனதில் விழுந்து ஒருவித நிம்மதியைக் கொடுத்திருந்தது.

இப்போது இவள் சொல்லும் இந்தச் செய்தியிலும் அந்த உள்ளுறை பொருள் உறைந்திருந்தது.

'இந்த மாயை, மறைபொருள், அமானுஷ்யம், இறந்தவங்களோட பேசறது மாதிரி சங்கதியெல்லாம் என்னைக் கொஞ்சமும் அணுகாதபடி தள்ளி வச்சிருந்தேன். ஆனா இதைப் பின்தொடர்ந்து போன சகாக்கள் சொல்ற செய்தியெல்லாம் வேற விதமாவே இருந்தது. இந்த ரகசியத்தை அணுக மனித முயற்சி மட்டும் போதாதுன்னு அவங்க சொல்லும்போதெல்லாம் எனக்கு அதை சரியாப் புரிஞ்சுக்கவே முடியல.

இந்த மலைல பல மணி நேரங்கள் தொங்கி, உயிருக்குப் போராடி இனிமே வாய்ப்பே இல்லேன்னு விழுந்து மயங்கினப்புறம் நீ வந்து காப்பாத்தினப்புறம் ஏனோ திரும்பவும் எல்லாத்தையும் நிதானமா முதல்லேர்ந்து யோசிச்சுப்பாக்குறேன்' என்றாள்.

இந்த வாக்கியங்களைச் சொல்லிவிட்டு நெடுநேரம் சுடர்விட்டு எரிகிற நெருப்பைப் பார்த்துக்கொண்டிருந்தாள். அவள் கண்களில் தீர்க்கமும், ஏமாற்றமும் சம அளவில் இருந்தன. இவள் சொன்னதையெல்லாம் தொகுத்துக்கொண்டு யோசித்தேன். எல்லாம் இருந்தும் முன்னோர்களின் ஆசி இல்லையென்றால் ரகசியம் மட்டுமல்ல எதுவுமே சாத்தியமில்லை என்பதுதான் என் தீர்மானம். அவள் இந்த முடிவுக்கு வந்துசேரவே இத்தனை தொலைவு பயணம் செய்யவேண்டியிருக்கிறது. ஒருவகையில் அந்த மனநிலையை அடையவே அவர்களின் ஆசி வேண்டுமோ என்று தோன்றியது.

அவள் மீண்டும் பேசத் தொடங்கினாள்.

'இந்தத் தேடலை நான் தொடங்கினப்போ, போத்தியையும், அவரோட அந்த அல்டிமேட் பிரதமனையும் தெரிஞ்சுகிட்டப்போ, நானடைஞ்ச உற்சாகத்துக்கு அளவே இல்லை. சவுத்வேல்ஸ்ல படிச்சிட்டிருந்தப்ப இப்படி உணவைத் தேடும் மலையேற்றங்கள்ள பங்கு பெற்றிருக்கேன். நிறைய இனிப்பு மூலிகைகள் மலையுச்சில

இருக்கும். அதைப் பத்தி படிச்சுட்டு நிறைய ஆய்வுக்குப் பிறகு தனித்தனியா பிரிஞ்சு போய் தேடுவோம். குறிப்பிட்ட மூலிகை, தாவர வகையைக் கண்டுபிடிக்கறவங்களுக்குப் பரிசு உண்டு.'

ஆபத்து என்னன்னா, ஒரே மாதிரியா இரண்டு தாவரங்கள் இருக்கும். இரண்டுமே ஒரே குடும்பத்தைச் சேர்ந்தவையாவும் இருக்கும். ஆனா ஒண்ணு இனிப்புன்னா இன்னொண்ணை விஷமா இயற்கை படைச்சு வச்சிருக்கும். டேஸ்ட் பண்றேன்னு தவறான தாவரத்தை நாக்கில் வச்சு பல நாள்கள் மருத்துவமனைல இருந்த மாணவர்கள் இருந்திருக்காங்க.

எனக்கு அங்கயும் முழுமையான வெற்றியே கிடைச்சுட்டு இருந்தது. எங்க போனாலும், எப்ப தேடினாலும் எனக்கான தாவரத்தை நான் அடையாம விட்டதே இல்லை. அதே நினைப்புலதான் இந்தத் தேடலுக்குள்ளயும் வந்தேன். ஆரம்பத்துலயே எனக்கு இதுல நிறைய எச்சரிக்கைகள் வந்தன. தொடர்ந்து அதை நான் புறந்தள்ளிட்டே வந்தேன்.

நான் இங்க மலையேற்றத்துல இறங்கினப்புறம்தான் அதைக் கண்கூடா பார்த்தேன். சவுத்வேல்ஸ் மலைல தாவரங்களில்தான் இருமை இருந்தது. இங்க மனிதர்களுக்குள்ளேயே பேதம் பார்த்துதான் ரகசியத்தை அடைய இயற்கை அனுமதிக்குதுன்னு புரிஞ்சது. நீ மலையேறி வர்றது சாகசத்துக்காக இல்லை. உனக்கு ஒரு கடமை இருக்கு. அதுனால உன்னை மலை தொடர்ந்து அனுமதிச்சுக் கூட்டிப்போகுது.

நான் இதை சாகசம்னு மட்டுமே நினைச்சேன். அதீத இறுமாப்பும், தீவிர நம்பிக்கையும் என்னைத் தொடர்ந்து கைவிட்டுட்டே இருந்தது. அதுனாலேயே அது என்னைக் கைவிட்டது. நீ என்னைக் காப்பாத்தி மருந்து கொடுத்தபோதெல்லாம் அது மேலெழுந்து வந்துட்டே இருந்தது. எதிரியா நினைச்ச நீதானா என்னை வந்து காப்பாத்தணும்னெல்லாம் நினைச்சேன்.

ஆனா நிதானமா யோசிச்சுப் பாக்கும்போது இதெல்லாமே விதியாலயும் முன்னோர்களலாயும் தீர்மானிக்கப்பட்டிருக்குன்னு புரிஞ்சுக்குறேன். இனிமே எனக்கு என்ன பண்றதுன்னு தெரியலை. என்றாள், அமைதியானாள். அவள் கண்கள் கலங்கியிருந்தன.

‘ஒருவேளை நீ என்னைக் காப்பாத்தினது கூட அவங்க உனக்கு அனுப்பின செய்தியா இருக்குமோ?’ என்றாள் என் கண்களைப் பார்த்தபடி.

எனக்கு என்ன சொல்வது என்று தெரியவில்லை. வெறுமனே தலையசைத்தேன்.

தூரத்தே ஏதோ ஒரு சலசலப்பு கேட்டது. பறந்து வந்த கள்ளன் சொன்னது,

‘கரடி எழுந்திரு.’

37. உளியம்

அந்தக் கணத்தின் அமைதியில் நான் ஒருங்கிப் போயிருந்தேன். இது மாயப்பாதை. சுருள் சுருளாக இதன் வழிகள் அமைக்கப்பட்டிருக்கின்றன. கார்த்திகை மாதம் வரையிலும் இந்தப் பாதையின் வெளியே எங்கோ வெகுதூரத்தில் என் கனவுகளும், இலக்குகளும் இருந்தன. திடீரென்று நான் திருப்பி விடப்பட்டேன். இனிமேல் இதுதான் உன் பாதை என்று சொல்லப்பட்டது. உன் இலக்கின் உச்சி இதோ இங்கேதான் எங்கேயோ இருக்கிறது என்று புத்தியில் கூர்தீட்டப்பட்டது.

பாதையில் நுழைகிறேன். நான் நினைத்தபடி இந்தப் புதிர்வழி பூலோகத்திலேயே இல்லை. இது எங்கேயோ ஒரு மாயவெளியில் அமைக்கப்பட்டிருக்கிறது. அந்தரத்தில் மிதக்கிறது. அல்லது பாதாளத்தில் நிலைநிறுத்தப்பட்டிருக்கிறது. இங்கே நிகழ்வதெல்லாம் மானிடரின் அறிவுக்கு வெகுதொலைவில் இருக்கிறது. வானம், பூமி, மலர், மலை, தட்பவெப்பம், உடலின் தாங்கு திறன், பசி, தூக்கம் எல்லாமே பூமியிலிருப்பது போல இல்லை. அனைத்திற்கும் வேறு நியதிகள். அனைத்திற்கும் புதிய விதிகள்.

இங்கே நுழைந்து சுற்றிச் சுற்றித் திரிந்துகொண்டிருக்கிறேன். இதன் மையம்தான் எனது இலக்கு. ஆனால் ஒவ்வொரு முறையும் நான் செல்லவேண்டியது மையத்திற்கா உச்சிக்கா என்று குழம்புகிறேன். துணைக்கு ஆள் இருக்கும் உத்வேகம் ஒவ்வொரு முறையும் வழங்கப்படுகிறது. இந்த மாயையை ஒவ்வொரு கணமும்

உணர்கிறேன். ஆனால் இந்த மாயையில் சிக்கிக்கொண்டிருக்கிறேன் என்று ஒருமுறை கூட நினைக்கவில்லை.

சித்தப்பா இருக்கும் வரை போகும் வழி பற்றிய தெளிவுகூட இல்லாமல் இருந்தேன். அவர் மறைந்துபோன மறுநிமிடமே கள்ளன் வந்து சேர்ந்து கொண்டது. அவர் மறையும் நிமிடத்திற்குச் சில நாழிகைகளுக்கு முன்பு எனக்குத் திடமும், வழி பற்றிய ஞானமும் சித்தித்தது. இதோ சில நாழிகைகளுக்கு முன்னால் இவள் எதிர்ப்பட்டிருக்கிறாள். இவள் சொல்லும் கதை கலவரப்படுத்தினாலும், அவளின் இப்போதைய நிதானமான அணுகுமுறை ஏதோ ஒரு செய்தி சொல்லிக்கொண்டிருந்தது. பூமியில் இருந்த செந்தாமரை வேறு. இந்தப் புதிர்ப்பாதையில் வந்த செந்தாமரை வேறு என்று உச்சியில் ஒரு விளக்கெரிந்தது.

அதே நேரத்தில்தான் கள்ளன் பறந்து வந்து காட்டுக்கரடி எழுந்திரு என்று சொன்னது. எப்போதும் கூர்மையாகவே வைத்திருந்த செவியை முழுக்க செந்தாமரையின் உரையாடலுக்கே கொடுத்ததன் பிழை. கள்ளன் சொன்ன சில நொடிகளிலேயே புதருக்குள்ளிருந்து பாய்ந்தது அந்தப் பெரிய கறுப்பு உருவம்.

அதைக் கரடி என்று கள்ளன் சொன்னதால் மட்டுமே நம்பினேன். கரடி இத்தனை பெரியதாக உருவாக இருக்கும் என்று கற்பனை செய்யவேயில்லை. சித்தப்பாவோடு பார்த்த புலியின் ஆகிருதியை ஒத்திருந்தது. முதலில் அது கட்டப்பட்டிருந்த டெண்ட்டின் மீது பாய்ந்தது. டெண்ட் தரையோடு தரையானது. இரண்டாவது தாவலை நாங்கள் அமர்ந்திருந்த பகுதிக்கு மேல் தலைக்கு மேல் செய்தது. எங்கள் இருப்பை அப்போதுதான் உணர்ந்தது போல அடுத்த நொடி என் மீது பாய்ந்தது.

என்னுள் எல்லாமே ஒரு கணம் இருண்டது. இந்த மாயப்பாதையின் எத்தனையோ தடைகளில் இதுவும் ஒன்றா? அல்லது இதுதான் மாயப்பாதையிலிருந்து என்னை முற்றிலுமாக வெளியே தள்ளும் கடைசி முயற்சியா? எதுவாயினும் அந்தக் கணத்தைக் கூர்ந்து நோக்க விரும்பினேன். என்னைத் தள்ளிய கரடி என் தோள்களில் தன் கால்களைப் பதித்திருந்தது. அதன் கூரிய நகங்கள் லேசாகத்தான் கீறியிருந்தன. அதன் உடல் பல கறுப்புக் கம்பளிகள் போர்த்தப்பட்டது போல மெத்தென்று இருந்தது.

அதன் கூம்பு வடிவ நாசியிலிருந்து ஒருவிதத் துர்நாற்றம் வீசியது. உடனே தஞ்சாவூர் பேருந்து நிலையம் நினைவுக்கு வந்தது. உருண்டு கொண்டிருந்த அதன் விழிகளால் என்னவோ என் முகத்தில் தேடிக் கொண்டிருந்தது. நான் அலறவில்லை. அதை அகற்ற முற்படவில்லை. இது என் விதி என்பது போல அதன் முகத்தை நோக்கிக்கொண்டு படுத்திருந்தேன். அதுவும் அதையே நினைக்கிறதா என்ன? ஏன் என்னைத் தாக்கவில்லை.

புலி ஆபத்தில்லை கிட்டா. அடித்து, குரல்வளையைக் கொய்து கொன்றுவிட்டுப் போய்விடும். கரடி சிக்கல். அதற்குக் கொல்லத் தெரியாது. தாக்கி சரம் சரமாய் உடலைக் கிழித்துப்போட்டுவிட்டுப் போய்விடும். மாதக்கணக்கில் மருத்துவமனையில் கிடக்க வேண்டியிருக்கும் என்று சித்தப்பா சொன்னது நினைவுக்கு வந்தது. அய்யோ என் இலக்கு என்னாவது?

உடனே மனத்தில் என்னைத் தாக்கிக் கொல்வதானால் கொல். இல்லையேல் விட்டுப் போய்விடு என்ற கூக்குரல் கிளம்பியது. கரடி ஏனோ அசையவில்லை. குழப்பமா? இல்லை பாய்வதற்கு முன் பதுங்கும் தந்திரமா? எதுவும் புரியவில்லை. ஆனால் உடலின் அத்தனை பரபரப்பிற்குமிடையே ஆழ்மனம் எங்கோ ஒரு புள்ளியில் நிதானித்திருந்தது.

சில நொடிகள்தான். தலைப்பக்கத்தின் பின்னாலிருந்து பாய்ந்து வந்தது அந்தப் பெரிய அனல் அம்பு. அது மிகச்சரியாகக் கரடியின் முகத்தில் கண்களிரண்டிற்கும் நடுவே பாய்ந்தது. அந்த நொடியைச் சரியாகக் கவனித்து சட்டென இடது புறமாக நகர்ந்தேன். கரடி வலியால் பதறி மீண்டும் இன்னொரு பாய்ச்சலை மேற்கொண்டது. நான் உருண்டு எழுந்து சற்று வேகமாக நகர்ந்துகொண்டேன்.

பாய்ந்த கரடி நெருப்பு விறகை வீசிய செந்தாமரையின் மீது பாய்ந்திருந்தது. ஆனால் அவள் என்னைப்போல வேடிக்கை பார்த்துக்கொண்டு படுத்திருக்கவில்லை. கையில் ஏதோ கூரிய ஆயுதம் வைத்திருந்திருக்கிறாள், அதைக்கொண்டு அதன் கழுத்தைக் கிழித்தாள். அதன் கால்களில் ஒன்றைப்பிடித்து தன் மீது கனம் வீழாது காத்துக்கொண்டு பெருங்குரலெடுத்துக் கத்தினாள். அவள் குரலுக்கு மேலே எழுந்தது கரடியின் வீறிடல்.

கதறிக்கொண்டு செய்வதறியாது கோபத்துடன் அங்குமிங்கும் அலைந்து மீண்டும் செந்தாமரையின் மீது பாயக் காத்திருந்தது. குளிர்காயப் போட்டிருந்த நெருப்பின் அடியிலிருந்து இரண்டு பெரிய விறகுகளை உருவினேன். சற்று நெருங்கி அதன் பின்பகுதியில் செலுத்தினேன். அது கோபம் கொண்டு திரும்பியபோது இடது கை அக்கினிப்பிழம்பை அதன் முகத்தில் பாய்ச்சினேன்.

அதீத நெருப்பைத் தாங்காது உடனேயே பக்கவாட்டுப் புதருக்குள் ஓடியது, அதன் வீறிடல் சத்தம் மட்டும் கேட்டுக்கொண்டே இருந்தது. சற்று நேரம் கழித்துத் தேய்ந்தது. காடு மீண்டும் பழைய அமைதிக்குத் திரும்பியது. தோள்பட்டையில் சிராய்ப்பின் வலி எரிந்தது. செந்தாமரை அப்படியே படுத்திருந்தாள். அவளுக்குப் புஜங்களிலும், கையிலும் கரடி கீறிய காயம் இருந்தது.

அருகில் சென்று கைகொடுத்தேன்.

'தட் வாஸ் கொயட் ஆன் அட்வென்ச்சர்' என்று சிரித்தாள்.

எழுந்து வந்தாள். 'சரியான நேரத்துல நெருப்பை அள்ளி வீசின. கரடிக்கு நெருப்புதான் காலன். குட் திங்கிங்' என்றாள்.

அவள்தான் அதை முதலில் செய்தாள். இந்த வாக்கியத்தை நான் தான் சொல்லியிருக்கவேண்டும். அதைத்தான் சொல்லிக் காட்டியிருக்கிறாள்.

'நான் போய் ஓடைல மூழ்கிட்டு வரேன். காயங்களுக்கு முதல் மருந்து அதுதான்' என்று நகர்ந்தாள்.

கள்ளன் ட்வீக் என்றது தோளில் அமர்ந்து.

'ஏன் சாமி, நீதான் மனுஷ உரு எடுக்க முடியுமே, கரடிகிட்டேர்ந்து காப்பாத்தாம எங்கயோ போய் ஒளிஞ்சுகிட்டா என்ன அர்த்தம்' என்றேன் செல்லக் கோபத்துடன்.

'அது அவளுக்கு வைத்த தேர்வு தம்பி. உன்னைக் காக்கிறாளா? வெறுமனே பார்க்கிறாளா? என்று சோதிக்க நினைத்தேன். இவள் வெகுவாக மனம் மாறியிருக்கிறாள். இந்தப் புதிர்ப்பாதையில் உனக்குத் துணையாகவே இருப்பாள் என்று தோன்றுகிறது' என்றது.

மீண்டும் புதிர்ப்பாதை பற்றிய சிந்தனைக்குள் சென்றேன். என் இலக்கு உச்சியிலோ, மையத்திலோ இல்லை. அதை அகழ்ந்துதான்

கண்டறிய வேண்டும். இந்தக் கரடி இந்தப் பாதையில் வந்து சென்றதன் குறியீடு அதுதான். உளியைப்போல அகழ்ந்து செல்லும் சிந்தனையை எனக்குள் விதைத்த கந்தர்வன் அது.

தூரத்தில் ஓடையில் மெல்லிய நிலவொளியில் செந்தாமரை முகத்தில் தண்ணீர் தெளித்துக்கொண்டிருப்பது தெரிந்தது. நிலவின் ஒளி நீரில் பட்டு அவள் முகத்தில் ஜொலித்தது. ஒரு சிறிய வெண்சுடர் போல இருந்தது அவள் முகம். இந்தப் புதிர்ப் பாதையின் ஒளி என்று அந்தக் கணத்தில் தோன்றியது.

38. பந்தி

ஐந்து பிடியளவுள்ள பெரிய இளவாழை இலை விரிக்கப்பட்டது. சாரல் போல தண்ணீர் தெளிக்கப்பட்டது. துடைத்தேன். கீழ் இடது ஓரத்தில் சொட்டுப்பாயசம் வைக்கப்பட்டது. வலது மேல் மூலையில் வெள்ளரிக்காய்ப் பச்சடி, மாங்காய்ப் பச்சடி, பச்சைத் தக்காளிப் பச்சடி என்று மூன்று பச்சடிகள் பரிமாறப்பட்டன. வாழைக்காயை பொடிமாஸ் செய்த கறி, உருளைக்கிழங்கை மசித்து, வெங்காயம் சேர்த்த கறி, பீன்ஸில் செய்த உசிலி, நெய்மணம் ஊறிய கத்திரிக்காய் என நான்கு வகைக்கறிகள்.

தேங்காயில் ஊறிய அவியல் வந்தது. விரலளவு நீளம் கொண்ட பூசணிக்காய், வாழைக்காய், கேரட் அனைத்தும் ஒரே அளவில் வெட்டப்பட்டு காட்சியிலேயே கலை தெரிந்தது. மிளகூட்டல் செய்யப்பட்ட புடலங்காய்க்கூட்டு, தயிர் சேர்த்துச் செய்யப்பட்ட சௌசௌ கூட்டு ஆகியவை அதனைத் தொடர்ந்தன.

பரிமாறுபவர்களின் கலைநயம் சீரிய இடைவெளிகளில் பதார்த்தங்களை அளவாக, அழகாக அடுக்குவதிலேயே தெரிந்தது. ஒன்றோடு ஒன்று ஒட்டவில்லை. ஒன்றின் மேல் ஒன்றை அசிரத்தையாய்த் தூக்கி எறிவதில்லை. அளவான தூரத்திலிருந்து குனிந்து, பொறுப்பாக, பார்த்துப் பார்த்துப் பரிமாறினார்கள்.

தூரத்தில் தாத்தாவின் குரல் கேட்டது.

'பண்றவன் கை பாதின்னா, பரிமார்றவன் கை மீதி வேலையச் செஞ்சாதான் பந்தி சிறக்கும். நல்ல சமையலை ஏனோ தானோன்னு பரிமாறினா, சாப்பிடறவன் மனசு குளிராது' என்றார். அவர் கையில் விசிறி இருந்தது. மேல் சட்டை இல்லாமல் துண்டை மட்டும் மாலையாய்ப் போட்டிருந்தார். பந்தி பரிமாறும் இடத்தில் அவர் அப்படி அமர மாட்டாரே என்று யோசனை வந்தது. இலையில் கவனம் சென்றது.

பயிறுகள் போட்டுச் செய்யப்பட்ட கறிவகைகள் பரிமாறப்பட்ட போதுதான் இது நிச்சயம் தஞ்சாவூர் பக்கப் பந்தி இல்லை என்று மூளை உணர்ந்தது. அதிலும் தேங்காய் அதிகம் உபயோகிக்கப்பட்டிருப்பது தெரிந்தவுடன் இது பாலக்காடாக இருக்குமோ என்று தோன்றியது. இலையிலிருந்து எழுந்த தேங்காய் எண்ணெயின் மணம் அதை மேலும் உறுதிப்படுத்தியது.

'ஆங், கொச்சு கண்டுண்டு' என்ற குரல் கேட்டு அதிர்ந்து நிமிர்கிறேன். பாலக்காட்டுச் சித்தியும், சித்தப்பாவும் நிற்கிறார்கள்.

அதிர்ந்துபோய் 'பெரியவாள்ளாம் நிக்கிறீங்க. நான் பந்தில உக்கார்ந்திருக்கேன்' என்று எழ முயற்சி செய்கிறேன்.

'கிட்டா கூச்சப்படாம சாப்பிடு. இங்க நீ முதலாளி, நாங்க எல்லோருமே தொழிலாளி' என்று சிரிக்கிறார்.

பொடிப்பொடியாய் நறுக்கப்பட்ட மாங்காய். இஞ்சி, மிளகாய், வெல்லம் போட்டுச் செய்யப்பட்ட புளி இஞ்சி. எலுமிச்சை என மூன்று வகைகளில் ஊறுகாய். புளியோதரை, தேங்காய் சாதம் என இருவகைக் கலவை சாதங்கள் வந்தன. உருளை, வாழைக்காய் இரண்டும் சிறியதாக நறுக்கி, வறுக்கப்பட்டுப் பரிமாறப்பட்டன.

பருப்புப் போட்டு, நெய் ஊற்றி, புகை பறக்க சாதம் வந்தது. முகத்தில் புகை வாசனையும், அரிசி வாசனையும் மேலேறி வந்து நாசியைப் பதம் பார்த்து, மூளைக்கும் சென்று குடந்தை வாசனை, குடந்தை வாசனை என்று அலறியது. எத்தனை நாளாகிவிட்டது சாதத்தைப் பார்த்து, முகர்ந்து, அனுபவித்து லயித்து?

அம்மா எதிரில் வந்தாள். யோசிக்காம சாப்பிடு கண்ணு என்றாள்.

அரைத்து விடப்பட்ட முருங்கை, சின்ன வெங்காய சாம்பார். நெய் மணமும், முருங்கை மணமும் சேர்ந்து நாவிற்குத் தீர்த்தாடனம்

செய்தது. சின்ன வெங்காயங்களிலேயே சற்றுப் பெரிய அளவுள்ள வகையறா, திருச்சி மார்க்கெட்டில் ஒரு குறிப்பிட்ட கடையில் கிடைக்கும். அங்கிருந்துதான் கொள்முதல் செய்திருக்க வேண்டும். முழுதாய் வெங்காயமொன்று தனியா, முருங்கை, தேங்காய் வாசனையோடு தொண்டை கடக்கும்போது ஏற்படும் சந்தோஷத்தைச் சொல்லவே முடியாது.

அத்தனை கறியும், கூட்டும் இதற்கு இணைச் சுவையை வழங்கின. மீண்டும் சூடாய் சாதம் பரிமாறப்பட்டு ரசம் பரிமாறினார்கள். மைசூர் ரசம். தாத்தா, பாட்டியின் கைப்புளிப்பு, அம்மாவிற்கும், குடும்பத்திற்கும் வந்தது போல கேட்டரிங்கிற்கும் வந்துவிட்டிருக்கிறது. ஓர் ஓரமாய் தூக்கலாக இருக்கும் இந்தப் புளிப்பும். அரைத்து விடப்பட்ட பொடி வாசனையும்தான் இந்த ரசத்தை எத்தனை அற்புதமான ஒன்றாக மாற்றியிருக்கிறது.

இலையை வழித்து ரசத்தைக் குடித்தபோது நன்றாக வயிறு நிறைந்திருந்தது. போதும் என்று தோன்றியது. ஏனோ மோர் வேண்டாம் என்று சொல்ல நினைத்து நிமிர்ந்தபோது இலைக்கு எதிரேயே தாத்தா, அம்மா, அப்பா, சித்தப்பா, சித்தி எல்லோரும் நின்றுகொண்டிருந்தார்கள். என்ன என்பது போல தலையசைத்துக் கேட்கிறேன். எல்லோரின் கண்களிலும் ஆர்வம் இருக்கிறது. ஏதோ கேள்வி இருக்கிறது. எதிர்பார்ப்பும். என்னவென்று புரியாமல் யோசிக்கிறேன். எழ முயற்சி செய்கிறேன்.

அப்போது அந்தச் சிறுகொட்டு கேட்கிறது. தவில் இல்லை. மிருதங்கம் இல்லை. இது வேறொன்று. சத்தம் வந்த வலது புறம் திரும்புகிறேன். இரட்டைத் தபேலாக்களில் சிறிய கருவிக்கு பயா என்று பெயர். அதைப்போல ஒன்று. அல்லது அதேதானா தெரியவில்லை. அதைக் கயிறுகட்டி கழுத்தில் கட்டிக்கொண்டு ஒருவன் வருகிறான். மிகச்சரியாக மூன்று கண்ணிமை நேரத்திற்கு ஒரு கொட்டு அடிக்கிறான். கைகள் மெதுவாக மேலேறி இறங்கும் நேரத்தில் வேகத்தைச் செலுத்தி அந்தக் கொட்டை இயக்குகிறது. இயக்கப்பட்டவுடன் வரும் ஒலி அடுத்த சில நொடிகளுக்கு அதிர்வாகவும் எதிரொலிப்பாகவும் கேட்கிறது.

அவன் முன்வந்த சில நொடிகளில் பின்னே அந்த மனிதரைப் பார்க்கிறேன். சிவந்த நிறம். உதடுகளில் வெற்றிலைச் சிவப்பு.

தலைமுடியைக் குடுமியாக்கி உச்சியில் இடது பக்கமாய் முடிந்திருக்கிறார். ஒற்றை வேட்டி. துண்டில்லை. கழுத்துச்சதைகள் கொழுத்திருக்கின்றன. கையில் ஒரு தங்கச்சொம்பு வைத்திருக்கிறார். சற்றே பெரிய சொம்பு.

கொட்டின் தாளம் தரும் லாகவத்திற்கேற்ப நெருங்கி வருகிறார். நிதானமாக. என் அருகில் வந்தவுடன் புன்னகைக்கிறார். 'மஹாராஜா சமஸ்தானத்திற்கு நமஸ்காரம். ராஜ பிரதமன் பருகுங்கோ' என்கிறார். வெற்றிலை போட்டிருக்கும் குழறலில் சொற்கள் பாதிப்பாதியாகத்தான் வருகின்றன. சொம்பிலிருந்து மெதுவாக அந்தத் தங்கத் திரவத்தை இலையில் கவிழ்க்கிறார். நிமிர்ந்து என் குடும்ப உறுப்பினர்களைப் பார்க்கிறேன். ஒருவர் விடாமல் அனைவரும் கைகூப்பியிருக்கிறார்கள், லேசான கண்ணீருடன்.

கை நடுங்க, மோதிர விரலால், வட்டமாய் விரவியிருந்த பிரதமனின் நடுவில் கைவைத்து ஒற்றைச் சொட்டை எடுத்து நாவில் விட எத்தனிக்கிறேன். சரேலென்று எதிரில் எழுந்த இரண்டு கடமான்கள் என்னை முட்டித்தள்ள, அப்படியே பின்னால் சரிகிறேன்.

திடுக்கிட்டு விழித்தேன். அந்தக் குளிரிலும் வியர்வை உடலை நனைத்திருந்தது. கண்களை மூடி நிதானித்தேன். வயிறு தஞ்சாவூர் சோற்றுக்கு அலையத் தொடங்கியிருக்கிறது. மனம் பிரதமன் தேடலை நினைவுறுத்துகிறது.

உடலின் ஈரம் வியர்வை மட்டுமல்ல. கரடி கிழித்துப்போட்ட டெண்ட்டை இனிமேல் உபயோகப்படுத்த முடியாது என்றேதான் நினைத்தேன். ஆனால் செந்தாமரை நள்ளிரவில் அதை ஒருவகையாகச் செப்பனிட்டுச் சீர்செய்திருந்தாள். ஆனால் இருவர் தங்கும் அகலத்திற்கு இருந்த அது சுருங்கிப்போனது. ஆகவே அவளை உள்ளே படுத்து உறங்கச்செய்துவிட்டு, நான் வெளியில் படுத்துக்கொண்டேன். இரண்டு விரிப்புகள் விரித்த பிறகும் மலைப்பனி அதற்கு மேலே புகுந்து வந்து உடலை நலம் விசாரித்துக்கொண்டிருந்ததில், தூக்கம் தோதுபடவில்லை. பனியின் ஈரம் உடலையும் நனைத்திருக்கிறது.

எழுந்து அமர்ந்தேன். எதிர்மலைகளில் பனி விலகியிருந்தது. கறுப்பு, கருநீலமாகி, கரும் பச்சையாகி லேசாக சூரிய ஒளி

பட்டு மஞ்சளாகிக் கொண்டிருந்ததை ரசித்துக்கொண்டிருந்தேன். இளவெயிலின் ஒளியும், இதமும் இந்தக் காலையை மிகுந்த மகிழ்ச்சி கொண்ட ஒன்றாக மாற்றிக் கொண்டிருக்கிறது. வந்த கனவு ஏனோ மனமகிழ்ச்சியை மிகவும் அதிகப்படுத்தியிருந்தது. மனுஷப்பயலுக்கு சோத்து தரிசனம்தான் தெய்வ தரிசனம் என்று வட இந்திய ஷேத்ராடனம் போய்விட்டு வந்த நடராஜன் மாமா சொன்னதை இப்போது நினைத்துச் சிரித்துக் கொண்டேன்.

மலையில் விடியும் காட்சி அபாரமான ஒன்று. வண்ணங்களின் விளையாட்டு. பறவைகளின் கொண்டாட்டம், எங்கோ தூரத்தில் வனவிலங்குகளின் ஆரவாரம். நீர்ச்சத்தம். இடைவிடாது எங்கும் நிறைந்திருக்கும் ரீங்காரம். என ஒளியும் ஒலியுமாய்ச் சேர்ந்து இந்தக் காலையை ரம்மியமாக்கியிருந்தன. ஏனோ முகம் புன்னகையை விடாது பற்றிக்கொண்டிருந்தது. கையருகில் வந்த அந்தப் பிரதமன், நாவில் ஏறுவதற்கு முன்பு கனவு கலைந்துபோனதில் வருத்தம்தான். என்றாலும் கைக்கு அருகில் இலக்கு இருப்பதை அது மீண்டும் உறுதிப்படுத்திச் சென்றிருக்கிறது.

பின்னால் புற்களின் சரசரப்பு கேட்டுத் திரும்பினேன்.

இரண்டு கோப்பைகளுடன், முகத்தில் புன்னகையோடு செந்தாமரை வந்தாள். ஒன்றை என்னிடம் நீட்டினாள். அருகில் அமர்ந்து கொண்டாள்.

‘எத்தனை அழகான காலை’ என்றாள் ஆங்கிலத்தில் எதிர்மலையைப் பார்த்துக்கொண்டே.

எங்கிருந்தோ பறந்து வந்த கள்ளன் ‘அதைக் குடிக்காதே’ என்றது.

39. மரகதவெளி

அவள் கண்களின் கீழே படர்ந்திருந்த கருவளையம் தூக்கமின்மையைச் சொன்னது. எப்போதுமே மேக்கப்அணிந்து பொலிவாக இருக்கும் முகம் இப்போது கருமை சேர்ந்து களையிழந்திருந்தது. மருத்துவம் அவள் கண்களைச் சுருக்கியிருந்தது. எப்போதுமே அவள் உடனுறை துணையாக இருக்கும் தோரணையின் சுருதியும் குறைந்திருந்தது. முற்றிலும் மாறிப் போயிருக்கிறாள்.

பனி குறைந்து, சூரியன் மேலெழுந்தவுடன் பயணத்தைத் தொடங்கினோம். சில மணி நேரங்களாகக் காணாமல் போயிருந்த கள்ளன் வந்து சேர்ந்து கொண்டது. அவள் தயாரித்துக்கொண்டு வந்திருந்த கட்டஞ்சாயாவைக் குடிக்காதே என்று சொல்லிவிட்டு எங்கோ பறந்து போனதுதான்.

நானும் சந்தேகப்பட்டு எதேச்சையாகக் கைதடுமாறுவது போல அந்தத் தேநீரைக் கீழே கொட்டினேன். பதறுவாள். முகம் மாறுவாள். கோபப்படுவாள் என்று எதிர்பார்த்து அவளையே கவனித்துக் கொண்டிருந்தேன். ஆனால் அவள் இது எதையுமே செய்யவில்லை.

உனக்குக் குளிர் இன்னும் பழகல. கைநடுங்கறது போல இன்னும் என்று சிரித்தபடியே சொல்லிக்கொண்டு. தான் குடித்துக் கொண்டிருந்த தேநீரில் பாதியை இன்னொரு காகிதக் கோப்பையில் ஊற்றிக் கொடுத்தாள்.

'சே! கள்ளனுக்கு ஏன் இப்படி ஒரு புத்தி' என்று வைதுகொண்டே குடித்தேன். பின்னர் டெண்ட்டை அவிழ்த்துக்கட்டி, பொருள்களை அடுக்கி, தங்கியிருந்த இடத்தைச் சுத்தம் செய்து நடையைத் தொடங்கும் வரை காணாமற் போயிருந்தது. இப்போது வந்து சேர்ந்திருக்கிறது.

தோளில் அமர்ந்ததும் கோபமாய்க் கேட்டேன்.

'ஏன் ஸ்வாமி! புரளியக் கிளப்பறதுதான் உங்க வேலையா?'

ட்வீக் என்றது.

செந்தாமரைக்கும் எனக்கும் தூரம் சற்று அதிகமான பிறகு சொன்னது. 'ஒன்று கவனித்தாயா தம்பி. சம்பகவெளியைத் தாண்டி வர மனிதர்கள் யாருக்குமே இந்த மாயவனம் அனுமதி கொடுப்பதில்லை. படில்ஸ் உட்பட.'

என்ன சொல்ல வருகிறது என்று யோசித்தேன்.

'இந்தப் பெண்ணுடன் வந்த குழு மொத்தமும் அதற்கு முன்னே காணாமற் போயிருக்கிறது. இவள் மட்டும்தான் அருவியைத் தாண்டி விழுந்திருக்கிறாள். உன் கண்ணில் படாவிட்டால் இவளும் அங்கேயே மடிந்திருக்க வேண்டியதுதான். ஆக சம்பகவெளி தாண்டி வந்த இரண்டாவது மனித உரு அவள் மட்டும்தான். ஆகவே எனக்கு ஒரு சந்தேகம் இருந்துகொண்டே இருக்கிறது

எங்களுடைய இத்தனை வருஷ ஆராய்ச்சியில் நாங்கள் தெரிந்துகொண்டது, இங்கே மாயவனத்தில் அனுமதிக்கப்பட்ட ஒரே குடும்பம் நீங்கள் மட்டும்தான். அதுவும் ஆசீர்வதிக்கப்பட்டவர்கள் மட்டும். படில்ஸுக்கே அனுமதி இல்லை. ஆனால் இவள் மட்டும் எப்படித் தாண்டிவந்தாள் என்ற குழப்பம் இருக்கிறது.'

ஒருவகையில் இவள் எங்கள் குடும்பம்தான். ஆனால் மூன்று தலைமுறைகளுக்கு முன்பே அது தூரத்துச் சொந்தம் என்று ஆகிவிட்டது. அதைக் குடும்ப ரத்தம் என்று சொல்லலாமா என்று தெரியவில்லை. அதைச் சொன்னேன்.

உடனே கள்ளன் மறுத்தது. 'தம்பி இந்த ஒன்றுவிட்ட, மூன்றுவிட்ட என்பதெல்லாம் குருதி பந்தம் அல்ல. பட்டம்மாள் கிழவி மிகத்தெளிவாக இதன் வரையறையை சூக்ஷுமமாகச் சிலமுறை

சொல்லியிருக்கிறது. உன் ரத்தம்தான், உனக்கு மட்டும்தான் அனுமதி என்று. ஆகவே இவள் மாயையின் இன்னொரு தேர்ந்த வடிவமோ என்ற சந்தேகம் இருக்கிறது. இன்னொரு புறத்தில் ஏதோ ஒருவிதத்தில் இவள் உனக்கு உதவியாக இருக்கப்போகிறாள் என்றும் ஒரு யோசனை தோன்றுகிறது.

எதுவாக இருந்தாலும் ஜாக்கிரதையாக இரு' என்று சொல்லிவிட்டு முன்னோக்கிப் பறந்தது.

'என்ன பலத்த யோசனையாவே இருக்கியே' என்றாள் செந்தாமரை. சிரித்தபடியே தலையசைத்தேன். அவளிருந்த மேட்டிற்கு மேல் கைகொடுத்துத் தூக்கிவிட்டாள்.

தூரத்தே பச்சை நீர்த் தேக்கங்கள் கண்ணில் பட்டன. இத்தனை நேரம் கடந்து வந்த அடர் கானகங்கள் நிறைந்த பச்சை மலைகள் மறைந்து அங்கே இளம்பச்சை நிறப் புல்மலைகள் தென்பட்டன. மடிப்பு மடிப்பாக அமைந்திருந்த அதன் தோற்றமே வித்தியாசமாக இருந்தது. அதன் காலடியில் பச்சை நிறத்தில் நீர் தேங்கியிருந்தது.

'மரகதவெளி' என்றாள் முகம் கொள்ளாத நிம்மதியுடன்.

ஆமாம் என்றேன்.

சம்பகவெளியைக் கடந்து, கொல்லருவியைத் தாண்டினால் மரகதவெளி வரும் என்பது பாலராம சாஸ்திரியின் ஏடு சொன்ன வழி. ஆனால் இந்த ஒற்றை வரியைக் கடப்பதற்குள்ளாக எத்தனை சங்கதிகள் நடந்துவிட்டன என்று எண்ணி பெருமூச்சு விட்டேன். கொல்லருவியைப் பற்றி அவர் எந்த எச்சரிக்கையும் கொடுக்கவில்லை. ஆழமும் நீளமும் நிறைந்த அந்த அருவியைக் கடக்க, காட்டுவழி சென்று ஆழம் குறைந்த பகுதியில் கடக்க வேண்டும் என்று மட்டுமே சொல்லியிருந்தார்.

ஆனால் மரகதவெளியைப் பற்றி இரண்டு ஏடுகள் முழுக்க எச்சரிக்கைகள் எழுதி வைத்திருக்கிறார். தமிழ்நாடு, கேரளா ஆகிய இரண்டு மாநில வரைபடத்தில் இந்தப்பகுதியே இருக்காது. சம்பகவெளியிலிருந்து அதுதான் நிலை என்றாலும், இந்தப் பகுதி முழுக்க முழுக்க மாயையின் கரங்களில் இயங்குவது. மானுடர் பார்வைக்குக் கிடைக்காதது. அதிர்ஷ்டம் செய்திருந்தாலும், ஆசிகள் இருந்தாலும் மட்டுமே பார்க்கமுடியும், நுழையமுடியும்.

அதிர்ஷடம் இருந்தாலும், ஆசிகள் இருந்தாலும் இங்கு மாயையைக் கடப்பது அவ்வளவு எளிதல்ல. ஆகவே ஒவ்வோர் இமைப்பொழுதும் மிகுந்த கவனமுடன் கடக்கவேண்டும் என்று சொல்லியிருந்தார்.

மலைச்சரிவில் மிகக் கவனமாகக் காலை வைத்து இறங்கினோம். குளுகுளுவென்று காற்று வீசத்தொடங்கியிருந்தது. எங்கிருந்தோ ஒரு நறுமணம் வந்து பரவியது. சாமந்தியும், கற்பூரமும், சாம்பிராணியும் மணக்கும் மங்களாம்பிகை கோவில் கருவறை நினைவு தோன்றியது. உடனே அது மாறி, முல்லை மலரும், நிவியா பாடி லோஷனும் கலந்த தனிஷ்டாவின் வாசனை. இன்னும் கொஞ்ச தூரத்தில் கஸ்தூரி மஞ்சளும், சீயக்காயும் மணக்கும் ஷ்யாமாவின் வாசனை. ஒவ்வொரு பத்தடிக்கும் வாசனைகள் மூளையைக் குழப்பின.

இல்லை. இது சரியில்லை. இதே வேகத்தில் நகர்ந்தால் சர்வ நிச்சயமாக மூளை குழம்பி மயக்கத்திற்கு இழுத்துச்செல்லும். வேண்டுமென்றே பின்னோக்கி நகர்ந்தேன். என் நாசியைக் கவனித்துக்கொண்டே வந்தேன். எங்கே மணம் மாறுகிறதோ அங்கே அமரவேண்டும் என்று நினைத்தேன். ஆச்சர்யமாக மீண்டும் நிவியாவும், முல்லையும் மணத்தது. அங்கேயே அமர்ந்துகொண்டேன்.

சற்றுத்தொலைவில் செந்தாமரை குழம்பிப்போய் தூரத்து மலையைப் பார்த்துக் கொண்டிருந்தது தெரிந்தது. எப்போதெல்லாம் குழம்புகிறாயோ அப்போது மனதை ஒருமுகப்படுத்தும் தியானம் முக்கியம் என்று சித்தப்பா சொல்லிச்சென்றது நினைவுக்கு வந்தது. கண்களை மூடி நீலவெளிச்சம் பரவக் காத்திருந்தேன்.

மெல்ல ஏறி வந்தது. புன்னகையும், கன்னங்களும், வளைந்த புருவமும், முல்லை மலர் சுமந்த தோளும், நீள் கழுத்தும், சிறிய உதடுகளும், பளீரென ஒளிவிடும் கண்களும்... கண்களை நோக்கினேன். தனிஷ்டா எனும் நீலா, நீயே என் ஒளி. உன்னை நோக்கிதான் என் தியானம் எல்லாமே. இதுநாள் வரை என்னைப் பொசுக்கிய காமத்தீயின் எடை மொத்தத்தையும் இறக்கி அதன் மேலே அமர்ந்துகொண்டுதான் இந்தப் பயணத்தை நடத்துகிறேன்.

காமம் என்பது உடல் சார்ந்தது மட்டுமல்ல. மனம் சார்ந்ததும். ஒன்றை அடைய முற்படும்போது எதிரில் விஸ்வரூபமெடுத்து

இச்சைக்குள் தள்ளி என்னை வீழ்த்துவது. இந்தப் பயணம் முழுக்க இந்த மாயைகளைச் சந்திக்கவேண்டியிருக்கும்.

உன் தியானம் எனக்கு முக்கியம். என் குடும்பம் வாழ வேண்டும். என் சந்ததி வளரவேண்டும். எனக்காகக் காத்திருக்கும் என் பித்ருக்கள் நம்மை வாழ்த்தவேண்டும். அதற்கு நீயே வித்து. உன் நீலவெளிச்சமே என் தியானம். உன்னை இருத்தியே இதில் முன்னகர்கிறேன். என்னை நீங்காமல் நிறை.

‘எதுவானாலும் நீ ஜெயிச்சுடுவே’

கிளம்புவதற்கு முன்பு அவள் சொன்ன வாக்கியம். இப்போது மீண்டும் ஒலித்தது.

சில நிமிடங்கள் கண் மூடித்திறந்தேன். இன்னமும் நாசியில் முல்லை மணமே நிறைந்திருக்கக் கண்டேன். எழுந்தேன். செந்தாமரை சற்று முன்னோக்கி நடந்திருக்கக் கூடும். பார்வையில் படவில்லை. அவசரமில்லாமல் நிதானமாக அடி மேல் அடிவைத்து நடந்தேன்.

மலையிறங்கியதும் இந்தப் பச்சை நீர்த்தேக்கம் நீலமாகி மாறியிருந்தது. தெளிவான நீர். சற்று ஆசுவாசப்படுத்திக்கொண்டு நீருக்கருகில் அமர்ந்து முகத்தில் வாரித் தெளித்துக்கொண்டு ஒரு கையள்ளிக்குடித்தேன். அத்தனை இனிப்பான தண்ணீரை நான் அதுவரை பருகியதே இல்லை. மகிழ்ச்சியாக இருந்தது. மீண்டும் மீண்டும் என இரண்டு மூன்று முறை கைகளில் அள்ளிக்குடித்தேன்.

அடுத்த முறை அள்ளியபோது கைப்பள்ளத்து நீரில் அந்தப் பிரதிபலிப்பு தெரியத் திடுக்கிட்டுத் திரும்பினேன்.

அருகில், வெகு அருகில் அந்தப் பெண் நின்றிருந்தாள். ஈரம் சொட்டச் சொட்ட ஒரு வெள்ளையாடை அணிந்துகொண்டு. இவளை சம்பகவெளியில் தூரத்தில் பார்த்திருக்கிறேன். அப்போது இவளுடன் ஷ்யாமாவும் நின்றிருந்தாள். இப்போது இத்தனை அருகில் இவள் மட்டும். எச்சில் விழுங்கினேன். முல்லை வாசனையைத் தேடினேன்.

அவள் ஒரு வெள்ளைச்சேலையை ஒற்றைச் சுற்றாக அணிந்திருந்தாள். செக்கச்செவேலென்றிருந்தாள். அது ஈரம் சொட்டச் சொட்ட இருந்தது. அவள் அங்கங்களை மிகத்

துல்லியமாகக் காட்டிக்கொண்டிருந்தது. அவள் இடது தோளின் மென்சிவப்பு நிறம் தாக்கியது. ஈரச்சேலைக்குள் சற்றும் தளராத மென்னுருண்டைகளெனத் திரண்டிருந்த செழித்த மார்பகங்கள் தாக்கின. ஒரு மெழுகுப் படுக்கையென நீண்டிருந்த நீண்ட வயிற்றுப்பகுதி. திருஷ்டிப் படுமே என்று கொழுகொழு குழந்தைக்கு வைக்கப்பட்ட கருத்த பொட்டு போல சிறிய தொப்புள். சரேலெனச் சரிந்து, திடீரெனப் பெருகிய கீழிடுப்பு.....

முல்லை வாசனை தட்டுப்பட்டது. நிவியா வாசனை சேர்ந்தது. எல்லாவற்றையும் உதறி நிமிர்ந்தேன். அவள் கண்களை நேராகப் பார்த்தேன்.

நான் க்ருஷ்ணா. கும்பகோணம் ராமசாமியின் மகன். ராமச்சந்திரனின் பேரன். குத்ஸ முனிவரின் வழி வந்த குலம். ஆபஸ்தம்பன் என்ற முனிவனின் சூத்திரத்தைப் பின்பற்றும் பரம்பரை. உங்களுக்கு வணக்கம். நான் ஸ்ரீமான் போத்தி வகுத்து வைத்த பிரதமன் சூத்திரத்தைத் தேடி நகர்கிறேன். ஆசி வேண்டும் என்று என்னையறியாமலே கைகூப்பினேன்.

அந்த ஈரக்கரம் என் கையை இறக்கியது. செழும்பூவை உருக்கிச் செய்யப்பட்டது போல இருந்த அவளின் ஆள்தின்னும் அதரங்கள் 'வா' என்றன.

40. நாக ஆலிங்கனம்

அங்கு குளிர் காற்றின் தீவிரம் அதிகரித்தது போலிருந்தது. நடுக்கும் குளிரில்லை. எலும்பினை உருக்கும் குளிரில்லை. இது ஊசிபோல மேனி துளைத்து, மனத்தின் ஆழத்தை அசைக்கின்ற குளிர். ஈரம் சொட்டச்சொட்ட வா என்று இவள் திரும்பியதும் தாக்கிய பின்னழகின் தீவிரத்தைத் தாளமுடியாது தவிக்கிறேன். கண்களைப் பிடுங்கி எறிய முடியவில்லை. இத்தனை நாள் நீரூற்றி வளர்த்திருந்த எண்ணங்களுக்கு இறுக்கிப் போட்ட கடிவாளம் ஒரு நொடியில் கழன்று வீழ்ந்திருக்கிறது. நொடிக்கு நொடி உரமேற்றி வைத்திருந்த கங்குகள் இவள் ஈரத்தில் நனைந்து அணைந்து போய்க் கொண்டிருக்கின்றன.

கூடாது கூடாது என்று ஒரு மனது தடுக்கிறது. அபரிமிதமான அளவுள்ள அவளுடைய பிருஷ்டத்தை நோக்கி இன்னொரு மனது துரத்திக்கொண்டு தவித்துப் பாய்கிறது. ஒரு பக்கம் அனலும், இன்னொரு புறம் குளிருமாய் மேனி முடங்குகிறது. இனி செய்வதேதுமில்லை என்று ஆழ்மனக்கண்ணி ஒன்று எல்லாவற்றிலிருந்தும் பிய்த்துக்கொண்டு போக எத்தனிக்கிறது. வேண்டாம் வேண்டாம் என்று அதைப் பிடித்துக்கொள்ளப் பிரயத்தனப்படுகிறது இன்னொன்று.

உடல் நடுங்க, மனம் கொதிக்க, எல்லாவற்றையும் வெற்றுப் பார்வையாளனென வெறுமனே நோக்கிக் கொண்டிருக்கிறேன். கால்கள் நகரவில்லை. நான் நகர்த்தவிடவில்லை என்ற ஒற்றை ஆறுதலையும் அந்தத் தருணம் முடக்கியது. நான் தொடரவில்லை என்று உணர்ந்தவுடன் திரும்புகிறாள்.

'வர்லையா?'

என்கிறாள். அவளைப் பார்க்கக்கூடாது என்று தீர்மானித்துத் தாழ்ந்திருந்த முகம் இப்போது திடுக்கிட்டு எழுகிறது. அவளா? என்று அதிர்ந்து நோக்குகிறது. சற்று முன்பு இருந்த பேரழகி மறைந்து அங்கு ஷ்யாமா நிற்கிறாள். அதே ஈர உடல், வெள்ளையாடை, ஒற்றைச்சுற்று, ஆனால் முகம் வேறு.

'என்னை ஏன் விட்டுட்ட க்ருஷ்ணா?' என்கிறாள் ஏக்கத்துடன்.

முயக்கத்தின்போது வெளிவரும் அவளின் கொஞ்சல் குரல். ஒட்டிக்கொண்டிருந்த அந்த ஒற்றைக்கண்ணியும் பட்டென விட்டுப்போவது தெரிகிறது. கால்கள் நடுக்கமுடன் அவளை நோக்கி நகர்கின்றன. கைகள் அவள் மேனியைத் தீண்டத் துணிகின்றன. கண்களில் எங்கிருந்தோ பெருக்கெடுத்த கண்ணீர் ஓடிவந்து கன்னம் நிறைக்கிறது. இதோ என் தீவிரங்கள் என் கண்முன்னே உடைந்து உருகி என் காலடியில் ஓடிக்கொண்டிருக்கின்றன என்று எண்ணியபடியே அடுத்த அடியை எடுத்து வைக்கும்போது அந்தத் தூரத்துக் குரல் கேட்கிறது,

'க்ருஷ்ண்ண்ண்ண்ணா...'

என் அத்தனை செவி நரம்புகளும் வீறுகொண்டன. மனம் காட்டின் ஓசைகளை நோக்கித் திரும்பியது. மனத்தினால் வீறு கொண்டு கீழ்நோக்கிப் பாய்ந்துகொண்டிருந்த ரத்தமனைத்தையும், மூளை பிரயத்தனப்பட்டு மேலே திருப்பியது. குரல் வந்த திக்கை நோக்கி ஓடினேன்.

அது தனிஷ்டாவின் குரல். இல்லை அம்மாவின் குரல். அதுவும் இல்லை. இதுதான் பாட்டியின் குரலா? அந்தத் தீவிரக்குரல் என்னை இவளிடமிருந்து காக்க ஒலித்த கூக்குரலில் தீமைகளிடமிருந்து என்னைக் காக்கும் தீவிரம் மட்டுமே இருந்ததா? ஆபத்தில் மாட்டிக்கொண்ட அவலமா?

மீண்டும் க்ருஷ்ண்ணா...... என்று ஒலித்தபோது அந்தக் குரலில் செந்தாமரையின் சாயல் வந்தது. ஓடினேன். கால்கள் தடுக்கின. முதுகின் எடை பின்னால் இழுத்தது. சில முறை விழப்போனேன்.

இரண்டு திருப்பங்களுக்குப் பின்பு அந்தக் கோரக் காட்சியைக் கண்டுகொண்டேன்.

இரண்டு பெரிய மலைப்பாம்புகள் ஒன்றை ஒன்று பின்னிக்கொண்டு எழுந்து நின்றிருந்தன. கோவிலில் வணங்கும் ஜோடி நாகற்சிலை போல இருந்தது அது. பாடப்புத்தகங்களில் டி என் ஏ வைக் குறிக்க வளைந்து வளைந்து செல்லும் வரைபடங்களை இப்படித்தானே குறிப்பார்கள் என்று சம்பந்தமில்லாமல் ஏதோ யோசனை வந்தது. எழுந்து விஸ்வரூபமெடுத்துத் தலைக்கு மேலே எட்டடி உயரத்திற்கு நீண்டிருந்தன. பாம்புகள் எப்படி நிற்கமுடியும் என்ற அறிவின் கேள்விக்கு விடை கண்டறியமுடியவில்லை. இப்படிப் பிணைந்திருந்த பாம்புகளின் மத்தியில், உச்சியில் ஒரு முடிச்சினிடையே செந்தாமரை சிக்கியிருந்தாள். இப்போது அவள் குரல் எழும்பவில்லை.

ஏற்கனவே அவள் அனுப்பிய கூக்குரலும் மிகுந்த பிரயத்தனத்திற்குப் பிறகுதான் வந்திருக்க வேண்டும் என்று தோன்றியது. இப்போது என்ன செய்வது. நான் என்ன அதிநாயகனா? இத்தனை தூரம் இவள் உயிரைப் பணயம் வைத்து இவள் கடந்து வந்தது இப்படி இரண்டு மாயப்பாம்புகளின் வாய்க்குள் சென்று மாயத்தானா?

கள்ளன் வந்து சேர்ந்தது. ட்வீக் என்றது.

‘என்ன இது? என்ன பண்ணணும்?’ என்று திக்கித் திக்கி வார்த்தைகளை விட்டேன். ‘இதுதான் பாலராம சாஸ்திரி சொல்லியிருந்த மந்தநாகத்துறை. இந்த நீர்நிலையைக் கடந்து போகவேண்டுமென்றால் ஒரு குருதிப்பலி கொடுத்த பின்னர்தான் அது சாத்தியம். ஆகவே அது எடுத்துக்கொண்டுவிட்டது. நாம் செய்ய ஒன்றுமில்லை. நீ அவளை எடுத்துக்கொள் என்று சொல்லிவிட்டால் நம் வழி திறக்கும். நம் வேலை எளிதாகும் அவ்வளவே’ என்றது.

‘அது அறமில்ல சாமி. இந்த உயிரை ஒரு இடத்தில நான் காப்பாத்தினது இன்னொரு இடத்துல பலி குடுக்கத்தானா?’ என்றேன். வார்த்தை குழறியது.

‘தம்பி உன் மனத்தின் ஈரத்தைச் சற்றுக் காய வை’ என்றது.

வேடிக்கை பார்த்துக்கொண்டு நிற்பதைத்தாண்டி என்ன செய்யமுடியும் என்று யோசித்தேன்.

‘அவளை விட்டுடு’ என்று உரக்கக் கத்தினேன். பாம்பிற்கு என்

மொழி எப்படிப் புரியும் என்று பகுத்தறிவு சிரிக்கிறது. ஆயினும் மீண்டும் அதையே சொன்னேன் இன்னும் சத்தமாக.

‘விட்டுடச்சொல்றேன் நீ வா’ என்றது ஒரு குரல். திரும்பினேன்.

அந்த ஒற்றையாடை சிவப்புப்பெண். இப்போது ஷ்யாமா முகமில்லை. ஈரம் இன்னும் காய்ந்திருக்கவில்லை. வனப்பு தீர்ந்திருக்கவில்லை. கண்களின் மோகப்புயல் என்னை நோக்கி வீசுவது நின்றிருக்கவில்லை. ஆனால் இந்தக் கணத்தில் நான் வேறு. எனக்குச் செய்ய வேண்டிய பணிகள் வேறு இருக்கின்றன. என்ன நினைத்தேன் என்று தெரியவில்லை.

சடாரென அவள் காலில் விழுந்தேன்.

எழுந்து நின்றேன். கைகூப்பினேன்.

‘நீ என் தாய். சிறுவயதில் என்னைத் தூங்கப்பண்ணிவிட்டு கொல்லைக்கிணற்றில் குளித்துக்கொண்டிருந்தாள் அம்மா. எங்கிருந்தோ வந்த ஒரு பூரான் மெல்ல நான் உறங்கிக்கொண்டிருந்த தூளியில் ஏறியிருந்தது. துணிக்கு மேலான அதன் தடவலிலேயே நான் விழித்துக்கொண்டேன். அலறினேன். அது என் தோலைத் தீண்டும் முன்னரே அதன் தீவிரம் என்னைத் தாக்கியிருந்தது.

குளித்துக்கொண்டிருந்த என் அன்னை பிறந்தமேனியுடன் வந்து என்னை அள்ளிக்கொண்டாள். என்னை ஆற்றினாள். முலைப்பால் வழங்கித் தேற்றினாள். அழுகையை நிறுத்தினாள். அந்தப் பூரானை விளக்குமாற்றால் தாக்கி வீழ்த்தினாள்.

ஒற்றையாடையுடன் நிற்கும் நீ என் அன்னை. உன் முலைப்பால் தேவையில்லை. அங்கே நாகத்தின் மாயப்பிடியில் சிக்கியிருக்கும் என் தோழி எனக்கு உயிரோடு வேண்டும். உன்னால் இயன்றால் உன் கையில் ஒரு மாய விளக்குமாறு இருக்குமென்றால் இந்த மாயப்பாம்பை ஓட்டு’ என்றேன்.

சத்தியமாகப் பேசியது நானில்லை. என்னுள்ளிலிருந்து என்னை இயக்கிய சக்தி எது என்று தெரியவில்லை. சாதாரணத் தமிழில்லாமல் உரைநடைத் தமிழில் பேச வைத்தது இன்னது என்று புரியவில்லை. ஆனால் என் உணர்ச்சிகள் உண்மை. நான் எங்கிருந்து நகர வேண்டும் என்று நினைக்கிறேனோ அந்த

நகர்தலை இந்தத் தருணம் சாத்தியமாக்கியிருக்கிறது. காமத்தை வெல்ல, தாய்மை ஒரு பெருவழி என்று மனக்கண் திறந்த இந்தத் தருணத்தைக் காலமெல்லாம் போற்றுவேன்.

இப்போது அந்தப் பெண்ணில் குரல் உயர்ந்தது.

'கொழந்த சொன்னது கேட்டுதோல்யோ. இன்னுமென்ன யோசனை' என்றது. அத்தனை நேரம் பேசியது வேறு யாரோ. இந்தக் குரலுக்குச் சொந்தக்காரியை நான் அறிவேனே? யாரது?

சரேலென அந்த இரண்டு பாம்புகளும் தரைக்கு வந்தன. செந்தாமரையைக் கரையில் விட்டுவிட்டு, இரண்டும் வலதும் இடதுமாய் இரண்டு திக்குகளில் திரும்பி நீருக்குள் மறைந்தன. செந்தாமரை அதிர்ச்சியும் மகிழ்ச்சியும் ஒருசேர எங்களைப் பார்த்துக்கொண்டிருந்தாள்.

'உன் வழி திறந்துடுத்துடா, போ' என்று சொன்னாள் இந்த ஒற்றையாடைப் பெண்.

பச்சை நீர்த்தடத்தினூடே ஓர் ஒற்றையடிப்பாதை உருவாகியிருந்தது. கள்ளன் 'ம்ம் சீக்கிரம். சில நிமிஷம்தான் திறந்திருக்கும்' என்றது. வேக வேகமாக ஓடினோம். செந்தாமரை என் கரத்தை அழுத்திப் பிடித்து தேங்க்ஸ் தேங்க்ஸ் என்று திரும்பத் திரும்பச் சொல்லிக்கொண்டிருந்தாள். அவள் அதிர்ச்சியிலிருந்து இன்னும் மீளவில்லை என்று தெரிந்தது. அவளை இழுத்துக்கொண்டுதான் ஓடினேன். கிட்டத்தட்ட பதினைந்து நிமிட ஓட்டத்திற்குப் பின் மறுகரையை அடைந்து திரும்பிப் பார்த்தபோது அந்தப் பாதை முற்றிலும் மறைந்திருந்தது.

மறுகரையில் மீண்டும் அந்தப் பெண்ணைப் பார்க்கிறேன். இப்போதும் அவள் அந்த ஒற்றை வெள்ளையாடைதான் அணிந்திருந்தாள். ஆனால் அதில் ஈரம் இல்லை. கண்களில் மோகம் இல்லை. கருணை இருந்தது. புன்னகை மலர்ந்திருந்தது. சில நொடிகளில் அந்த உருவம் முற்றிலுமாய் மறைந்தது.

'யார் குரல் தெரிஞ்சுதா?' என்றது கள்ளன்.

இல்லை என்று தலையசைத்தேன்.

'பட்டம்மா பாட்டி' என்றது.

41. நீர்விகாரம்

மரகதவெளியின் இக்கரையில் குளிர் வலுத்திருந்தது. தூரத்தில் அந்தப் பெண்மணியின் உரு மறைந்திருந்தது. செந்தாமரை இன்னும் நடுக்கம் குறையாது, கலக்கத்தோடு இருந்தாள். கள்ளன் கடைசியாக அந்த ஓரிழையாடைப் பெண்ணின் குரலில் பேசியது பாட்டிதான் என்று சொன்னபோது என் திடம் இன்னும் அதிகரித்திருந்தது. வலுவேறியிருந்த என் மனத் திண்மைக்கு அந்தக் குரல் உரமேற்றியிருந்தது.

நீர் எடுத்துக் கொண்டு வந்து செந்தாமரைக்குக் கொடுத்தேன். அவள் குடிக்கக் குடிக்கத் தீராத தாகத்துடன் மொத்த ஆற்று வெள்ளத்தையும் எடுத்துக் குடித்துவிடும் எண்ணத்திலிருந்திருக்கிறாள். குடுவையை விடுத்து எழுந்து நடந்து போய், ஆற்றின் கரையில் அமர்ந்து அள்ளி அள்ளிக் குடித்தாள். முகத்தில் நீரை அறைந்து தெளித்துக் கொண்டாள்.

எழுந்து ஓடி வந்து அணைத்துக் கொண்டு அழுதாள். அவள் உடல் இன்னும் நடுங்கிக் கொண்டிருந்தது. அவள் தோளை வலுவாக இறுக்கப்பிடித்தேன். அவள் கரங்களை இணைத்துக் கோத்துக்கொண்டேன். அவள் அழுகையின் தீவிரம் அதிகரித்தது. விசும்பலாய்த் தொடங்கி, பெருங்குரலெடுத்து அழும் வரை சென்றது.

அவள் என் பிடியிலிருந்து நழுவிச் சென்றாள். அவள் குரல் மலையின் எல்லாத் திக்கிலும் பட்டு எதிரொலித்தது. என்

சொற்களோ, அணைப்போ அவளுக்குப் போதவில்லை. அவள் கதறல் ஒலி பெருகிப் பெருகி வானை அளந்தது. பாதாளத்தின் அடி வரை சென்றது. அவள் முகம் சட்டென விகாரமாய் மாறியது. எனக்கு அவளை ஆற்றுவதைத் தாண்டி, இப்போது அவள் என்னை ஏதேனும் செய்துவிடுவாளோ என்று பயம் தோன்றிவிட்டது.

கரங்களை விரித்திருந்தாள். கால்கள் அகண்டிருந்தன. வாயின் அகலம் பெருகியிருந்தது. ஆவென்று அவளிட்ட கூக்குரலின் வழி அவளின் அண்ணாக்கு வரையில் வாயின் ஆழம் தெரிந்தது. முகம் வழக்கத்திற்கு மாறாக வெளுத்திருந்தது. பச்சை நரம்புகளின் தீர்க்கம் தெரிந்தது. தொண்டை நரம்புகளின் தோற்றங்கள் தெளிவாகத் தெரிந்தன. அவள் முகம் வெண்மையும் சிவப்புமாய் மாறி மாறித் தோற்றம் கொண்டிருந்தது

கள்ளன் எங்கிருந்தோ பறந்து வந்தது.

‘மாயை வந்து ஏறி பித்துப்பிடித்திருக்கிறது தம்பி. சாம தான பேதங்கள் உதவாது. பிடித்துக் கட்டு’ என்றது.

நான் தயங்கி நின்றிருந்தேன்.

‘தம்பி அவள் இப்போது செந்தாமரையல்ல. முற்றிலும் வேறு. அப்படியே விட்டால், அவளுக்குமேதான் ஆபத்து செயல்படு’ என்றது.

அவள் ஒரே திக்கை நோக்கிதான் கத்துகிறாள். தலை எதிர்த்த மலையை நோக்கியேதான் திரும்பியிருந்தது. நான் மெதுவாக அடியெடுத்து அவள் பின்புறம் சென்றேன். அவள் எந்நேரமும் திரும்பி தன் ஆங்காரத்தை என் மீது செலுத்தப்போகிறாள் என்ற பயம் இருந்தது. ஆகவே மிகவும் எச்சரிக்கையாக நகர்ந்தேன்.

அவள் குரலால் இந்தக் கரை முழுவதுமே நடுங்குவது போல ஒரு கற்பனை ஏற்பட்டது. அது கற்பனையா, இல்லை தளம் மொத்தமுமே நடுங்குகிறதா என்று பரீட்சித்துப் பார்த்தேன். உண்மையிலேயே தரையில் லேசான அதிர்வு இருந்தது. மீதமெல்லாம் மனம் கொண்டிருந்த அதிர்வுதான். மெல்ல நகரும்போதே தரையில் படர்ந்திருந்த கொடிகளைச் சேர்த்துக்கொண்டே சென்றேன்.

கொடிகளை மாலையாகக் கழுத்தில் போட்டுக் கொண்டேன். அவள் பின்புறமாக ஒவ்வொரு அடியாக எடுத்து வைத்து அவளை அணுகினேன். அவளுக்கு நிச்சயமாக உணர்வு மரத்துப்போயிருக்கிறது. எல்லா ஆற்றலையும் குரலுக்குக் கொட்டிக்கொடுத்திருக்கிறாள்.

சரேலென நகர்ந்து அவள் நீட்டியிருந்த வலது கையை மடக்கினேன். அதே நொடியில். இடது கையைப்பிடித்தேன். இரண்டையும் பெரும் பிரயத்தனத்துடன் பின்பக்கமாகச் சேர்த்து மடக்கினேன். அது அவ்வளவு எளிதாக இருக்கவில்லை. அவள் குரல் பெருகியிருந்தது. உடல் எல்லா எதிர்ப்புகளையும் காட்டிக்கொண்டிருந்தது.

என் வலு அத்தனையும் கொண்டு அதனை இறுக்கிப் பிடித்தேன். இரண்டு கைகளையும் ஒன்றாக்கிக் கழுத்தில் கோத்திருந்த கொடிகளால் அவள் கையைக் கட்டினேன். ஒவ்வொன்றாகக் கோத்து மூன்று கொடிகளால் கட்டிய பிறகும் அவளின் வேகத்திற்கு அது ஒரு பொருட்டே இல்லை, சீக்கிரமே பிரிந்துவிடும் என்று தோன்றியது.

கள்ளன் ட்வீக் என்றது. ஒரு மரத்தின் அருகே அமர்ந்திருந்தது. ஓடினேன். அந்த மரப்பட்டையை பலமனைத்தையும் திரட்டி உரித்தேன். மிகக் கடுமையான தடிமனுடன் இருந்தது. அதைக்கொண்டு வந்து அந்தக் கொடிகளுக்கும் மேலே இறுக்கக் கட்டினேன். ஏதோ நினைவு வந்து தோள்பையின் அடியில் உபயோகப்படும் என்று வைத்திருந்த சிறிய இரும்புக்கம்பி ஒன்றை எடுத்துக்கொண்டுவந்து அதற்கு மேல் கட்டினேன். இன்னமும் அவள் குரல் நிற்கவில்லை.

அவள் முக விகாரம் பெருகிக்கொண்டே இருந்தது. எங்களிடம் இருந்தது ஒரே ரோஜாப்பொடி வைத்தியம் மட்டும்தான். அது இத்தனை ஆற்றலை அடக்குமா என்று சந்தேகமாக இருந்தது. கள்ளன் ஏதும் சொல்லாமல் அங்கும் இங்கும் பறந்துகொண்டிருந்தது. அவள் கைகள் கட்டப்பட்டு நகர முடியாமல் போனதே ஒழிய அவளின் குரலில் வீச்சு மட்டும் பெருகிக்கொண்டேதான் இருந்தது.

திடீரென்று ஒளி குறைந்துகொண்டே வந்தது. அதற்குள்ளாகவா பகல் நிறையும். காலையிலிருந்து நடந்தது, நின்றது, இந்த

சம்பவங்களையெல்லாம் எதிர்கொண்டது எல்லாவற்றையும் கணக்கு செய்தாலும் எப்படியும் பிற்பகலாகத்தான் ஆகியிருக்க வேண்டும். ஆனால் பொழுது மொத்தமும் கவிழ்ந்து வந்தது. நீரோட்டம் அதிகரித்தது. காற்றின் வேகமும் கூடியிருந்தது. கொஞ்சம் கொஞ்சமாக ஒளி குறைந்து இருள் சூழத் தொடங்கியிருந்தது.

செந்தாமரையின் குரல் இன்னும் உச்சத்திற்குச் சென்றது. இனி செய்வதேதும் இல்லை என்று சற்றுத் தள்ளியிருந்து பார்த்தேன். காற்றின் வேகம் மிகக் கடுமையாகவே சற்று மேட்டிலேறி அந்தப் பெரிய மரத்தை இறுகப் பற்றிக்கொண்டேன். கள்ளன் வந்து மரத்திலேறி அமர்ந்துகொள் தம்பி என்றுவிட்டு மீண்டும் பறந்துசென்றுவிட்டது. மிகுந்த பிரயத்தனப்பட்டு அந்த மரத்தில் ஏறினேன்.

ஒவ்வொரு கிளையாகப் பற்றி சற்று உச்சிக்கு அருகில் சென்றுவிட்டேன். நிலவு வந்திருந்தது. நிலவொளியில் காட்சிகள் தெளிவாகத் தெரிந்தன. இப்போது செந்தாமரையின் அளவு சிறியதாகியிருந்தது. ஆற்றின் நீரோட்டம் பெருகிப் பெருகி அலைகளாய் விரைவது தெரிந்தது. அவள் குரல் இவ்வளவு உச்சியிலும் தெளிவாக அரற்றுவதைப் புரிந்துகொள்ள முடிந்தது. அப்போதுதான் அது நடந்தது.

எதிரிலிருந்த ஆறு பொங்கி உயர்ந்தது. அது உயர்ந்து உயர்ந்து உச்சிக்குச் சென்றது. அதன் அகலம் விரிவடைந்தது. தண்ணீருக்கு உருவம் வரத் தொடங்கியது. கால்கள் தெரிந்தன. முழங்கால்கள் உருவாயின. தொடைகள். இடுப்பு, மார்பு என வளர்ந்து அந்த விகாரமான முகமும் தோன்றியது. கிட்டத்தட்ட ஏழு தென்னை மரங்களை ஒன்றன் மேல் ஒன்றாக அடுக்கி வைத்தது போன்ற உயரம். முற்றிலும் நீரால் செய்யப்பட்ட விகாரச் சிற்பம். அதன் கோரப்பற்கள் வாய்க்கு வெளியே நீண்டிருந்தன. விழிகள் கண்பரப்பைத்தாண்டி வெளியில் வந்திருந்தன. பெரிய காதுகள், நாசிகள் புடைத்துப் பெருத்திருந்தன. விகாரமென்ற சொல்லை இத்தனை அருகில் பார்ப்பேன் என்று நினைத்தது கூட இல்லை.

இந்த மர உச்சிக்கு ஈடாக பேருருக் கொண்டு எழுந்திருந்தது அந்த நீர்ச்சிற்பம். கள்ளன் அருகில் வந்து அமர்ந்தது.

'ஜலமோற்சனி' என்றது.

42. நீர்ச்சமர்

ஜலமோற்சனி என்பது தாகம் அடங்காத தண்ணீர் யக்ஷி என்று பாலராம சாஸ்திரி ஏடு சொல்கிறது. அவர் பாதையைப் பற்றி எழுதும்போது உருவாகும் தடைகள் பற்றிய ஒரு தோராய வரைபடம் ஒன்றைத்தான் கொடுத்திருந்தார். ஆகவே இதெல்லாம் ஒருவேளை தடையாக வரலாம் என்ற ரீதியில்தான் சொல்லப்பட்டிருந்தன. ஆனால் கண்முன்னே எழுந்து நிற்கும் இந்த விகாரச் சிற்பத்தைப் பார்த்த பிறகு அந்தக் குறிப்புகளெல்லாம் மறந்து போயின. காகிதங்களில் எழுதப்பட்டது கண்முன்னே நிகழும்போது கையறுநிலையில் இருக்கிறேனே என்ற பதற்றம் அதிகரித்தது.

எழுந்து நிற்கும் அந்த நீருரு இப்போது தன் அகன்ற வாய் திறந்து கொடூரச்சத்தம் ஒன்றை எழுப்பத் தொடங்கியிருந்தது. இதுவரை இந்தப் பிரதேசத்தை அசைத்துக்கொண்டிருந்த செந்தாமரையின் குரலை அடக்கி இது பெரிதாக ஒலித்தது. அதன் அலறலில் நீர் நடுங்கியது, நிலம் நடுங்கியது. நதிநீர் வெள்ளம் நிறைந்து தரை தட்டியது. அது மெல்ல நெருங்கி வந்து கரையில் நின்றிருந்த செந்தாமரையின் காலை நனைத்தபோது அவள் அலறல் அடங்கியது.

அவள் முகத்தின் விகாரம் அடங்கியது போலத் தெரிந்தது. அவள் கூக்குரல் மட்டுப்பட்டு, இப்போது கைகளின் கட்டுக்களை அவிழ்க்க முயற்சி செய்து முடியாமல் மண்டியிடுகிறாள். அந்த நீர்ச்சிற்பம்

மேலும் உயர்கிறது. மேலும் நீள்கிறது. அதன் க்ரீச் குரல் மேலும் அதிகரிக்கிறது. செந்தாமரை போராடிக் கட்டுக்களை அவிழ்க்க முற்படுகிறாள். கள்ளன் அருகில் வந்து, 'போகலாம்' என்கிறது. இரண்டே தாவல்களில் இந்த மரத்தின் கீழிறங்குகிறேன். ஐந்தே தாவல்களில் செந்தாமரையை அடைந்து கொடி, மரப்பட்டை, சங்கிலி என எல்லா கட்டுக்களையும் அவிழ்க்கிறேன். அவள் முகம் சாந்தமடைந்திருக்கிறது. அவள் நிறம் தெளிவுபட்டிருக்கிறது. கைகளை நீட்டி க்ருஷ்ணா, க்ருஷ்ணா என்று யக்ஷியை நோக்கி அரற்றுகிறாள். அவள் கையை இறுகப்பற்றித் தேற்றுகிறேன். சேர்ந்து எதிர்கொள்வோம் என்று ஆறுதல் சொல்கிறேன்.

என் இடக்கையை அவள் வலக்கைக்குப் பற்றிக்கொண்டு நீர்த்துறையை நோக்கி நிற்கிறேன். எனக்கு அச்சமில்லை. என் நெஞ்சில் பாரமில்லை. இனி எதுவரினும் எதிர்கொள்வேன். நிமிர்ந்து உச்சியில் வெகு உச்சியில் இருந்த ஜலமோற்சனியின் கண்களை நேரிட்டுக் காண்கிறேன்.

வா! என்றேன் குரலை உயர்த்தி. ஏன் அப்படிச் சொன்னேன் என்பதற்கு எந்தக் காரணமும் இல்லை. அது உள்ளிலிருந்து என்னைச் செலுத்திற்று. அதற்கு நான் ஒத்திசைந்தேன். செந்தாமரை திணறினாள். அவள் கைகளை இறுக்கி என்னோடு உறுதியாக நில் என்று உரக்கச் சொன்னேன். மீண்டும் தலையை உயர்த்தி வா என்றேன் குரலை உயர்த்தி. ஒரே ஒரு நொடி ஜலமோற்சனியின் குரலைத் தாண்டிச்சென்று மலையை அதிரச் செய்ததை உணர்ந்தேன். உடனே அவள் குரல் நின்றது. உற்றுக் கீழ்நோக்கிப் பார்த்தது. விகாரமாய்ச் சிரித்தது. அதன் உடல் அசைந்தது. அந்த நீர்ச்சிற்பம் முதல் அடியை எடுத்து வைத்தது.

அதே நேரத்தில் நிலவை மறைத்து மேகங்கள் சூழத்தொடங்கின. இருள் சூழ்ந்து காட்சிகளின் தெளிவு குறையத் தொடங்கியது. எங்கெங்கிலும் கருமை சூழ்ந்து உலகின் நிறம் கருப்பென்றானது. ஆனால் நீரின் ஓசைகள் உயர்ந்தன. ஜலமோற்சனி அடிமேல் அடிவைத்து நகரும் ஓசை. செவிகளைக் கூர்தீட்டிக்கொண்டு கவனித்தேன். கண்களால் அளக்க முடியாத தூரத்தைச் செவிகளால் அளக்க முயற்சி செய்தேன்.

தண்ணீரின் நடுவிலிருந்த அத்தனை பெரிய உருவம் கிட்டத்தட்ட மூன்று காலடிகளில் இங்கே அடைந்துவிடமுடியும். என்றால் அடுத்த நொடி அது எங்களைத் தாக்கும் என்பதால் தயாராக இருந்தேன். இருளின் அத்தனை புள்ளிகளிலும் என் பார்வையைச் செலுத்தினேன். என் செவியின் ஆழ்நரம்பு வரையிலும் ஆற்றலைச் செலுத்திக் கவனித்தேன்.

குரலும், நீர்ச்சத்தமும் பெருகிக்கொண்டே வந்தது. அதே நேரத்தில் புகை போன்றதொரு மூட்டம் படரக்கண்டேன். மெல்ல அது பெருகி ஒரு நீல வளையமென ஆகிக்கொண்டிருந்தது. அதைத் தொட முயற்சி செய்தபோது அங்கு ஒன்றும் இல்லாமலானது. அந்த நீல வட்டம் பெருகிப் பெருகி ஒரு பெரிய குமிழ் போன்ற வடிவு கொண்டது. இப்போது அந்தக் குமிழ் நாற்புறமும் பரவியது. அதன் மெல்லிய ஒளியில் நீர்ப்படலம் தெரிந்தது. ஜலமோற்சனி கரைக்கு வந்துவிட்டிருந்தது.

எங்கள் கால்களுக்குக் கீழே பரவியிருந்த நீரின் ஈரம் கொஞ்சம் கொஞ்சமாகக் காணாமற்போனது. அப்போதுதான் உணர்ந்தேன். இந்த நீலப்படலம் எங்களை ஒரு பெரிய பலூன் போன்ற அமைப்புக்குள் இருத்தியிருக்கிறது. இது ஒரு பெரும் பாதுகாப்புக் குமிழ். இதனுள்ளே நானும் செந்தாமரையும் காக்கப்பட்டிருக்கிறோம். ஆனால் யக்ஷிக்குக் நீர்க்குமிழ் ஒரு பொருட்டா என்று நினைத்துக்கொண்டிருக்கும்போதே அது தாக்கியது.

ஒரு பெரிய ராட்சச நீர்க்கரம் எங்களுக்கு வெகு அருகே வந்துபோனது. ஆனால் எங்களைச் சுற்றிச் சூழ்ந்திருந்த இந்த நீலக்குமிழ் மீது அது பட்டு மீண்டது. இது குமிழ் போல இருந்தாலும் இரும்பை விட அதிக அழுத்தம் கொண்டதா என்ன? இப்போது ஜலமோற்சனி மீண்டும் தன் குரலை எழுப்பத் தொடங்கியது. மலைகளை அசைக்கிற, தரையைத் தாண்டவமாடச் செய்கிற குரல்.

இந்தக் குமிழை இப்போது இரு கரங்களாலும் தாக்கியது. அதிர்வோ, சிறு அசைவோ கூட ஏற்படவில்லை. இது எங்கேயோ நடக்கும் காட்சி. ஒரு தூரத்து நாடகம். மேடைக்கும் இந்தப் புறம் அமர்ந்து ஒரு திரையைப் பார்த்துக் கொண்டிருக்கிறோம்.

இந்த உலகத்திற்கு அந்தப் பக்கம் இன்னொரு உலகம் இருக்கிறது. அங்கே க்ருஷ்ணாவும் செந்தாமரையும் ஜலமோற்சனியிடம் மாட்டிக்கொண்டார்கள். இப்போது அந்த உலகத்திலிருந்து இந்த உலகத்திற்கு வந்து விட்டார்கள். அந்த உலகக் காட்சிகள் ஒரு கண்ணாடி பிம்பமெனத் தெரிந்து கொண்டிருக்கிறது. ஏதேதோ எண்ணங்கள் சூழ்கின்றன.

செய்வதற்கேதுமில்லை. கண்களையும் காதுகளையும் கூர்மையாக்கிக்கொண்டு கவனமாக இருப்பதைத் தவிர. இப்போது ஜலமோற்சனி தன் எல்லா பலங்களையும் கொண்டு இந்த நீர்க்குமிழைத் தாக்கியது. அமர்ந்து கொண்டு தன் இரு கரங்கள், கால்களை எல்லாவற்றையும் சேர்த்து, பலமனைத்தையும் திரட்டி இந்தக் குமிழை உடைக்க முயற்சி செய்கிறது.

வெகு அருகில் அதன் நீர்க்கரங்களும் கால்களும், அதன் ஆகிருதியும் தெரிகிறது. ஆனால் அது எங்களை எதுவும் செய்யமுடியவில்லை. இந்தக்குமிழ் எங்களைக் காக்கிறது. தன்னால் இயன்ற அனைத்தையும் செய்து பார்த்துவிட்டு அமைதியானதா? அல்லது வேறு ஏதும் முயற்சி செய்யலாம் என்று யோசிக்கிறதா என்று புரியவில்லை.

அசைவின்றி, கூக்குரல்களின்றி அமைதியாக இருந்தது. மெல்லிய நீல ஒளியின் வழியே அதன் பேருருவை மட்டும் காண முடிந்தது. இப்போது இந்தக் குமிழின் நீல நிறம் மெல்லக் கரைந்து இளநீலமாகி, இளம்பச்சையாகி, மஞ்சளுக்குச்சென்று, இளஞ்சிவப்புக்குப்போய், அடர்சிவப்பு நிறத்தைக்கொண்டது.

இதன் அத்தனை முனைகளிலிருந்தும் சிவப்பு ஒளி ஒன்று புறப்பட்டது. ஒன்று, இரண்டாகி, பலவாகி, சிலநூறு கதிர்க் கரங்கள் புறப்பட்டன. அது ஜலமோற்சனியின் அங்கங்கள் ஒவ்வொன்றிற்கும் சென்று சேர்ந்தன. நீர்த்துளிகளைக் குறிவைத்து சிற்பத்தைத் தூள் தூளாக்கின. ஓங்கி உயர்ந்து திரண்டு கொழுத்திருந்த அந்த நீர்ச்சிற்பம் கண்முன்னால் உருவேதுமின்றி உடைந்து போனது.

ஆனால் நீர் கொந்தளித்து உயர்ந்தது. இந்தக் குமிழைத் தாக்கியது. ஆனால் இது ஆடவில்லை. அசையவில்லை. அத்தனை நீரும் தாக்கியிருந்தால் அடித்துச் சென்றிருப்போம். ஆனால் குமிழ் காத்து நின்றது. அடுத்த சில நிமிடங்களில் எல்லா

ஓசையும் அடங்கியிருந்தது. மேகங்கள் கலைந்து நிலவு வந்தது. எங்களைக்காத்த குமிழ் மீண்டும் நீலத்திற்கு மாறி ஒரு காற்றுப் படலமெனக் கரைந்து போனது.

சற்று நேரம் முன்பு வரையில் இங்கு நிகழ்ந்த நாடகம் முடிந்து திரை போடப்பட்டு விட்டது. செந்தாமரை மீண்டும் ஓடிப்போய் நீர்குடிக்கச் சென்றாள். கள்ளன் ட்வீக் ஓசையோடு பறந்து வந்து, அவளைத் தடு. அந்த நீர் மீண்டும் உயிர்கொள்ளும் என்றது. ஓடிப்போய் அவளைத் தடுத்தேன். தலையசைத்தேன்.

அவள் பேசமுடியாத அளவிற்கு உதடுகள் காய்ந்து போயிருப்பதைக் கண்டேன். கண்கள் சொருகியிருந்தன. தொண்டை தண்ணீர் தண்ணீர் என்று தவித்துக் கொண்டிருந்தது. அடுத்த நொடி மயங்கி விழுந்தாள்.

அவளைத் தூக்கிக்கொண்டு புல்வெளியில் படுக்கவைத்தேன்.

‘தம்பி, உனக்கு இரட்டை வேலை. ஆனால் இந்தக் கரையில் அடுத்த பகலை நாம் பார்க்கக்கூடாது. இரவோடு இரவாகக் கடக்கவேண்டும். இவள் அடுத்த அரை நாழிகையில் கண் விழிக்கவில்லையென்றால் நீ இவளைச் சுமந்துகொண்டாவது மலையேறிவிடவேண்டும்’ என்றது.

‘ஆம்’ என்கிறது செந்தாமரையின் தொண்டை மட்டும் அசைந்து.

அந்தக் குரல் அவளுடையது அல்ல.

43. மண்டுகம்

நிலவொளி கனிந்திருந்தது. காடும் மலையும் நிறமிழந்து மொத்தமும் கருப்பிற்கும் வெள்ளைக்குமிடையே அமைந்துபோனது. செந்தாமரையின் மொத்த எடையும் என் மீதிருந்தது. ஆகவே மெதுவாகத்தான் அடி எடுத்து நடக்க முடிந்தது. அவளை இரண்டு மூன்று முறை மயக்கத்திலிருந்து தெளிவிக்க முற்பட்டும் முடியாமற்போனது. குறைந்தது இந்த மலையேறி இறங்கிவிடவேண்டும் என்று கள்ளன் சொன்னதால் வேறு வழியே இல்லாது அவளைச் சுமந்துகொண்டுதான் நடக்க வேண்டியிருக்கிறது.

பலமுறை நின்றும், அமர்ந்தும்தான் நடந்துகொண்டிருக்கிறேன். உடல் ஒத்துழைக்காததோடு, மனமும் சேர்ந்து ஒத்துழைப்பதில்லை என்பதே காரணம். சற்று முன்பு நிகழ்ந்த அந்த நீர்ச்சமரை நினைத்து மனது கொண்டிருந்த பயமும் பதட்டமும் குழப்பின. என் சிந்தனைக்கு அப்பாற்பட்டது. என் ஆற்றலுக்கு அப்பாற்பட்டது. அந்தத் தருணத்தில் என்னைக் காப்பாற்றியது வேறு ஏதோ ஒன்று. நான் வெறும் பார்வையாளனாகவேதான் இருக்கிறேன். அது என்னைக் கவலை கொள்ளச்செய்தது.

என் ஆற்றலைத்தாண்டி நிகழும் எதையும் என்னால் எதிர்கொள்ளமுடியாதென்றால், காப்பதற்கு இன்னொரு கரம்தான் வரவேண்டுமென்றால் நானெதற்கு என்றொரு

கேள்வி முளைத்தது. கள்ளன் எப்போதும் உடன் வருவதில்லை. ஆங்காங்கே பறந்துசென்றுவிட்டுத் திரும்பி வந்தது. திரும்பத் திரும்பப் பொழுது விடிவதற்குள் மலை இறங்க வேண்டும் என்றே சொல்லிக் கொண்டிருந்தது.

மிகுந்த பிரயத்தனத்திற்குப் பிறகு உச்சிக்கு வந்துவிட்டேன். மீண்டும் கருமேகங்கள் நிலவொளியை மறைத்திருந்தன. அந்தப் பக்கம் என்ன இருக்கிறதென்றே தெரியாத இருட்டு சூழ்ந்திருந்தது. அத்தனை குளிரிலும் வியர்வை மழையென நனைத்திருந்தது. செந்தாமரை அவ்வப்போது முனகினாளே ஒழிய முற்றிலுமாக மயக்கத்திலிருந்து மீளவில்லை. அவளை அருகில் கிடத்தி மீண்டும் ஒருமுறை தேனில் கரைத்த கஷாயத்தைப் புகட்டினேன்.

உச்சிக்குளிர் வியர்வையைத் தணித்திருந்தது. சால்வைகளில் ஒன்றை அவளுக்குப் போர்த்திவிட்டு ஒன்றைத் தோளில் மாலையாகப் போட்டுக்கொண்டேன். இன்னவென்று தெரியாத இருள்திசையை யோசனையோடு பார்த்துக்கொண்டிருந்தேன்.

கொஞ்ச நேரம் தூங்கு தம்பி, இன்னும் நீண்ட பயணம் காத்திருக்கிறது என்றது பறந்து வந்த கள்ளன். பெருமூச்சுடன் அதை எதிர்கொண்டேன்.

நடக்கறதுக்கெல்லாம் என்ன பொருள்னே புரியல என்றேன் விரக்தியோடு. ஏதோ ஒன்று என்னைப் பலமாகத் தாக்கியிருந்தது. இதுநாள் வரை இல்லாத பயமும், கேள்விகளும் எழுந்து வந்திருந்தன

தம்பி. நீ கற்றுக்கொண்டு இறங்கியவன். இந்தப் பயணத்தில் அச்சமே முதல் எதிரி. அதனை உதற வேண்டும் என்றது.

பெருமூச்சுவிட்டேன். யோசித்தேன்.

ஒன்று சொல்லுங்கள். ஸ்ரீமான் போத்தி ஒரு சமையல்காரர். ராஜாவிற்கு சமையல்காரராக வந்தார். ராஜ பிரதமன் என்கிற உயர்தர இனிப்பு ஒன்றை அவருக்குப் பரிமாறினார். ராஜாவிற்கு மட்டுமே உகந்தது என்று அதை ரகசியமாக வைத்திருந்தார். ஊராருக்குத் தெரிந்தபோது அவர்களின் பார்வையிலிருந்து அதை மறைத்து வைத்தார். அது கண்டறியப்பட்டால் தீராத நோய்களுக்கு மருத்துவமாகும் என்பது அதன் பின்பு வந்த சுவடிகளால்

அறியப்பட்டது. உலகின் உச்சச் சுவை அதுதானென்பதால் பிரபலமடைகிறது. தேடுபவர்கள் அதிகரிக்கிறார்கள்.

இதுவரைக்கும் சரியா?

என்ன தம்பி, முதற்கட்டத்திற்கே திரும்பச் செல்கிறாய்?

இல்லை இந்தக் கட்டத்தில் எனக்குத் தெளிவு வேண்டும்.

ஆமாம் நீ சொன்னது சரி.

ஒளித்து வைக்கப்பட்டது ஓர் இனிப்புச் சூத்திரம் மட்டும் தானென்றால் இது என்ன ஒரு புதையல் ரகசியத்தைக் காணப்போவது போல இத்தனை அபாயங்கள் குறுக்கே நிற்கின்றன? உயிரைப் பணயம் வைத்து எடுக்கும் அளவிற்கா அதன் வீரியம் அதிகமானது? என் குடும்பத்திற்கு மட்டுமே விதிக்கப்பட்டது என்று எழுதப்பட்டிருந்தால் எனக்கு எதிராகவே ஏன் அபாயங்கள் செலுத்தப்படுகின்றன?

ஸ்ரீமான் போத்தி என்கிற சமையற்காரனால் பல நூற்றாண்டுகளுக்குப் பிறகும் காவல் காக்கிற மாய பூதங்களைக் காவல் வைத்துவிட்டா போகமுடியும்? இது என்ன ஏற்பாடு? நான் எதைத் தேடிப் போகிறேன் என்ற குழப்பமே எல்லாவற்றிற்கும் மேலாக வந்து நிற்கிறது. என்றேன் தலையைப் பிடித்துக்கொண்டு.

கள்ளன் எந்தப் பதிலும் சொல்லவில்லை. கொஞ்ச நேரம் அங்குமிங்கும் உலவியது. பிறகு திரும்பவும் பறந்துபோய்விட்டது. என் குழப்பங்கள் தலையை உடைப்பது போலிருந்தன. சற்று நிதானித்து தண்ணீர் குடித்தேன். செந்தாமரையின் முனகல்கள் கேட்டு அருகில் சென்று அவள் வாயிலும் தண்ணீர் விட்டேன். அவள் ஏதோ முனகுவது கேட்டது.

ஜலமோற்சனி, ராஜ பிரதமன், க்ருஷ்ணா, போத்தி என்று சொற்கள் ஒரு நிலையில்லாமல் பிதற்றலாக வெளிவந்துகொண்டிருந்தன. பாவம்! ஆசை யாரை விடுகிறது. இவளுக்கு ஏன் இந்தத் தலையெழுத்து. ராஜபிரதமன் என்ற ஒன்றைத் தேடி வாழ்வையே தொலைத்து மனித ரூபமிழந்த சித்தப்பாவையும் நினைத்து வருந்தினேன்.

இத்தனை மாயைகளும் சேர்ந்து நிகழ்த்தும் விளையாட்டென்றால் என்ன செய்யமுடியும். இத்தனை தடைகள் தாண்டிச்சென்றும் இறுதியில் ஏதும் இல்லாத ஒரு வெளியில் கொண்டு போய் நிறுத்திவிட்டால் என்ன ஆகும்? இதற்கெல்லாம் ஏதேனும் பொருள் இருக்கிறதா? சித்தப்பா ஊருக்குத் திரும்பி வராமலே இருந்திருந்தால்? ஷ்யாமாவின் துரோகத்தால் என் மனம் வாடாமலே இருந்திருந்தால்? நான் ஷ்யாமாவை சந்திக்காமலேயே இருந்திருந்தால்? இந்தச் சமையற்தொழிலுக்குள்ளேயே வராமல் ஏதேனும் டிகிரி முடித்து குமாஸ்தா பணிக்குப் போயிருந்தால்? தாத்தா பாட்டியைத் திருமணம் செய்துகொள்ளாமலே போயிருந்தால்? அந்தத் திருமணநாளில் வாயிலில் அந்தத் தீக்குளிப்பு அமங்கலம் நிகழாமலே போயிருந்தால்?

நடக்காததைக் குறித்து என்ன நினைப்பு என்று மனம் அதட்டுகிறது. இப்போது மட்டும் என்ன நடந்துவிடப்போகிறது என்கிற இன்னொரு மனத்தின் தவிப்பு. இரண்டிற்கும் இடையேயான ஊசலாட்டத்தில் தவிக்கிறேன்.

அந்த இருளில், ஒரு தவளைச்சத்தம் கேட்கிறது. முதலில் அதைக் கள்ளனின் ட்வீக் என்றுதான் நினைத்தேன். பிறகு அது தவளை என்று தெரிந்தது. இந்த மலையில் தவளையைப் பார்க்கவே இல்லை. இதுதான் முதன்முறை. இப்போது அது கண்ணுக்குத் தெரிந்தது. நல்ல அகலமான இலை ஒன்றின் மேல் அமர்ந்திருந்தது. உள்ளங்கையை நீட்டினால் அதன் மையம் மொத்தத்தையும் மறைத்துவிடுகிற ஆகிருதி. சற்று நேரத்தில் அதன் நிறமும் தெரிந்தது. இளம்பச்சை நிறம். ஆச்சர்யம். நிலவே இல்லாத இருளில் எப்படி இதன் நிறம் மட்டும் ஒளிவிடுகிறது.

மீண்டும்....க்ரக் என்று ஒலித்தது. அதன் கண்கள் இப்போது தெரிந்தன. கால்களின் ஓரத்தில் இலேசாக இருந்த பழுப்பு தெரிந்தது. நிமிர்ந்து என்னையே பார்ப்பது போலத்தான் இருந்தது. தூரத்தில் மின்னல் வெட்டியது. அந்த மின்னல் வெளிச்சத்தில் அதன் பளிங்குக் கண்கள் மின்னின. வாய் திறந்தது தெரிந்தது.

‘சற்று நேரத்தில் கனமழை வருகிறது தம்பி’ என்றது.

திடுக்கிட்டேன்.

44. ஆழிவித்து

முதல் மின்னலின் ஒளியில் அந்தத் தவளையைக் கண்டது நினைவிருந்தது. வாய் திறந்து அது மழை வரப்போகிறது என்றது. சற்று தூரம் நடந்து இடப்புறம் கீழிறங்கிச் சென்றால் ஒரு குகை வரும் அங்கே சென்றால் மழைக்குக் குடை கிடைக்கும் என்றும் சொன்னது. எனக்கு மலையில் பெய்யும் மழை பற்றிய பயம் இருந்தது. கள்ளன் எங்கே போனது என்று தெரியவில்லை. பேசும் தவளையைப் பார்த்த நடுக்கம் இருந்தது. ஆகவே உடனே செந்தாமரையைத் தூக்கிக்கொண்டு நடக்கத் தொடங்கினேன். அடர்ந்த இருளில் அவ்வப்போது தாக்கிய மின்னல் ஒளி வழிகாட்ட, மிகவும் ஜாக்கிரதையாக அடியெடுத்து நடந்தேன்.

பாதை தானாகத் தெளிந்தது. கொஞ்ச தூரத்தில் ஓர் ஒற்றையடிப்பாதை பிரிந்து கீழே இறங்கியது தெரிந்தது. அதன் வழியே இறங்கினேன். இப்போது செந்தாமரையின் எடையும் ஒரு பொருட்டாகத் தெரியவே இல்லை. நான் இறங்குகிறேனா, இறக்கப்படுகிறேனா என்பதைப் பற்றிய சந்தேகமும் இருந்தது. எதையும் யோசிக்கும் நிலையில் இல்லை.

இறங்க இறங்கவே இடியும் மின்னலும் வலுத்திருந்தன. முதல் மழைத்துளி மேலே விழுந்தபோது அந்தச் சிறிய பாறை இடுக்கினைக் கண்டேன். இதற்கா இவ்வளவு தூரம் இறங்கி வந்தேன் என்று தோன்றியது. அது என் இடுப்பளவுக்கு இருந்தது. ஒரு சிறிய பிறை

போன்ற வளைவு இருந்தது. அதற்குள் ஒடுங்கிக்கொள்ளக்கூட முடியாது. கண்ணுக்கெட்டிய தூரம் வரை வெட்டவெளியாக இருந்தது. ஒதுங்க வேறு இடம் இல்லை.

செந்தாமரையை அந்தப் பிறைபோன்ற அமைப்புக்குள் வளைவாகச் சார்த்தி அமர வைத்தேன். மழை முதலில் ஒரு சாரல் போல எதிர்மலையிலிருந்து தாலாட்டிக் கொண்டிருந்தது. தூரத்திலிருந்து அதன் ஓசை பெருகி வந்தது. சற்று நேரத்தில் வானத்தில் இருந்த ஒரு நதி சட்டென்று மதகுகள் திறந்த வெள்ளமெனப் பொங்கிப் பாய்ந்தது. அதன் நீள் ஈரக்கரங்கள் உடலை அறைந்தன. ஒலி மேலும் மேலும் பொங்கி அதன் உச்சத்துக்குச் சென்று இடியோசையோடு லயம் கோத்துக்கொண்டது. இந்த ஓசையோடு காற்றின் ஓசை சேர்ந்து ஓவென்று ஓங்காரம் போலச் சேர்ந்தது. இந்த மூன்று ஓசைகளின் தாளத்திற்கேற்ப மழை நடனமாடியது.

நீர்த்தாரைகள் பெரும் சாட்டைகளென மாறி உடலை வதம் செய்யத் துணிந்துகொண்டிருந்தன. செய்வதற்கு ஏதுமில்லாததால் இந்த மழையை அனுபவிக்க முடிவு செய்தேன். கைகளை நீட்டி எதிர் மலையை நோக்கி ஓவென்று கத்தினேன். மழையும் காற்றும் என்னை உந்தித்தள்ள முயற்சி செய்து தோற்றன. அதை எனக்கான தற்காலிக வெற்றியாகக் கருதி மீண்டும் ஓவெனக் கத்தி காற்றின் முன் என்னை ஒப்புக்கொடுத்தேன்.

அடுத்த முறை என்னை வெகு வேகமாகத் தள்ளிவிட்டது. விழுந்த நான் சிரித்தேன். இது மழைக்கும் எனக்குமான களி. விளையாடலாம் என்று முடிவுசெய்து மீண்டும் மழைக்கு என்னை ஒப்புக்கொடுத்தேன். அது என்னைப் புரட்டி எடுத்தது. வேகமும், ஈரமும் கொண்டு என்னைச் சாற்றியது. மேலே இருந்த ஈரத்தையும் அதன் வேரில் இருந்த அக்னியையும் உணர்ந்தேன். இப்போது சம்மணமிட்டு அமர்ந்தேன். பத்மாசனமிட்டுக் கண்களை மூடிக்கொண்டேன்.

அந்த நீர்த்துளிகளின் ஈரம், வேகம், குளிர் அனைத்தையும் தாண்டி அது மேலே பட்டுத் தாக்கும் அந்த முதற்கணத்தின் சூட்டைத் தியானித்தேன். முதற்பொறி என் மேல் தீண்டியது. மனத்தின் ஆழத்தில் அதனை இருத்தினேன். அதன் மேல் படும் ஒவ்வொரு பொறி நுனியினையும் அடுக்கிப் பெரு நெருப்பை வளர்த்தேன். அது

கனல் செறிந்தது. தணல் கொண்டது. வெளியில் அடித்த காற்றை உட்செலுத்தி அதனை வளர்த்தேன். அது பெருகியது. இப்போது உடல் முழுதும் அனல் உணர்ந்தது. குளிர் காணாமற்போயிருந்தது. மழையின் ஈரம் உறைக்கவில்லை.

அக்கினியின் ஆதரவில் மழையை எதிர்த்து அமர்ந்து கொண்டிருந்தேன். ஈரம் சொட்டச் சொட்ட அக்னியின் அணைப்பை ஆலிங்கனம் செய்துகொண்டிருந்தேன். அதில் ஓர் ஆனந்தம் இருந்தது. பெருமகிழ்வு பொங்கி வந்தது. எழுந்து நடனமாடவேண்டும் போல இருந்தது. கண்களைத் திறந்தேன். அக்கினி வளையம் ஒன்றின் உள்ளிருந்து இந்த மழையைத் தரிசித்துக் கொண்டிருக்கிறேன். எப்படிப்பட்ட அனுபவம் இது! அதன் ஒவ்வொரு துளியையும் ஆழ்மனதிற்கனுப்பிக் கொண்டாடினேன்.

மழை வேகத்தைக் குறைத்துக்கொண்டே வந்தது புரிகிறது. எத்தனை கணம், எத்தனை நாழிகை அது வலுத்திருந்தது என்ற கணக்குப் புரியவில்லை. ஆனால் அதன் ஒவ்வொரு துளியையும் ரசித்துக் கடந்தேன் என்ற திருப்தி இருந்தது. முதல் துளி வீழ்ந்தபோது எழுந்த அச்சம் நினைவுக்கு வந்தது. அச்சம்தான் முதல் எதிரி. ஆனந்தம் எல்லாவற்றையும் எளிதில் கடக்கவைக்கிறது. ஆற்றலோடு, மகிழ்வும் கொண்டு எதிரியை நோக்கி வா ஒரு கை பார்க்கலாம் எனும்போது அதுவும் நண்பனாகிவிடுகிறது. மழை, தூறலாகி, சாரலாகி முற்றிலும் நின்றுபோனபோது செந்தாமரை கண் விழித்தாள்.

அதே நேரத்தில் பாறை முனையில் அந்தத் தவளை மீண்டும் வந்து அமர்ந்திருந்தது. அதன் அளவு இப்போது இன்னும் சற்றுப் பெருத்திருப்பது போல இருந்தது. அதன் அளவு மட்டுமல்ல அந்தப் பாறையின் பிறையளவு கூட சற்று உயர்ந்திருந்தது. செந்தாமரை அந்தப் பாதியிருளில் திடுக்கிட்டுப்போய் என் தோள்களைப் பிடித்துக்கொண்டு என் பின்னால் வந்து நின்று கொண்டாள்.

அந்தப் பாறை எங்கள் கண்முன்னால் வளர்ந்துகொண்டிருந்தது. முதலில் அதனைக் காட்சிப்பிழை என்றுதான் நினைத்தேன். செந்தாமரை தான் நகர்கிறோம் என்ற உணர்வு வந்துதான் விழித்துக்கொண்டதாகக் காதோரம் சொன்னாள். அந்தப் பிறை வளைவு என் தோளளவு வளர்ந்தது. அதன் அகலம் இரண்டு

ஆள் அளவிற்கு விரிந்தது. தவளையின் நிலையும் அதோடு சேர்ந்து உயர்ந்தது காண்கிறேன். அது என் தலைக்கு நேரே வந்தவுடன், மேலே அமர்ந்திருந்த தவளை என் தோளுக்குத் தாவியது.

நான் செந்தாமரையின் கையைப் பிடித்துக்கொண்டு இந்தப் பாறைப் பிறைக்குள் முதலடி எடுத்துவைத்தவுடன் எங்கிருந்தோ வந்து கள்ளன் வந்து சேர்ந்துகொண்டது.

சற்றுக் கோபத்துடனே 'ஏன் ஸ்வாமி, கஷ்டப்படும்போதெல்லாம் பக்கத்துல இருக்காம இப்படியா எங்கயோ போய் ஒளிஞ்சுக்கறது' என்றேன்.

'நீ ஒன்றும் கஷ்டப்பட்டதாகத் தெரியவில்லையே தம்பி, நீ ஓர் ஆனந்த ஒளிப்பிழம்பாகத் தாண்டவம் ஆடியதை ரசித்துக்கொண்டேதான் இருந்தேன்' என்றது. சற்று வெட்கமாக இருந்தது.

'நீர், குருவியாக வந்திருக்கும் சித்தர். சரி, இந்த மர்மப் பச்சைத் தவளை யார்?' என்றேன். அவரே சொல்லுவார் என பதில் தந்தது குருவி.

'தம்பி என்னை நீ அறிவாய். உன்னை நான் அறிவேன். இப்போது அந்தக் கதை இங்கு அவசியமில்லை. நான் உன் நண்பன் என்பதை மட்டும் தெரிந்துகொண்டால் போதும்' என்றது தவளை. சற்று முன்பு நீ ஆனந்தத் தாண்டவமாடிய அந்த மலையுச்சியைத்தான் குந்தா கணவாய் என்று உலகு அழைக்கிறது. வெள்ளைக்காரன் டெவில்ஸ் கேப் என்றான். அந்த உச்சியில்தான் ஸ்ரீமான் போத்தியின் தனிக்குடிலும் சில நூற்றாண்டுகளுக்கு முன்பு இருந்தது.

பகலிலோ, ஒளியிலோ அந்த மலையுச்சியை நீ பார்த்திருந்தால் உன் சமநிலை குலைந்திருக்கும். ஆகவேதான் இரவோடிரவாக அழைத்து வந்தோம். பிறகு உன் மனத்தின் குழப்பத்தை எடைபோட மழைபொழிந்தது. நீ அதனை உன் திடத்தால் எதிர்த்து ஆனந்தத்தால் அதை ஏற்று மகிழ்ந்தாய். ஆகவே உனக்குப் பாதை திறந்தது.

அந்தப் பாறை கீழ்நோக்கி இறங்கியது. மீண்டும் இருட்டு. சறுக்குப் பாதையாகக் கொஞ்சமும் சிறிய படிக்கட்டுப் பாதையாகக்

கொஞ்சமும் இருந்தது. செந்தாமரை கண்விழித்திருந்தாலும், நடக்க முயன்றாலும் முழுவதுமாக சமநிலைக்கு வந்திருக்கவில்லை. தோள்களில் சாய்ந்துகொண்டே நடந்துவந்தாள்.

நீ கேட்ட கேள்விக்கு இங்கே வைத்துத்தான் பதில் சொல்லவேண்டும் என்றிருக்கிறது என்றது கள்ளன் இப்போது. செந்தாமரைக்கு என் தோளில் இப்படி இரண்டு ஜீவன்கள் அமர்ந்திருப்பதோ நான் அவர்களிடம் பேசிக்கொண்டு வருவதோ நிச்சயம் தெரியப்போவதில்லை. வழக்கம்போலவே தனக்குத்தானே பேசிக்கொள்ளும் பித்தன் என்று நினைத்துக்கொள்ளலாம்.

ஸ்ரீமான் போத்தி நீ சொல்வதைப்போல சிறந்த சமையற்கலை வல்லுநன் மட்டுமல்ல. ஒரு சித்தன். பாலராமவர்மா ரஜோ குணத்தோடு போராடிக் கொண்டிருந்தாலும் அவன் ஆழ்மனத்தில் இருந்த ஈரத்தை அறிந்திருந்தான். அவன் வித்தின் வீரியமறிந்து அவனுக்கு ராஜ பிரதமனை அளித்தான். அங்கிருந்து திருவாங்கூர் சமஸ்தானத்தின் நற்பேறு பெருகி விளைந்தது.

தான் அங்கே இருந்த காலத்தில் அவனுடைய எதிரிகள், கூட இருந்தே குழிபறிக்கும் துரோகிகளையும் அடையாளம் காட்டிவிட்டே மறைந்தான். அவனிருந்த ஒரு மண்டலக் காலமும் இரவுணவிற்குப் பின் ராஜா அருந்திய ராஜ பிரதமன் அவன் சந்ததிகளை மலர்த்தியது. நல்லாட்சியை அவனும், அவன் வழி வந்த வாரிசுகளும் வழங்கினர்.

போத்தி, இனி தலைமுறைகள் தாண்டியும் அதுவே பாரத தேசத்திற்குப் போதும் என நினைத்தான். ஆனால் கலியின் கரங்கள் கொடூரமானவை. ஆங்கில ஆட்சிக்குப் பிறகு அது மேலும் மேலும் தீவிரமாகிப் போய்க்கொண்டிருந்தது.

ஸ்ரீமான் போத்தி அதனை ஒளித்துவைத்தார். அதன் பாதுகாவலர்களாகப் பல சித்த புருஷர்களை அதற்குக் காவலாக வைத்தார். பல தலைமுறைகளுக்குப் பிறகு சபிக்கப்பட்ட ஒரு குடும்பத்திலிருந்து மீண்டும் ரஜோகுணமிக்க வாரிசு ஒன்று உருவாகும். அதன் நினைவைத் தீண்டும் வரையில் பூமியின் ஆழத்தில் இது காத்திருக்கும் என்று எழுதிச் சென்றார்.

'இதை அடைபவன் சூத்திரத்தை அறிந்துகொண்டவன் மட்டுமல்ல,

ராஜாங்கத்தை ஆளும் பலம் பெறுவான். அதிர்ஷ்டம் அடைவான். ஆகவே அது உனக்குக் காத்திருக்கிறது' என்று கள்ளனை இடை நிறுத்திச் சொன்னது இந்தப் பச்சைத் தவளை.

ஆக, நான் ரஜோகுணத்தோடு அளவற்ற காமத்தோடு திரிந்தது இதற்குத்தானா என்று தோன்றியது. இதோ தோளில் சாய்ந்து, ஈர உடலோடு, மார்பகங்கள் அழுந்த செந்தாமரை கூடவே இருந்தும், சற்றும் காமமின்றி என் மனம் தானாக மாறிப்போனதும் இதே விதியில் எழுதப்பட்டதுதானா?

இந்தப் பாறை வழியின் இறக்கம் முடிந்து சமதளம் வர ஆரம்பித்தது. தூரத்தில் ஓர் அகலொளி தெரிந்தது. செந்தாமரை முழுதும் தெளிந்திருந்தாள். இது என்ன இடம் என்று கேட்டுத் தெளிந்தாள். சுருக்கமாகச் சொன்னேன்.

விழிகள் விரியக் குகையைச் சுற்றிப்பார்த்தாள். 'அப்ப இங்கதான் ரகசியம் இருக்குமா?' என்றாள். கிட்டத்தட்ட ஒரு நாளுக்கும் மேலாக அவளிடம் இல்லாது போயிருந்த அந்த ஆளுமைக் குரல் ஒலிக்கக் கேட்கிறேன்.

தெரியலை. நேத்திலேர்ந்து நடக்கறதெல்லாம் விதியின் கரங்கள்ளதான் இருக்குன்னு தோணுது. அது விட்ட வழில நான் போறேன் என்றேன்.

சட்டெனக் குனிந்து அகல் விளக்கொளியின் வழி தூரத்திலிருந்த ஒரு பந்தத்தைக் கண்டுகொண்டாள். அல்லது நாங்கள் காணவேண்டுமென்று அது அங்கே காத்திருந்தது.

அதனை அகலில் காட்டி பற்றவைத்துக் கொண்டாள். இப்போது குகை முழுவதும் ஒளி பரவியது. சிறிய கல்லிடுக்குகள் வழியாகச் சென்றோம். செந்தாமரை இப்போது முன் சென்றாள். கள்ளன் அவளுக்கு வழிவிட்டு நிதானமாகப் பின் செல் தம்பி என்றது.

அவள் வெகு வேகமாக முன்னே நகர்ந்தாள். அந்தக் கல்லிடுக்குப் பாதையின் இறுதியில் ஒரு பெரிய வெளி தோன்றியது. அங்கே இருபுறமும் பாறைகள் சமதளமாக இருந்தன. நடுவில் மணற்பரப்பு இருந்தது. நாங்கள் அந்தப் பகுதியை அடையும் முன்னரே செந்தாமரை அங்கு சென்றிருந்தாள். கூக்குரலிட்டாள். கத்தினாள். நான் சற்று விரைந்து ஓடினேன். நிதானம் தம்பி, எக்காரணம்

கொண்டும் அவளை நெருங்கி நிற்காதே என்று சொன்னது கள்ளன்.

அவள் அங்கே ஒரு கையில் தீப்பந்தத்தோடு மறுகையை ஒரு பெரிய கற்பலகை போல இருந்த அந்தப் பெரிய பாறையைக் காட்டிக்கொண்டு நின்றாள். 'பாரு, இங்க பாரு' என்று அரற்றினாள். அந்தப் பாறையில் சித்திரங்களாகவும், பழைய தமிழ் எழுத்துக்களாகவும் வரிசையாக வாக்கியங்கள் எழுதப்பட்டிருந்தன.

முதல் வரியில் ராஜ ப்ரதமன் ஸூக்ஷ்மம் என்று தொடங்கியிருந்தது. இதுதானா? இந்தப் பாறைக் கல்வெட்டைக் காணத்தான் தன் வாழ்வைச் சித்தப்பா இழந்தாரா? இதை அறிந்துகொள்ளத்தான் திருவாங்கூர் சமஸ்தானம் மொத்தமும் நூற்றாண்டுகளாகக் காத்திருந்ததா? பலபேர் உயிர் துறந்தனரா? இத்தனை மாயைகளும் இதற்குத்தானா? இங்கே வந்து சேர்வதற்குத்தான் என் பரம்பரை என்னை அனுப்பிவைத்திருக்கிறதா?

செந்தாமரையின் முகத்தில் சிவப்பு சேர்ந்திருந்தது.

'பார், உன்னை வெற்றி கொண்டுவிட்ட என் முகத்தை நேராகப் பார், க்ருஷ்ணா. நான் ஜெயிக்கப் பிறந்தவள். கண்டாயா...'

அவள் குரலின், மொழியின் த்வனி முற்றிலும் மாறியிருந்தது. அவள் மயக்கத்தில் பிதற்றுகிறாள் என்று நினைத்தேன். அவளுக்கு இன்னும் ரோஜாப்பூப்பொடியைத் தேனில் குழைத்துக்கொடுக்கவேண்டும் என்று நினைத்தேன். அவளைக் காப்பாற்றவேண்டும் என்று நினைத்தேன்.

ஆனால் அவள் குரல் உயர்ந்தது.

'இந்த ரகசியம் இனி என்னைச் சேர்ந்தது. உனக்கு இந்த ஸ்ரீமான் போத்தியின் குகையே சமாதி. நான் இவ்வுலகின் ராணி. இதைக் கண்டுகொண்டவர்களுக்கு ராஜரீக யோகம் உண்டு என்று தெரிந்துகொண்டேன். தேடினேன். அலைந்தேன். உன் குடும்பத்திற்கும் முடிந்த வரைக்கும் ஊடுருவினேன். உன் மனத்தைக் கலைத்தேன். ஆனால் உன்னை மட்டுமே இந்த மாயவெளி அனுமதிக்கும் என்று தெரிந்து உன்னையும் வென்றேன். இனி எல்லோரையும் வெல்வேன்' என்று கத்தினாள்.

தம்பி இரண்டு அடிகள் பின்னால் வா என்றது கள்ளன். நான் நன்றாகவே நகர்ந்தேன். அவள் இடுப்பில் வைத்திருந்த அந்த பெரிய கத்தியை எடுத்தாள். வேகமாக ஓடிவந்து என் கழுத்தை நோக்கிக்கொண்டு வந்தாள்.

என் தோளில் இருந்த தவளை குதித்தது. என் முன்னே ஒரு பச்சைக்கோடென வளர்ந்தது. மனித ஆகிருதி கொண்டது. பச்சை மஞ்சளாகிப் பழுப்பாகியது. அதன் முகம் பருத்தது. தொப்பை வளர்ந்தது. ஒற்றை வேட்டி கட்டிய இடை தெரிந்தது. தலைமுடியைக் கொழுவி இடதுபுறமாகக் கொண்டை போட்டிருந்தது தெரிந்தது.

எதிர்வந்த கத்தியைப் பிடுங்கி, திரும்பி வீசியது. அது நேராகச் சென்று செந்தாமரையின் மார்பைத் தாக்கியது. ஹக் என்ற ஒற்றை ஒலியுடன் கண்களை விரித்து எதிரே பார்த்தாள்.

'போத்த்த்தீ...' என்று கத்தினாள். பிறகு அவள் உடல் பல சிவப்புப் பட்டாம்பூச்சிகளாய்ப் பிரிந்து நாற்புறமும் அவை அனைத்தும் பறந்துபோயின.

அத்தனை நேரம் தவளையாக இருந்த போத்தி, கீழே கிடந்த தீப்பந்தத்தை என் கையில் கொடுத்த பிறகு இறுக்கமான முகத்தோடு என்னைப் பார்த்துச் சொன்னார்.

'வாழி!'

சொல்லிவிட்டு மறைந்தார்.

45. பொங்கல்

அந்த இருட்குகையில் நான் தனியனானேன். தூரத்துப் பந்த நெருப்பில் குகையின் ஆகிருதி தெரிந்தது. அதன் நீள அகலத்தையும் கண்களால் அளந்தேன். இந்தச் சிறிய கருங்குகை என் வருகைக்காகச் சில நூற்றாண்டுகள் காத்திருந்திருக்கிறது. மண்ணுக்குள் புதைந்து தன்னைப் பாதுகாத்து வந்திருக்கிறது. எனக்கு இடப்பட்ட கடமை என்ன? இதோ என் கண்முன்னே விரிந்து கிடக்கிறது ராஜ பிரதமனின் சூத்திர ரகசியம். இந்தப் பாறையில் சித்திரங்களாகவும், எழுத்துக்களாகவும், வடிவங்களாகவும் கோத்துக் கோத்து எழுதப்பட்டிருக்கிறது.

இதைப் படிப்பதற்கான பயிற்சியைச் சித்தப்பாவின் நோட்டுப்புத்தகங்கள் ஏற்கனவே வழங்கியிருந்தன. ஒருவேளை அந்தப் பயிற்சி இல்லாது போயிருப்பினும் இது என்னை வந்து சேர்ந்திருக்கும் என்றுதான் தோன்றியது. அதன் ஒவ்வொரு வடிவமும், ஒவ்வொரு சொல்லும், சூத்திரத்தின் சூக்ஷமமும் நேரே சென்று மனத்தில் குடியேறின. அவற்றைத் தடவிப்பார்த்தேன். சற்றுமுன் என் தோளில் தவளையாக அமர்ந்திருந்த போத்தியின் விரல் பட்ட சூத்திரம்.

அதன் முன் அமர்ந்து கண்களை மூடிக்கொண்டேன். பதினெட்டு வரிகளாக அமைந்த அதன் ஒவ்வொரு எழுத்தையும் மனத்திற்குள் புடம்போட்டுக்கொண்டேன். ஒவ்வொன்றும் ஆழச்சென்று உள் தைக்கும்வரை காத்திருந்தேன். ஏற்கனவே செய்துகொண்ட பயிற்சிகளின் வழி அது எனக்குள் சென்று தங்கியது.

இனி பாறை தேவையில்லை. மாய வழிகள் தேவையில்லை. என் அகத்திற்குள் பொதிந்து போன இந்த ரகசியம் அங்கேயே நீடிக்கும். அது என் வாழ்வை, சந்ததியை, மக்களை, தேசத்தைச் சீர்செய்யும். புனரமைக்கும். வளத்தைச் சேர்த்து, மனங்களைக் குளிரவைத்து, மக்களைச் சீர்செய்து, நாட்டைச் செதுக்கும். அதற்குக் கருவி நான். இது எப்படி நடக்கும். எங்கிருந்து தொடங்குவது. தெரியாது. இந்த மொத்த மார்கழி மாதமும் என்னை வழிநடத்திய இந்த மாயக்கரங்களே அதைச் செய்யும் என்று தெரிந்துகொண்டேன்.

மனத்திற்குள் மனனம் செய்த சூத்திரச்செய்யுள் இனி என் அகச்சுவரில் மிளிரும். எங்கே யாருக்கு வழங்க வேண்டும் என்பதை என் சூக்ஷுமப் பித்ருக்களோ, போத்தியோ முடிவு செய்வார்கள். அத்தனை நேரம் என்னுடன் இருந்த கள்ளன் குகைக்கு வெளியே பறந்துபோய்விட்டது. போத்தி, வாழி என்ற சொல்லோடு காற்றில் கரைந்து போனார். ஆயிரம் சிவப்புப் பட்டாம்பூச்சிகளென மாறி செந்தாமரையின் உடலும் குகைக்கு வெளியே கடந்து போனது. இனி இவர்கள் யாரும் என்னுடன் இல்லை. என் வழியைத்தேடி நான் மீண்டும் என் வீடு சேர வேண்டும். இப்போது எந்த மலைப்பும் இல்லை. எந்த அச்சமும் இல்லை. எது வரினும் எதிர்கொள்ளவல்ல நெஞ்சத்து உரம் இன்னும் ஏறியிருக்கிறது.

இன்னொரு முறை இந்தப் பாறை எழுத்துக்களைப் பார்த்தபிறகு எழுந்துகொண்டேன். வணங்கினேன். வணங்கி முடித்ததும், அத்தனை எழுத்துகளும் அந்தப் பாறைச் சுவற்றிலிருந்து பொடிப்பொடியாக உதிர்ந்தன. புரிந்தது. படிகளில் ஏறி பாறைக்கு வெளியே வந்தேன். பாறை பழையபடி உயரம் அகலம் குறைந்து தன் பழைய பிறை வடிவுக்குத் தன்னைக் குறுக்கிக்கொண்டது.

குந்தா கணவாய் எனும் டெவில்ஸ் கேப் மலையின் முனையில் நின்றுகொண்டிருக்கிறேன். இரவில் இந்தக் காட்சியைக் கண்டிருந்தால் நிச்சயம் அதிர்ச்சியில் மூச்சு நின்றிருக்கும். பாதாளம் என்ற பொருள் இங்கிருந்து கீழே பார்க்கும்போது தெரிகிறது. எதிர்த்த மலையை ஒரு நீண்ட தாவலில் அடைந்துவிடலாம் என்ற ஆசையைக் காட்டும் அளவுக்கு, இன்னொரு முனை வெகு அருகில் இருந்தாற்போல இருக்கிறது. சில தப்படிகள் கால் தடுமாறியிருந்தால், சில நூறு அடிகள் பள்ளத்தில் விழுந்திருப்பேன்.

எல்லா நிகழ்வுகளுக்கும் காரணம் இருந்திருக்கிறது. எல்லாக் காரியங்களுக்கும் பின்னே பித்ருக்களின் ஆசிகள் இருந்திருக்கிறது.

மீண்டும் இந்த மலை இருந்த திக்கை வணங்கிவிட்டு இறங்கத் தொடங்கினேன். மாயையின் கரங்கள் பட்டுத் தடைகள் பல கொண்டிருந்த இந்தப் பாதை எளிய சறுக்குப்பாதை போலிருந்தது. எந்தத் தடையும் இல்லாமல் மலையிறங்கினேன். ஏறினேன். அந்த அணை இருக்கும் இடத்தை அடைந்தேன். சொல்லி வைத்தாற்போல அங்கே பத்ரியின் வாகனம் காத்திருந்தது. அவர் எதுவும் கேட்கவில்லை. நானும் எதுவும் சொல்லவில்லை. ஏதோ விஷயப் புன்னகையாக ஒன்றைச் சிந்திவிட்டு, கோயம்புத்தூர் வரை அமைதியாகவே வந்து ரயிலேற்றி விட்டார்.

கும்பகோணம் செல்லும் பகல் நேர ரயில். போன முறை சித்தப்பா இருந்தார். எங்கிருந்தோ அவர் கிட்டா என்று அழைக்கும் குரல் எப்போது வேண்டுமானாலும் கேட்கக்கூடும் என்று காத்திருந்தேன். களைப்பில் தூங்கினேன். கனவில் இந்தச் சில நாள்களின் பயண நினைவுகள் யாவும் வந்து சென்றன. எத்தனை ஆபத்து, எத்தனை ஆச்சர்யம், எத்தனை அதிசயம். மலையிறங்கி இதைப்பற்றியெல்லாம் யோசிக்கும்போது இந்த ரயிலில் ஏறி இறங்குவதற்கான இடைப்பட்ட தூக்கத்தில் கண்ட கனவுகள் போலவே இருந்தன.

கும்பகோணம் ரயில் நிலையத்தில் இறங்கி நேரே பத்ராச்சாரியார் வீதிக்குச் சென்றேன். குடோன் வீட்டிற்கு முன்னே நின்று சிறிது நேரம் பார்த்துக்கொண்டிருந்தேன். எல்லாம் இங்கிருந்துதான் தொடங்கியது. என்னைக் குலம் தேர்ந்தெடுக்க ஷ்யாமாவுடனான என்னுடைய முறைதவறிய உறவு காரணம். அறிந்தோ அறியாமலோ அவள் எனக்கு ஒரு நல்லது செய்திருக்கிறாள். இங்கிருந்தே அவளை வணங்கினேன். எங்கிருந்தாலும் நீ மகிழ்வாக இருக்க நான் பிரார்த்திப்பேன் என்று மனத்திற்குள் சொன்னேன்.

வீட்டு வாசலில் தாத்தா காத்திருந்தார். என்றுமில்லாத திருநாளாக எழுந்து வந்து அணைத்துக்கொண்டார். 'என்னமோடா எவ்வளவோ தடவை நீ வெளியூர்ப் பயணம் போயிருக்க, இந்தத் தடவை ரொம்ப மனக்கலக்கமாப் போயிடுத்து' என்றார். சிரித்தேன். அப்பா வந்தார். மணிப்பா வந்தார். அவர்களுக்கெல்லாம் நான் சாகசப்

பயணம் போயிருக்கிறேன் என்றெல்லாம் தெரியாது. ஆனாலும் அவர்கள் மனம் ஏதோ ஒரு செய்தியைச் சொல்லியிருக்கிறது.

அம்மா என்னைக் கட்டிக்கொண்டு அழுதாள். 'இவ்ளோ கருத்துப் போய் வருவியோ' என்றாள். வெந்நீர் போட்டு வைத்திருந்தாள். சீயக்காய் தேய்த்து காவிரித் தண்ணீரில் குளித்த பிறகுதான், பழைய க்ருஷ்ணாவின் நினைப்பே வந்தது.

இலை போட்டு இளமஞ்சள் நிறத்தில் இரண்டு போளிகளை வைத்து நெய்யை ஊற்றினாள். இன்று போகி என்று அப்போதுதான் நினைவுக்கு வந்தது. ஒரு முழு மார்கழி மாதமும் எத்தனை அலைக்கழிப்பைக்கொண்டு வந்திருக்கிறது என்று பிரமித்தபடியே உண்டேன். வெல்லமும், நெய்யும் குழைந்து நாக்கைத் தீண்டி தொண்டையில் இறங்கியபோது என்னையறியாது கண்களை மூடிக்கொண்டேன். ஆழ்மனத்தில் இருந்த பிரதம ரகசியத்துக்கு இது பூரணம் சேர்த்தது.

'இன்னும் நன்னா ஸ்வீட் சாப்பிடு. ரெண்டு குட் நியூஸ் இருக்கு' என்றாள். அவள் முகத்தில் மகிழ்வும் நாணமும் சம விகிதத்தில் இருந்தன.

காதோரமாக வந்து, 'உனக்கு ஒரு தம்பியும், அத்தங்காவும் பொறக்கப்போறான்' என்றாள். கேட்டவுடன் அதன் பொருளை உணரவில்லை. உணர்ந்தபோது அதிர்ந்தேன். 'மகிழ்ந்தேன்' என்றால், எங்கள் குலத்தழைவு உடனே நிகழ்கிறது. சித்தியும், அத்தையும் சூல்கொண்டிருக்கிறார்கள். என் பயணத்தின் பலன் உடனே சித்திக்கிறது. பெரிதும் மகிழ்ந்தேன். சிரித்தேன்.

சாப்பிட்டு முடித்து கோவிலுக்குப் போகிறேன் என்று சொன்னேன். நீலாவை செல்பேசியில் அழைத்து வரச்சொன்னேன். வழக்கம்போல புன்னகையும், நாணமும் கொண்டு அலைச்சறுக்கினூடே தவழ்ந்து விளையாடும் நீலச்சருகென வந்து சேர்ந்தாள். பளிங்குக் கண்கள், ஒளிவிடும் உதடுகள், ஒப்பனை இல்லாத முகம், முல்லைச்சரம். என் வாழ்வின் நீல ஒளி. இத்தனை நாள் இருந்த நெருடலும், உறுத்தலும் எங்கேயோ போயிருந்தன. அவள் புன்னகையில் என்னைப் புதைத்துக் கைகளைக் கோத்துக்கொண்டேன். ஒரு மாதக் கதையை ஒன்றுவிடாமல் சொன்னாள். எல்லாவற்றையும் கேட்டுக்கொண்டேன்.

அமெரிக்கா போகத்தான் போறியா என்றேன் வீட்டில் இறக்கிவிடும்போது.

அமெரிக்காவா? அங்கெல்லாம் போயிட்டா ராமச்சந்திரய்யர் கேட்டரிங்கை இங்க யார் பாத்துப்பா. மிஸ்டர் க்ருஷ்ணாவுக்கு வேளா வேளைக்கு யார் சமைச்சுப்போடுவா? இந்த நாக்குக்கு லசாங்காவும், பீட்சாவும் இறங்கவும் இறங்காது என்று தலையில் அடித்துக்கொண்டாள் விளையாட்டாக. பிறகு புன்னகையுடன், 'வரேன். மிஸ்ட் யூ' என்று சொல்லிவிட்டுச் சென்றாள்.

என்னுள் நீல ஒளி தீர்க்கமாக நிறைந்திருந்தது.

★

மாடியில் அடுப்புகள் வைத்து, கரும்புகள் சார்த்தி, பெரிய வெண்கலப்பானைகளில் பொங்கல் வைத்துக் கொண்டாடினோம். அம்மாவின் கைப்பதத்தில் சர்க்கரைப் பொங்கலின் பதம் நிறைவாக வந்திருக்கிறது. எல்லோரும் வட்டமாக அமர்ந்துகொண்டு சாப்பிட்டோம். சித்தப்பாவைப் பற்றிய பேச்சு வந்தபோது, நான் ஏதோ சொல்ல வராமல் மறைக்கிறேன் என்று புரிந்துகொண்ட மணிப்பா, 'அவனுக்கென்ன, போவான் வருவான். திடீர்னு ஒருநாள் ஒரு மான் மாதிரி வந்து குதிப்பான் பாருங்கோ' என்றார். சரேலென நிமிர்ந்து பார்த்தேன். உள்ளொன்று வைத்துப் புறமொன்று பேசும் பாத்திரம் அல்ல அவர். ஆயினும் அவருக்கு உள்ளுக்குள் செய்தி சொல்லப்பட்டிருந்தது.

உண்டு முடித்து வெற்றிலை போட்டுக்கொண்டிருந்தபோது வாசலில் வரிசையாக வாகனங்கள் வந்து இறங்கின. கரை வேட்டிகள். அடிப்பொடிகள். அரசியல் வாசனை. முன்னே வந்தவர் விஜபி. அவர் கும்பகோணம் எம் எல் ஏ. தாத்தா, அப்பா இருவரும் எழுந்து வரவேற்றார்கள். ஏதேனும் கல்யாண காண்ட்ராக்ட்டிற்காகத்தான் இருக்கும் என்று தோன்றியது.

அப்பா, தாத்தாவைப் புன்னகையோடு கடந்து வந்து என்னையும் வணங்கினார். இது புதிது. எழுந்து நின்று சிரித்தேன். 'தலைமையை எல்லாம் தெரியும்னு சொல்லவே இல்லீங்களே' என்றார். பூடகம். தாத்தாவைப் பார்த்துப் பேசினார்.

‘நேரடியாக விஷயத்துக்கு வர்றேன் ஐயா. எம்.பி. இறந்து போயிட்டதால அந்த போஸ்ட்டுக்கு டெல்லிக்கு என்னை அனுப்பத் தலைமை ஏற்பாடு பண்ணிட்டிருக்கு. நான் போயிட்டா இங்க எம்.எல்.ஏ. எலெக்ஷன் வரும். இங்கயே ஏகப்பட்ட பேர் இருக்காங்க. ஆனா ஏனோ சி.எம். உங்க பேரன் பேரைச் சொல்லி இவர்தான் நிக்கணும்னு சொல்லிட்டாங்க. அவங்க சொல்லிட்டா யாரால மறுக்க முடியும் சொல்லுங்க. இதெல்லாம் உங்களுக்கு சரியா வராத ஏரியா இல்லீங்களா. இருந்தாலும் அவங்க சொல்லிட்டா கேக்காம இருக்கமுடியாதே. ஒரு வார்த்தை சொல்லிட்டு அவங்ககிட்டயும் அப்படியே சொல்லிடலாம்னுதான் நேர்ல வந்தேன்’ என்று சிரித்தார்.

காதில் விழும் வாக்கியங்களின் பொருள் புரிகிறது. செந்தாமரையின் கோரமுகம் ஒருமுறை நினைவுக்கு வந்தது.

‘நான் இவ்வுலகின் ராணி. இதைக் கண்டுகொண்டவர்களுக்கு ராஜரீக யோகம் உண்டு என்று தெரிந்துகொண்டேன். தேடினேன். அலைந்தேன். உன் குடும்பத்திற்கும் முடிந்த வரைக்கும் ஊடுருவினேன். உன் மனத்தைக் கலைத்தேன். ஆனால் உன்னை மட்டுமே இந்த மாயவெளி அனுமதிக்கும் என்று தெரிந்து உன்னையும் வென்றேன். இனி எல்லோரையும் வெல்வேன்.’

அந்த அகங்காரம் எனக்கும் கூடுமா? இவ்வளவு எளிதாகவா ராஜாங்க பலம் சித்திக்கும். தாத்தா தடுமாறினார். அப்பா குழம்பினார். மணிப்பா தலையசைத்தார். நான் என்னையறியாமல் வாய் திறந்தேன். என் குரலில் த்வனி மாறியிருந்தது. அதன் தோரணை சற்று உயர்ந்திருந்தது.

‘நான் எலெக்ஷன்ல நிக்கிறேன்னு சி எம் கிட்ட சொல்லிடுங்க ராஜு’ என்றேன்.

அனைவரும் அதிர்ந்தனர். வாயிலிலிருந்து திடீரெனப் பெருகிய இளங்காற்று, என் தலையை வருடிச் சென்றது. அதில் போத்தியின், பட்டம்மா பாட்டியின், படில்ஸ் சித்தப்பாவின், தோட்டக் கள்ளனின் சிநேக பாவனை இருந்தது.

(மயல் நாவல் முற்றும்.

க்ருஷ்ணாவின் சாகசங்கள் தொடரும்)

சிவராமன் கணேசன் தஞ்சையில் பிறந்து நீலகிரியில் வளர்ந்தவர். வேலைக்காக அரபு நாடுகளில் பதினான்கு வருடங்கள் வாழ்ந்தவர். குறிஞ்சியும், பாலையும், மருதமும் இவர் வாழ்வில் வெகு இயல்பாகப் பதிந்துவிட்டதால், ஒவ்வொரு நிலத்தையும் களனாகக் கொண்டு புனைவுகள் எழுதி வருகிறார். தற்போது சென்னையில் தகவல் தொழில்நுட்பத் துறையில் திட்ட மேலாளராகப் பணிபுரிகிறார்.

www.sivaramanganesan.in

www.ingramcontent.com/pod-product-compliance
Lightning Source LLC
LaVergne TN
LVHW090313051026
849518LV00005B/1765
9789347206344